काही खरं काही खोटं

वपु काळे

मेहता पब्लिशिंग हाऊस

KAHI KHARA KAHI KHOTA by V. P. KALE

काही खरं काही खोटं : वपु काळे / कथासंग्रह

Email : author@mehtapublishinghouse.com

संस्थापक : सुनील अनिल मेहता

प्रकाशक : मेहता पब्लिशिंग हाऊस प्रा. लि.,
१९४१, सदाशिव पेठ, माडीवाले कॉलनी, पुणे – ४११०३०.

मुद्रक : श्री मुद्रा

मुखपृष्ठ : सुभाष अवचट

मुखपृष्ठावरील अक्षरे : कमल शेडगे

प्रकाशनकाल : १९८४ / नोव्हेंबर, १९८६ / नोव्हेंबर, १९९६ / मे, १९९९ /
जुलै, २००५ / जानेवारी, २००८ / मे, २००९ /
ऑक्टोबर, २०१० / नोव्हेंबर, २०११ / नोव्हेंबर, २०१२ /
एप्रिल, २०१३ / जून, २०१४ / जुलै, २०१५ /
नोव्हेंबर, २०१६ / मार्च, २०१८ / सप्टेंबर, २०१९ /
जानेवारी, २०२२ / जानेवारी, २०२४ /
पुनर्मुद्रण : जानेवारी, २०२६

किंमत : ₹ २२०

P Book ISBN 9788177665536

E Book ISBN 9788184988178

E Books available on : amazonkindle Apple Books Google Play Books

कष्ट, अविश्रांत मेहनत,
आणि सध्याच्या
राजकारणी लोकांना
प्रामाणिकता, सचोटी
ह्या ‘ब्लॅकमध्ये’ गेलेल्या
गुणांच्या बळावर
निष्प्रभ करणाऱ्या माझ्या
चित्रकार, छायाचित्रकार,
ओरिगामीत निष्णात असलेल्या
लख्ख मित्रास,
‘प्रकाश कवळी’
ह्यास.
वरील विधानातलं सगळंच
‘खरं’ आहे.

- वपु काळे

अनुक्रमणिका

जे. के.

वेळ सकाळची. कॉर्पोरेशनचं कुठलं तरी एक वॉर्ड ऑफिस. वॉर्ड ऑफिससमोर इतर खाजगी इमारती. त्यांपैकी कुठल्या तरी एका इमारतीमध्ये, त्या इमारतीचे कुणीतरी वामनराव-गोपाळराव वगैरे वगैरे अशांपैकी एक गृहस्थ दात घासत घासत गॅलरीमध्ये आले. दात घासणारी मंडळी जेव्हा घरभर हिंडतात तेव्हा या लोकांची काय सायकॉलॉजी आहे, याचा मला खरंच पत्ता लागत नाही. ती काय दाखवण्यासारखी गोष्ट आहे काय? आमचा आहे विश्वास तुम्ही दात घासता यावर आणि मग बाहेर आल्यावर ते जे कोणी वामनराव-गोपाळराव होते, ते सदाशिवरावांना हाक मारीत सांगत होते.

''अहो सदाशिवराव! आज समोर काहीतरी दिसतंय.''

सदाशिवराव एवढंदेखील बोलायच्या मन:स्थितीत नव्हते.

''अॅ हॅ हॅ हॅ!''

''सकाळपासून समोरच्या ऑफिसात गडबड चाललेय.''

''काय नवीन कमिशनर आहेत किंवा मेयर आहेत; त्यांची राउंड असेल.''

''कमिशनर साहेबांना काही सांगायचं आहे का?''

''हं, सांगा! सांगा. त्यांना म्हणावं संपूर्ण मुंबई जेव्हा स्वच्छ व्हायची असेल तेव्हा होईल, पण कमीतकमी तुम्ही जोपर्यंत आहात तोपर्यंत समोरच्या ऑफिसला रोज भेट द्या. ते ऑफिस तरी स्वच्छ राहील.''

ऑफिसला सकाळपासून जाग आली होती. सकाळी माणसं अगदी वेळेपूर्वी त्यांच्या जागेवर बसलेली आणि मग टेबला-टेबलावरून चर्चा-

''काय रे? राउंड किती वाजता आहे?''

''सकाळी नऊ ते दुपारी दोनपर्यंत कधीही येईन असं म्हणालेत.''

''आता ही काय टाईम द्यायची पद्धत आहे का?''

''तुलापण कमिशनरसाहेबांची एवढी भूक का लागलीय?''

''हॅ! त्यांची काय भूक लागलीय? चहाची तल्लफ आलीय.''

''मग जा तू. चहा सहज होईल.''

''नको रे बाबा! पहिल्यांदा कँटीनमध्ये आले तर घ्या काय?''

''कमिशनर सगळं ऑफिस सोडून कँटीनमध्ये कशाला येतील?''

''बाबा रे, या मोठ्या लोकांना पहिल्यांदा काय बघावंसं वाटेल, याचा काहीही भरवसा नाही.''

''तू जा. ते आले की मी तुला निरोप पाठवीन. तुझं टेबल सांभाळीन.''

''नको! पंधरा दिवस जपायला सांगितलंय. शनी वक्री आहे.''

आणि मग उगीच डायलॉग लांबत गेला.

''अरे, तुझ्या पत्रिकेत शनी वक्री आहे ते कमिशनरला माहीत आहे का?''

प्रत्येक टेबलावरून ही अशी चर्चा. वॉर्ड ऑफिसर त्यांच्या वेगळ्याच चिंतेमध्ये. प्रत्येक माणसाला त्याच्या ग्रेडप्रमाणे चिंता असते. कशी? तर वॉर्ड ऑफिसर चिंता करताहेत, आपण साधारणपणे दोन महिन्यांपूर्वी वॉर्ड ऑफिसची इमारत रंगवली. सहा-साडेसहा लाख रुपयांची एस्टिमेट्स. आता ह्या नवीन कमिशनरला, ही सहा-साडेसहा लाख रुपये खर्च करून रंगविलेली इमारत काही दिसणार नाही. कुठं तरी असा एक रंगाचा पॅच राहिलेला एका बाजूला, तो दिसेल आणि तिथून सुरुवात झाली राउंडला तर खेळ खलास!

कमिशनर आले.

ताबडतोब वॉर्ड ऑफिसर उठले. धाडधाड जिने उतरून खाली आले. तोपर्यंत कमिशनरसाहेबांची गाडी चौकामध्ये उभी. पाठीमागे मोठी स्टेशन वॅगन. त्याच्यामध्ये वीस-पंचवीस निरनिराळ्या पदांवरचे अधिकारी. या मंडळींना सबंध राउंडमध्ये आपण काय करायचं असतं, हे निश्चित माहीत नसतं. कमिशनर तिकडे गेले की ते त्यांच्या पाठोपाठ तिकडे जातात. इकडे आले की इकडे येतात. सबंध दोन-तीन तासांच्या राउंडमध्ये एखादा प्रश्न साहेबांकडून येतो आणि त्याचंदेखील उत्तर त्यांच्याकडे तयार नसतं. 'साहेब, चौकशी करून सांगतो.' आता 'चौकशी करून सांगतो' एवढंच वाक्य बोलण्याकरिता ही पंचवीस-तीस ऑफिसर मंडळी आपला अर्धा दिवस खर्च का करतात? मॅन अवर्सच्या दृष्टिकोनातून किती पगार वाया जात असेल? - असे विचार माझ्या मनामध्ये नेहमी येत असतात.

कमिशनर उतरले. ही मंडळी अर्धवर्तुळाकार उभी राहिली. सगळ्यांच्या चेहऱ्याभोवती चौकोनी भाव. ह्या सगळ्यांचे चेहरे पाहिल्यावर असं वाटतं की भारताने जागतिक बँकेकडून काढलेलं कर्ज ह्यांना बेसिकमधून फेडायचंय, असा एकूण चेहऱ्यावरती भाव. बरं ही मोठी मंडळी आपण कुठं चाललोय, हे पटकन सांगत नाहीत आणि मग एकमेकांत चर्चा सुरू होते. एकट्याने जायचं, सगळ्यांनी जायचं की काही जणांनी जायचं? एकदा कमिशनर राउंड संपल्यानंतर पटकन उठले

आणि जायला लागले. बाकी सगळी मंडळी उठली आणि मागोमाग चालू लागली. मग पी.ए.ने सांगितलं की साहेब टॉयलेटला चाललेत.
वॉर्ड ऑफिसर आले. समोर कमिशनर. बाकीची मंडळी अशीच नेहमीचा चेहरा टाकून उभी आणि सगळ्या गोष्टी सोडून वॉर्ड ऑफिसरसाहेबांना जी भीती वाटत होती, ती भीती सार्थ करत कमिशनर, तो रंगाचा पॅच कुठंतरी पॅरेपिटवर पडला होता तिथं शांतपणे बघताहेत. मग ते एकदम म्हणाले, ''चला!'' सगळी मंडळी पाठोपाठ निघाली. दोन जिने चढून जेव्हा साहेब तिसरा जिना चढायला लागले, तेव्हा वॉर्ड ऑफिसर भीत-भीत म्हणाले,
''वरती गच्ची आहे.''
''गच्चीच बघायची आहे.''
असं करत साहेब गच्चीवर आणि मग सगळ्या गोष्टी सोडून कमिशनरसाहेब पहिल्यांदा गच्चीवर का आले, - याचा उलगडा इतर ऑफिसरांनादेखील झाला. कारण भर ऑफिस अवर्समध्ये, ऑफिसच्या गच्चीवरती, ऑफिसमधला एक टायपिस्ट चक्क पतंग उडवत होता. पतंग उडवताना त्या माणसाची इतकी ब्रह्मानंदी टाळी लागलेली होती की कमिशनर क्षणभर थक्क झाले. त्यांना तर असं वाटलं की ही एकाग्रता आपण ऑफिसमध्ये वळवू शकलो तर ह्याच माणसाकडून केवढं काम करवून घेता येईल! कमिशनर कौतुक करत उभे राहिलेत म्हटल्यानंतर, बाकीची सगळी मंडळी 'हाऽहा आमचा माणूस आहे' असं करत जे.के. मालवणकरकडे कौतुकाने बघायला लागले. मग कमिशनरांना कळलं की आपण असं कौतुक करणं योग्य नाही. करड्या आवाजात त्यांनी विचारलं,
''हा मनुष्य वर कसा आला?''
लगेच वॉर्ड ऑफिसरने पलीकडच्या माणसाला 'हा माणूस वर कसा आला?'- असा प्रश्न केला. प्रश्न असा फिरत-फिरत सोळाव्या माणसाकडे गेला. त्याने सांगितलं, ''साहेब, चौकशी करून सांगतो.''
तेवढ्यात एक गृहस्थ कमिशनरकडे धावत धावत आला.
''साहेब, चौकशी करू नका. तो आपला टायपिस्ट जे.के. मालवणकर आहे.''
एवढं म्हटल्याबरोबर वॉर्ड ऑफिसर पुढे झाले. जेके या सगळ्या लोकांकडे पाठ करून पतंग उडविण्यात गर्क. वॉर्ड ऑफिसरने खांद्यावर पाठीमागून हात ठेवून थोपटल्यासारखं केल्यावर, पाठीमागे न बघता हात झटकून टाकत जेके म्हणाला,
''थांबा हो!''
''जेके, कमिशनर!''
''म्हणजे काय?''
''जेके, कमिशनर आलेत.''

''एवढा पतंग काटतो आणि मग तुमच्याशी बोलतो.''

''जेके, कमिशनर!''

''काटला बघा! काय म्हणता?''

''कमिशनर आलेत. आज राउंड आहे त्यांचा. तुम्हांला माहीत आहे ना?''

''आम्ही काय करणार? पतंग उडविण्यासाठी आम्ही कॅज्युअल लीव्ह घेतलीय.''

एवढं ऐकल्यावर कमिशनर पुढं आले. त्यांनी वॉर्ड ऑफिसरला बोलावून घेतलं आणि ते एकच वाक्य बोलले की, ''कॅज्युअल घेतल्यावर माणूस काहीही करू शकतो!''

ऑफिसच्या नियमाप्रमाणे राउंड संपली. कमिशनर शेवटी खाली आले आणि आता निघायचं-

सगळे लोक उड्या मारून बसण्याकरिता तयार. आता ट्रान्सफर होईपर्यंत काही कमिशनर इकडे येत नाहीत हा आनंद. पण आनंद चेहऱ्यावर दाखवायचा कसा, ही भीती, म्हणून अजून चौकोनीच चेहरे. कमिशनरनी पुन्हा एकदा ऑफिसमधल्या सगळ्या लोकांकडे पाहिलं-खरोखरी घरात काल कुणीतरी गेलंय आणि उद्या कुणीतरी जाणार आहे किंवा पुष्कळ दिवसांत कुणी गेलं नाही असे सगळ्यांचे चेहरे आणि त्या पार्श्वभूमीवर, नुकत्याच फुललेल्या बटमोगऱ्यासारखा जेके मालवणकर समोरून धावत येताना कमिशनरसाहेबांनी पाहिला. त्यांनी खूण करून त्याला जवळ बोलावलं आणि जेकेच्या भाषेत जेकेला विचारलं,

''किती काटले?''

समोर कमिशनर आहेत याचं दडपण न ठेवता जेकेने स्वत:च्या पद्धतीने सांगितलं, ''साहेब, आज मी अठ्ठावीस मिनिटांत बावीस पतंग काटले. मागच्याच वेळचं रेकॉर्ड मी २.०३ ने मोडलं.''

''प्रत्येक गोष्टीचं असं रेकॉर्ड ठेवता वाटतं?''

''अगोदर ठेवत नव्हतो. म्युनिसिपालिटीत आल्यामुळे सवय लागली!''

''का बरं?''

''साहेब, तुम्ही या ऑफिसमध्ये नवीन आहात ना?- म्हणजे दोनच महिन्यांपूर्वी आलात ना? - म्हणून सांगतो, म्युनिसिपालिटीची पद्धत आहे. काम केलं नाही तरी चालेल, रेकॉर्ड क्लीन पाहिजे.''

''काय करता एरवी?''

''मी टायपिस्ट आहे.''

''टायपिंगचं रेकॉर्ड?''

''आहे ना!''

''किती आहे स्पीड?''

''साहेब, तसा काही फार नाही. नाईन्टी टू वर्डस् पर मिनिट.''
''नाईन्टी टू वर्डस्! देन व्हॉट इज द वर्ल्ड रेकॉर्ड?''
वर्ल्ड रेकॉर्ड काय आहे, म्हणून साहेबांनी विचारल्याबरोबर शेजारच्या माणसाने पलीकडच्या माणसाला विचारलं, 'वर्ल्ड रेकॉर्ड सांगा.' त्याने आणखीन पलीकडच्या माणसाला, 'अरे अशी माहिती तोंडावर पाहिजे. वर्ल्ड रेकॉर्ड सांगा.' शेवटच्या माणसाने सांगितलं,
''चौकशी करून सांगतो.''
जेके पटकन म्हणाला,
''साहेब, चौकशी करण्याची गरज नाही. वर्ल्ड रेकॉर्ड मी तुम्हांला सांगतो. वर्ल्ड रेकॉर्ड हंड्रेड अ‍ॅण्ड फॉर्टी टू वर्डस् पर मिनिट एवढं आहे. पण साहेब, हे रेकॉर्ड १९५८ साली घेतलेलं आहे आणि विदर्भातील निलाखे नावाचा गृहस्थ असून त्याचं हे रेकॉर्ड आहे. नंतर रेकॉर्ड घेतलं असल्यास मला कल्पना नाही.''
अशी सगळी माहिती धाडधाड सांगितल्यावर कमिशनरनी एकच प्रश्न विचारला,
''हेड ऑफिसला कामाला याल?''
''साहेब, आम्हांला काय, कुठंतरी काम करायचं. पण तिथं चिक्कार काम पाहिजे हं! वॉर्ड ऑफिससारखं नाही पाहिजे.''
''ठीक आहे, तुम्ही हेड ऑफिसला या. तुम्ही थकून जाल एवढं काम मी तुम्हांला देईन.''
''असं कसं होईल? तोपर्यंत आमचा टायपिंगचा स्पीडदेखील वाढेल की!''
''किती वाढेल?''
''साहेब, ते असं आहे. तुम्ही आम्हांला रिबीन न अडकणारं मशीन दिलंत ना तर आम्ही तीन-चार महिन्यांपर्यंत तुम्हांला शंभरपर्यंत स्पीड वाढवून दाखवू.''
''प्रॉमिस.''
''आपली बीट!''
कमिशनरसमोर या माणसाने टाळीकरता हात पुढे केल्यावर इतर ऑफिसरांना पँटमध्ये झुरळ शिरल्यासारखं वाटलं, पण तितक्याच खिलाडू वृत्तीने साहेबांनी तो हात हातामध्ये घेतला.
''येस जेके, तुमची आमची बीट.''
''तुम्ही आम्हांला काय द्याल?''
''दोन इन्क्रिमेंट्स एकदम द्यायची व्यवस्था करीन.''
''अंऽऽ ते काय साहेब म्युनिसिपालिटीमध्ये काम न करणाऱ्या माणसालादेखील मिळतं. आम्हांला ऑफिसचं काही नकोच आहे. तुम्ही स्वतः काय द्याल? ते सांगा.''

''तुम्हीच सांगा, काय हवंय?''

''आम्हांला एक लॉरेल-हार्डीचा सिनेमा दाखवा.''

''बरं, आणि लॉरेल-हार्डीचा सिनेमा तुम्हांला हवा तेव्हा हुकमी नाही मिळाला तर काय करायचं?''

''मग आम्हांला टारझन दाखवा.''

कमिशनर एकच वाक्य बोलले, ''ट्रान्सफर हिम!''

दुसऱ्या दिवशी हेड ऑफिसमध्ये आमच्या ऑफिसचे जे ॲडमिनिस्ट्रेटिव्ह ऑफिसर म्हणजे ए.ओ. त्यांच्यासमोर जेके येऊन उभा राहिला.

''कोण तुम्ही?'' ए.ओ.नी आठ्या घालत विचारलं.

''हे पाहा, कपाळाला आठ्या घालायचं काही कारण नाही. कुठल्याही संस्थेकडून मी मदत मागायला आलो नाही. काल कमिशनरसाहेब आमच्या ऑफिसमध्ये आले होते. ते म्हणाले, उद्यापासून हेड ऑफिसला कामाला या.''

''मला अजून ऑर्डर्स मिळाल्या नाहीत.''

''मग आम्ही नंतर येतो.''

जेके त्यांच्यासमोरून नाहीसा झाला.

आणि तेवढ्यात टेलिफोन वाजला.

ए.ओ.नी पटकन टेलिफोन घेतला तर कमिशनरसाहेबांचा सेक्रेटरी किंवा स्टेनो असेल ते - काही पत्ता लागला नाही, पण त्यांनी सांगितलं, ''हे बघा, काल कमिशनरसाहेब वॉर्ड ऑफिसला गेले होते. तो मालवणकर की मावळणकर कोणीतरी आहे बघा, तो आला तर त्याला ताबडतोब काम द्या. बसायला चांगली जागा द्या.''

अरे एवढं झाल्यावर ए.ओ. शिपायांच्या नावाने हाका मारायला लागले, आग लागल्यासारखी. पण कुठल्या ऑफिसरने हाक मारल्यावर किती वेगाने पळायचं हे शिपायानेदेखील ठरवलेलं असतं. ते साऽऽवकाश आले.

''त्या मालवणकरला अगोदर पकडून आणा.''

''कोण मालवणकर?''

''तुमचा बाप आत्ता माझ्यासमोर उभा होता.''

''आम्ही नाही पाहिला.''

''मग आता बघून या.''

शिपाई चारी दिशांना धावले. मालवणकर सापडला नाही. दुपारी दोन वाजता मालवणकर पुन्हा साहेबांसमोर.

''आम्ही आलोत.''

''अरे, आलोत काय? तुम्हांला काय Sense of responsibility? भटकता

काय? कमिशनरसाहेब आलेत.''

''आलेत? मग आम्ही त्यांना भेटतो.''

''मला ऑफिस ऑर्डर काढायची आहे. मेमो काढायचा आहे.''

''मेमो कशाला? आम्ही जिवंत आहोत अजून!''

साहेब काय म्हणतील याची पर्वा न करता दरवाजाला धक्का देऊन कमिशनर साहेबांच्या केबिनमध्ये जेके घुसलासुद्धा. तिथलं एअर कंडिशण्ड वातावरण. साहेबांची सजवलेली खोली.

अक्षरश: एखाद्या लहान मुलाप्रमाणे त्या खोलीकडे बघत जेके म्हणाला, ''काय भाग्यवान आहात हो! आयला मस्त आहे खोली.''

कमिशनरचा स्टेनो भिडे समोर बसलेला. त्याला काही ते रसायन माहिती नव्हतं. तोपर्यंत कमिशनरसाहेबांनी हात करून जेकेला बसायची खूण केली.

''भिडे, अंऽऽ कालचं स्टेटमेंट कुठंय?''

''हां साहेब, ते सांगायचं राहिलं, आपलं कॅल्क्युलेटिंग मशीन बिघडलंय. कंपनीकडे टेलिफोन केलाय. त्यांचा टेक्निशियन येईल. मशीन दुरुस्त करून देईल. उद्या संध्याकाळपर्यंत सगळं स्टेटमेंट तयार करून ठेवतो.''

'कॅल्क्युलेटिंग मशीन बिघडलंय' हे शब्द भिड्यांनी उच्चारल्याबरोबर जे.के. मालवणकर विचित्र पद्धतीने हसला.

मग मात्र भिडे तापायला लागले.

''का हो? तुम्हांला हसायला काय झालं?''

''अॅ हॅऽऽ कॅल्क्युलेटिंग मशीन बिघडलं म्हणून मी हसलो.''

''मशीन बिघडलं तर हसायचं कारण काय?''

''साहेब, तुम्हांला जे काम हवंय ते मी करून द्यायला तयार आहे.''

कमिशनर पटकन म्हणाले.

''दॅटस् ऑल राईट, जे.के. मशीन बिघडलंय हे तुम्ही ऐकलंत ना?''

''हो! पण ज्यांना औटकीपर्यंत पाढे पाठ येतात ना, त्यांना ही मशीन्स लागत नाहीत. साहेब, तुम्ही आता मला एकोणतीस औटं किती ते विचारा, आणि तुमच्या स्टेनोला विचारा.''

एअर कंडिशण्ड खोलीत भिड्यांना घाम फुटला. कमिशनरसाहेबांनी खरोखरच एकोणतीस औटं किती? असं जर विचारलं तर 'चौकशी करून सांगतो' हे बोलता येणार नाही.

''जेके, आपल्याला या फिगर्स गव्हर्नमेंटला पाठवायच्या आहेत. चूक झाली तर?''

''साहेब, आमच्या हातून काही चुकलं तर पायाचे अंगठे धरून तुमच्या ऑफिसमध्ये दोन तास उभं करा. नाहीतर म्युनिसिपालिटीची जुनी इमारत आणि

नवी इमारत ह्यांच्याभोवती पायांत चपला न घालता दुपारी बारा वाजता पन्नास फेऱ्या मारायला लावा.''

कमिशनर म्हणाले, ''लेट हिम ट्राय.''

संध्याकाळी सहाच्या सुमाराला सगळी स्टेटमेंटस् तयार करून जेके साहेबांच्या केबिनमध्ये उभा. अर्थात तोपर्यंत कमिशनरदेखील गप्प बसलेले नव्हते. दुसऱ्या डिपार्टमेंटला टेलिफोन गेले, त्या डिपार्टमेंटमधील यंत्रं आली. अर्ध्या तासामध्ये जेकेने केलेला हिशेब आणि मशिनने दिलेली उत्तरं यात काडीचाही फरक नव्हता.

त्या दिवशी मात्र साहेब आपल्या घरी गेल्यानंतर खूप अस्वस्थ, कुठल्या तरी विचारामध्ये दंग. अर्थात या घरामध्ये कमिशनरांना या मन:स्थितीमध्ये बघणं यात नावीन्याचा प्रकार होता अशातला भाग नाही, पण आजचा मूड तरीही निराळा आहे असं वाटून वडीलमुलाने विचारलं,

''पप्पा, व्हॉट इज रॉंग विथ यू?''

थोडंसं स्वत:शी, थोडंसं मुलाला उद्देशून कमिशनरसाहेब म्हणाले,

''काय रे, एखादा गृहस्थ ऑफिस अवर्समध्ये, ऑफिसच्या गच्चीवर पतंग उडवीत असेल तर तू काय म्हणशील?''

पटकन बाईसाहेब म्हणाल्या,

''त्याचं मूळ गाव कुठलं हो?''

थोडं निराळ्या मूडमध्ये जात साहेब म्हणाले,

''तुमच्या माहेरचा नव्हता.''

बाईंनी तोच मुद्दा पकडला.

''हो-हो, आमच्या माहेरची माणसं अशी नाहीतच. ती कामचुकार नाहीच आहेत. मी एवढ्याकरता विचारलं की- तुम्ही त्याचं मूळ गाव काढलं असेल आणि दिलं सस्पेंड करून पाठवून!''

मुलगा म्हणाला,

''अगं आई, कसलं सस्पेंड करताहेत? डिपार्टमेंटल एन्क्वायरी सुरू केली असेल.''

''मग मी आत्ताच सांगते, डिपार्टमेंटल एन्क्वायरी बंद करा. तुमची ट्रान्सफर होईपर्यंत एन्क्वायरी संपणार नाही आणि तुमची ट्रान्सफर झाली की त्याला प्रमोशन देतील.''

तरीदेखील स्वत:शीच कमिशनरसाहेब बोलत राहिले,

''हा पोरगा खरंच और आहे. त्याचे औटकीपर्यंतचे पाढे पाठ आहेत. टायपिंगचा स्पीड ब्याण्णव आहे. एखादी गोष्ट जर मनासारखी करून दाखविली तर हा गृहस्थ 'लॉरेल-हार्डीचा सिनेमा दाखवाल का,' असले प्रश्न विचारतो.''

मुलाने पटकन विचारलं,

''पप्पा, त्याचं वय काय?''

पहिल्यांदाच भावनावश होत साहेब म्हणाले,

''ह्या असल्या माणसांची वयंच समजत नाहीत आणि कारण एकच असतं की ३६४ दिवसांनी येणारा एक दिवस म्हणजे त्यांचा वाढदिवस, असली गणितं इथं चालतच नाहीत. काही निराळंच वेळापत्रक घेऊन ही असली माणसं आपल्याबरोबर आलेली असतात. त्यांच्या वयाचा अंदाज लागत नाही. त्यांना वय नसतंच. त्यांना फक्त वृत्ती असते आणि वृत्तीला वय नसतं. कुणीतरी त्या वृत्तीसकट त्यांना सांभाळायचं असतं. वयाकडे दुर्लक्ष करत. अशा लोकांबद्दल गैरसमज फार झपाट्याने पसरतात. ह्यांना कोणीतरी प्रोटेक्ट केलं पाहिजे.''

पण खऱ्या अर्थाने जेके कमिशनरसाहेबांना आणि आम्हांलादेखील समजला तो मला वाटतं दोन-तीन दिवस मध्ये गेले असतील, त्यानंतरच!

सकाळची एक लवकरची मीटिंग होती म्हणून साहेब दुसऱ्या प्रायव्हेट एंट्रन्सने ऑफिसकडे यायला निघाले आणि समोरच्या कॉरिडॉरमधून जेके मालवणकर अक्षरश: पाठीमागे वाघ लागल्यासारखा वेडावाकडा धावत येतोय. चेहरा घामाने डबडबलेला, अंगावरची कपड्यांची अवस्था बघवत नाही आणि सर्वांत कहर म्हणजे जेके मालवणकरच्या पाठोपाठ बोरिबंदरच्या स्टेशनवरचा तिकीट चेकर हो! आम्ही सगळे थक्क! थोडेसे विचारात पडलो की तिकीट चेकरच्या हातामध्ये न सापडणारा आपला जेके महत्त्वाचा की एखाद्या पॅसेंजरच्या पाठोपाठ चिकाटीने स्टेशन सोडून ऑफिसपर्यंत पळत येणारा टी.सी. महत्त्वाचा?

साहेब समोर आल्याबरोबर जेके पटकन थांबला.

''गुड मॉर्निंग सर!''

बस! तेवढा वेळ आणि निमित्तं तिकीट-चेकरला पुरलं. त्याने पटकन पाठीमागून जेकेचा गळा पकडला.

''टिकट दिखाव!''

तिकीट दाखव म्हटल्याबरोबर जेकेने शांतपणे रेल्वे पास काढला.

''टिकट? ये देखो!''

रेल्वे पास. तीन महिन्यांचा, पहिल्या वर्गाचा! तो माणूस पिसाळलाच.

तिकीट-चेकर फक्त जेके मालवणकरला चावला नाही.

''अरे कंबख्त! स्टुपिड! तुम्हारे पास सीझन टिकट याने रेल्वे का पास है?''

''हाँ, है. देखो ना!''

''तुम्हारे पास टिकट है फिर भागते क्यों?''

जेकेने शांतपणे असा पास उलटसुलट केला आणि तिकीट-चेकरला विचारलं,
''इसके उपर कहाँ लिखा है भागो मत करके?''
तिकीट-चेकर निघून गेला. कमिशनरनाही हसणं आवरलं नाही. ते आपल्या खोलीमध्ये गेले आणि त्यांनी भिड्यांना विचारलं, ''काय अफाट माणूस आहे? काय प्रकार काय घडला एक्झॅक्टली?''
भिडे म्हणाले, ''अहो माणूस अफाट आहे. अहो आज काय झालं, आपले हेडक्लार्क आहेत ना, ते आज त्यांचा पास घरी विसरले. रेल्वेमध्ये ते सारखं जेकेचं डोकं उठवत होते की तिकीट-चेकर आज मला नेमकं पकडणार. तर जेकेने शांतपणे घाटपांड्यांना सांगितलं, मी त्याला हूल देतो, तुम्ही सुटा!''
मनापासून हसत कमिशनर म्हणाले, ''जेकेंना बोलवा जरा!''
शिपाई सांगत आला,
''जेके जागेवर नाहीत.''
''कुठं गेलेत?''
''आत्ताच आगीचा बंब रस्त्यावरून गेला. त्यामागे पळत सुटलेत. आग कशी विझवतात पाहून येतो म्हणाले.''

घाटपांड्यांचं नशीब एकूणच त्या पंधरवड्यात काय होतं याची कल्पना नाही. एकतीस तारखेला आमचा पगार झाला. दुसऱ्या दिवशी घाटपांडे थोडेसे ऑफिस अवर्सपूर्वीच आलेले. पण खुर्चीमध्ये असेच बसलेले, शून्यावस्थेत गेलेले. काय होतंय ते समजत नव्हतं. कसला तरी जबरदस्त शॉक बसलेला होता. बराच वेळ झाला. एक गृहस्थ आला, दुसरा आला, तिसरा आला आणि मग त्यांनी सांगायला सुरुवात केली,
''काय सांगू! काल रेल्वेत माझं पगाराचं पाकीट मारलं गेलं हो!''
''कुणी मारलं?''
आता पाकीट मारणारा गृहस्थ काय खिशात व्हिजिटिंग कार्ड ठेवून पाकीट मारतो काय?
ताबडतोब दुसरा प्रश्न,
''घाटपांडे, तुम्ही पाकीट कुठं ठेवलं होतं हो?''
तमाम दुनिया जिथं पाकीट ठेवते तिथंच घाटपांड्यांनी पाकीट ठेवलेलं होतं. त्यांनी भाबडेपणाने सांगितलं,
''मी इथं डाव्या खिशात पाकीट ठेवलं होतं.''
''चुकलं, उजव्या खिशात पाकीट ठेवलं होतं.''
ताबडतोब एका सद्गृहस्थाने -

‘‘घाटपांडे, त्याचं असं आहे, आम्ही काय करतो माहीत आहे का? आम्ही आमचा पगार एका खिशामध्ये ठेवतच नाही. माझ्या पँटला मी पाच खिसे करून घेतलेत. सदऱ्याला चार खिसे आहेत. पगाराचे आम्ही नऊ भाग करतो. नऊ ठिकाणी ठेवतो. म्हणजे पाकीट मारलं गेलं तरी बाकीचे वाचतात!
घाटपांडे, तुम्हांला समजलं पाहिजे पगार घरी कसा न्यायचा तो!’’
पगार घरी कसा न्यायचा, या विषयावर घाटपांड्यांचं डोकं इतक्या लोकांनी उठवलं. एकाने तर सांगितलं -
‘‘घाटपांडे, तुम्ही असं करत जा, पगार न्यायला आईला ऑफिसमध्ये आणत जा.’’
घाटपांड्यांना वाटलं, दर महिन्याला पगार मारला गेला तरी चालेल पण हा उपदेश नको. ही सगळी गर्दी कमी झाल्यावर सर्वांत शेवटी जेके मालवणकर घाटपांड्यांसमोर उभा राहिला. त्याने आपलं पगाराचं पाकीट काढलं आणि घाटपांड्यांसमोर ठेवलं.
‘‘जेके, हे काय करताय?’’
‘‘घाटपांडे, साधी गोष्ट आहे. एखाद्या माणसाचा पगार गेल्यावर त्या माणसाला पगार द्यायचा असतो, उपदेश नाही.’’
‘‘जेके, तुम्ही म्हणता ती गोष्ट खरी आहे, पण तुम्ही तुमचा पगार मला का देताय? तुम्ही माझी मुळीच काळजी करू नका. बँकेमध्ये पैसे आहेत, वडील बंधूकडून मी मागून आणू शकतो.’’
‘‘घाटपांडे, हेच तुम्हांला कळत नाही. तुम्ही मागून आणणं आणि मी स्वत: होऊन देणं ह्यात काहीच फरक नाही काही?’’
‘‘जेके, ठीक आहे. तुमच्या भावना मला समजतात. पण तुम्हांला तुमचा महिना नाही का?’’
‘‘अँहॅं! कसले बारीकसारीक प्रश्न विचारताय! पैसे कशाला लागतात?’’
‘‘तुम्ही भाबडे आहात का वेडे आहात? पैसे जर लागत नाहीत तर तुम्ही नोकरी कशाला करता?’’
‘‘अहो, तसं नाही हो! मी तीन महिन्यांचा पास काढलेला आहे. कपडे शिवलेले आहेत. मग पगार कशाला लागतो?’’
‘‘चहापाणी, जेवणखाण?’’
‘‘घाटपांडे, डिपार्टमेंटमध्ये बत्तीस माणसं आहेत. रोज जर एका-एका माणसाकडे जेवायला गेलो तर माझा पगार निघत नाही का?’’
आणि जेकेने खरोखरच संध्याकाळपर्यंत वार लावले. तो पुन्हा त्यांना सांगायला आला,

''पाहिलंत, माणसं किती चांगली आहेत? आता दोघं-तिघंजण रजेवर आहेत, पण माझे एकोणतीस दिवस सुटले. एक दिवस राहिला. त्या दिवशी लंघन करू. अहो, असं आहे एकोणतीस दिवस एकोणतीस घरात जेवल्यावर एक दिवस आत्मशुद्धीसाठी लंघन करावंच लागणार आहे.''

''नाही, असं करू नका, माझ्याकडे दोन दिवस जेवायला या.''

''तुम्हांला दोन दिवस त्रास का? अजून कमिशनर राहिलेत ना.''

''तुम्ही साहेबांना असं म्हणणार की मी तुमच्याकडे जेवायला येतो म्हणून?''

''हॅं, त्यात काय? ऑफिसमध्ये ते कमिशनर आणि आपण असिस्टंटस. त्यांच्या घरी जर मी गेलो ना, तर ते यजमान आणि मी अतिथी आणि आपल्या धर्माप्रमाणे 'अतिथी देवो भव!' त्यांना माझं स्वागत करावंच लागेल.''

वार लागल्याप्रमाणे जेके सगळ्यांकडे जेवायला जायला लागला आणि नंतर नंतर तर जेके जेवायला येणार, हा प्रत्येक माणसाला आपल्या आयुष्यातला इव्हेंट वाटायला लागला. दुसऱ्या दिवशी जेके आदल्या दिवशी ज्याच्या घरी जेवायला गेला असेल, तो गृहस्थ आम्हांला आख्यायिका सांगायचा. तो किती वाजता आला, काय बोलला... निरनिराळ्या लोकांकडनं निरनिराळ्या हकिकती समजत होत्या. त्या माणसाच्या व्यक्तिमत्त्वाला किती पैलू आहेत, हे नव्याने समजत होतं. आपल्याला हा मनुष्य समजणार आहे की नाही, असाही प्रश्न केव्हा-केव्हा पडत होता.

शनिवारी असंच कुठंतरी जेवायला जायचा होता. तो गेला असावा. रविवारी मला वाटतं बोकिलांच्या घराचा वार होता. बोकील सोमवारी चौकशी करायला लागले,

''अरे, काल हा मनुष्य आलाच नाही आमच्याकडे! की तब्येत वगैरे बरी नाही की काय याची?''

''तसं काही नाही. काल माझ्याकडे जेवायला आला होता आणि काय झालं की ऑफिस सुटल्यानंतर पुन्हा त्याला चहा पाजावा म्हणून दोन वाजता आम्ही कँटीनमध्ये गेलो. चहा पिऊन जेव्हा बाहेर आलो तेव्हा वरती जे आपलं ॲडिशनल फ्लोअरचं काम चाललंय, त्या बांधकामाकडे पाहत हा गृहस्थ म्हणतो की, 'लहानपणी दिवाळीमध्ये जर एवढी वाळू आणि इतक्या विटा मिळाल्या असत्या तर केवढा किल्ला केला असता?' आणि नंतर तो म्हणाला, 'तुम्ही पुढे व्हा.' नंतरचं काही माहिती नाही. मी त्याला सोडलं आणि निघून गेलो.''

''आम्ही सांगतो. काल हा गृहस्थ गवंड्यांमध्येच राहिला होता. त्याने केवढा किल्ला केलाय बघा!''

आम्ही सगळे किल्ला बघून आलो. इतकंच काय, वरच्या मजल्याचं बांधकाम कुठपर्यंत आलंय, ह्याचं निमित्त करून कमिशनरदेखील किल्ला बघून आले आणि दोन दिवसांनी साहेबांनी आपल्या घरी जाहीर केलं,

''उद्या जेके जेवायला येतोय!''
''शेवटी तुम्हांला राहवलं नाही तर?''
''तो प्रश्न उद्भवत नाही. मला तो सांगून गेला, उद्या तुमचा वार आहे म्हणून!''
''वार प्रकरण काय आहे?''
आणि पुन्हा एकदा कमिशनर अत्यंत भारावलेल्या मन:स्थितीमध्ये जड शब्दांनी, 'व्हॉट इज जेके' हे घरी सांगायला लागले.
''आजवर अनेक प्रोजेक्टसवर मी कामं केली. गावोगावी हिंडलो. किती ठिकाणी कितीतरी माणसं बघितली. काही ठिकाणी आपण अशी माणसं पाहिली की त्यांना सुपिरियॉरिटी कॉम्प्लेक्स होता. काहींना इन्फिरियॉरिटी कॉम्प्लेक्स होता. पण मी हा एकमेव मनुष्य असा बघितला की ज्याला इक्वॅलिटी कॉम्प्लेक्स आहे. म्हणून गवंड्यांमध्ये हा गवंडी म्हणून राह्यला आणि उद्या जेव्हा तो आपल्याकडे येईल तेव्हा आपणही कोणीतरी सेक्रेटरी वगैरे आहोत अशा थाटामध्ये येईल.'' आणि जेकेने त्याच पद्धतीने प्रवेश केला. दहा-पंधरा मिनिटं मनसोक्त गप्पा आणि मग त्याने हळूच प्रश्न टाकला -
''साहेब, तुमची स्टँडिंग कमिटी काय म्हणते?''
कमिशनरसाहेब गप्प! कारण स्टँडिंग कमिटी काय म्हणते, ते सांगण्यासारखं नव्हतं आणि त्या वेळी काय सांगायचं हे ठरलेलं नव्हतं. एवढ्यात जेवणाची वर्दी आली. जेके हातपाय धुऊन आला. त्याने घरातल्या मोठ्या माणसांना नमस्कार केला आणि सुरेख सजवलेल्या डायनिंग टेबलासमोर उभं राहून खणखणीत आवाजात 'वदनी कवळ घेता, नाम घ्या श्रीहरीचे' - हा श्लोकदेखील म्हटला.
सगळी माणसं त्याच्याकडे बघताहेत. त्यानेही सगळ्यांच्या नजरा घेरल्या.
''साहेब, गेले अनेक दिवस मी अनेक मंडळींकडे जेवायला जातोय. माझ्या याच पद्धतीप्रमाणेच श्लोक वगैरे म्हणतो. साहेब, पण मी असा श्लोक वगैरे म्हणायला लागलो की सगळी माणसं 'सर्कशीतलं कुठलं तरी अस्वल पळून आलंय' अशा कुठल्या तरी नजरेने माझ्याकडे बघतात. मला त्याचा खूप त्रास होतो.''
''जेके, त्याचं असं आहे, लहानपणी आपल्यावर खूप चांगले संस्कार झालेले असतात, मोठेपणी आपणाला त्याची कारण नसताना लाज वाटते आणि ज्या गोष्टींची लाज वाटायला पाहिजे त्या गोष्टी आपण सर्रासपणे करून मोकळे होतो. किंबहुना चांगल्या संस्कारांची लाज वाटणं म्हणजेच मोठेपण प्राप्त झालंय असंसुद्धा आपण समजतो. तुम्ही हे सगळं टिकवून धरताय, मग लोकांनी तुमच्याकडे आश्चर्याने का बघू नये?''
''साहेब, आम्ही काय टिकवणार? काही-काही संस्कार आमच्या रक्तामध्येच घुसलेत. त्यांना आम्ही हुसकून टाकूच शकत नाही. आम्ही आश्रमात वाढलो...

ही आश्रमाची शिस्त. आम्हांला आई नाही, वडीलपण नाहीत. मला खरं भिक्षांदेही करायला आवडत नाही, पण आश्रमाकरता कटोरा फिरवायची वेळ पुष्कळदा यायची. कुठला तरी दिवस. ऊन असं रणरणतंय, पायांतली ताकद संपलेली आहे. पायांत चपला असूनसुद्धा पाय भाजताहेत, कधी एकदा आश्रम बघीन, ताट बघेन, जेवणावर तुटून पडेन असं सगळं झालेलं. आलो परत आश्रमात. कसला श्लोक-कसलं हातपाय धुणं, पानावर आडवा झालो.
दुपारी गुरुजींकडून बोलावणं आलं आणि साहेब, श्लोकामध्ये जेवढे शब्द होते, तेवढे वेत मोजून पाठीवर उठले. पाठ सबंध सोलली होती. त्या दिवसापासून साहेब, जेवण म्हटलं की- श्लोक येतोच, रक्तामध्ये गेलाय तो!''
''काय हा अमानुषपणा?''
''हांऽऽ वहिनी, तुम्ही हा अमानुषपणा म्हणता, पण गंमत सांगतो, इतके दिवस श्लोक म्हणत होतो, पण श्लोकामध्ये शब्द किती आहेत हे त्या दिवशी समजलं.''
''ती माहिती समजण्याचा तेवढा एकच मार्ग होता का जेके?''
''कुठलं ज्ञान, कुठली माहिती, पंचेंद्रियांपैकी कशाचा आधार घेऊन माणसापर्यंत येईल हे खरंच सांगता येत नाही. माणूस सर्वांगांनी जागा हवा साहेब!''

दुसऱ्या दिवशी साहेब ऑफिसमध्ये बसलेले. महत्त्वाच्या मिटिंगा संपलेल्या, डिक्टेशन झालेलं, व्हिजिटर झालेले. दोन-एक तासांनी किंवा जेव्हा केव्हा मेयरकडून आमंत्रण येईल तेव्हा तिकडे जायचं. ते आपल्या विचारात. समोर भिडे बसलेला. एकूण साहेबांचा असा चेहरा झालेला. ते कुठे ट्रान्समध्ये गेलेले. बहुतेक जेकेबद्दल विचार करत असतील असं आता बहुतेक लोकांच्या परिचयाचं झालं होतं.
''साहेब, जेके काल आला होता?''
''येस, आला होता. अफाट माणूस आहे भिडे.''
एवढं बोलून साहेबांनी कालचा प्रकार सांगितला. भिडे म्हणाले,
''साहेब, हे काहीच नाही. माझ्या घरी जेव्हा आला होता ना, तेव्हा माझ्या मुलाचं पेन हरवलं होतं. पोरगं सकाळपासून रडत होतं. जेके आला, त्यानं आपल्या खिशाचं पेन माझ्या मुलाच्या खिशाला लावलं आणि एकच वाक्य बोलला की - 'राजा, अरे एवढ्या किरकोळ-किरकोळ गोष्टी लहानपणी हरवल्या म्हणून दुःख करू नकोस. तुझं फक्त पेन हरवलं होतं. मला लहानपण कधी उपभोगताच आलं नाही. आता मी एवढा मोठा झालो ना? मला समजतंय, की या मुंबईत पैसे फेकले ना, तर वाटेल ते विकत मिळतं. बेटा, लहानपण नाही मिळायचं. तेव्हा या अशा किरकोळ गोष्टींकरता रडू नकोस.''

आणि हाच जेके जसा आला, तसा एके दिवशी साहेबांपुढे उभा राहिला.
''साहेब जाऊ?''
''जेके, कुठं निघालात?''
''आम्हांला म्युनिसिपालिटीचा कंटाळा आला.''
''ठीक आहे. कुठं जायचंय?''
''आम्हांला रेल्वेत जायचंय.''
''जेके, तुमच्या प्रमोशनची खटपट करतोय. रेल्वेला काय लागलंय सुख? रेल्वेत असा काय चार्म आहे?''
''साहेब, आम्हांला तिकीट-चेकर व्हायचंय.''
''कबूल आहे, पण तिकीट-चेकरच्या नोकरीमध्ये तुम्हांला काय असं...''
''साहेब, तुम्हांला माहिती नाही. आम्हांला लहानपणी आश्रमात काही खेळायला मिळालं नाही आणि तिकीट-चेकरची नोकरी म्हणजे चोर-शिपाई. पॅसेंजरमधला तिकीट नसलेला चोर पकडायचा. जाऊ?''
''जा.''
''आम्हांला चिठ्ठी द्या ना, आम्ही चांगले वागलो म्हणून! रेल्वेत कोणीच आमच्या ओळखीचं नाही.''
कमिशनरनी टेलिफोन उचलला. पण तिकडून समजलं असावं की साहेब मीटिंगमध्ये आहेत. मग स्वत:च्या हस्ताक्षरात साहेबांनी चिठ्ठी लिहिली.

'प्रिय जावडेकर,
कमिशनर झाल्यापासून मी तुझ्याकडे काही मागितलं नाही. अर्थात तूही माझ्याकडे काही मागितलं नाहीस. आज तुझ्याकडे एक गोष्ट मागतोय म्हणण्यापेक्षा एक गोष्ट तुझ्याकडे पाठवतोय. मला ती जिवाच्या कराराने सांभाळायची होती. मी नाही सांभाळू शकलो आणि तुलाही समजेल, ही वस्तू सांभाळणं तसं सोपं नाही. पण एकच कर, या माणसाचं वय विचारू नकोस, शोधायचा प्रयत्नपण करू नकोस. लहान मूल आपण सांभाळतो तसं याला सांभाळायचं. माझी इच्छा होती, पण लहान मूल कुठंच रमत नाही म्हणून इथं रमलं नाही. तू प्रयत्न कर.'

ही जगावेगळी चिठ्ठी घेऊन जेके मालवणकर तिकडे गेला. त्या दिवसापासून बोरिबंदरला उतरलो की मी भिरीभिरी सगळीकडे नजर टाकतो. कुठंतरी असं वाटतं की तिकीट-चेकरच्या युनिफॉर्ममध्ये जेके मालवणकर मला कधीतरी भेटेल. मला

कडकडून शेकहॅण्ड करील. काही जिवाभावाच्या गोष्टी बोलेल. त्याच्या पेशातल्या चोर-शिपायाच्या गोष्टी सांगेल. आता जेकेसारखं मूल त्या पेशात फार काळ रमणार नाही, हे कुणी सांगायला हवं का? पण तरीदेखील - आशा सुटत नाही आणि जेके भेटत नाही!

✧

भदे

चार दिवसांच्या रजेनंतर मी कामावर गेलो. साधारणपणे मी असा रजा घेऊन घरी बसलो की ऑफिसातील मंडळी काय समजायचं ते समजतात. १९६५ सालापासून मला रक्तदाबाचा विकार आहे. ज्याला हाय-ब्लडप्रेशर म्हणतात तो प्रकार. त्यामुळे चार दिवस मी कामावर गेलो नाही की आमचं काहीतरी कमी-जास्त झालं असेल असं ऑफिसातील मंडळी समजतात आणि एक आहे, ऑफिसमध्ये मला जी मंडळी ओळखतात, ती सगळी माझी जिवाभावाची मित्रमंडळी आहेत, असं मी मानत नाही. ज्यांना मी खूप जवळचं मानलं होतं ती माझ्या बाबतीत आतून किती वेगळी होती, हेही समजलं होतं. त्यामुळे बऱ्याच जणांच्या मनामध्ये माझं जर काही कमी-जास्त व्हायचं असेल तर ते शनिवारी दुपारी होऊ नये असं असतं.

रजेवरनं कामावर गेलो की प्रत्येक माणूस त्याच्या पद्धतीप्रमाणे माझं स्वागत करतो. दारापाशी बसलेला मनुष्य त्याच्या पद्धतीप्रमाणे विचारतो की, ''काय तुमचं उसळतं रक्त काय म्हणतंय?'' मग त्याला माझं सिस्टॉलिक किती आणि डायस्टॉलिक किती होतं हे मी प्रामाणिकपणे सांगतो.

ऑफिसमध्ये आणखी एक गृहस्थ आहेत. त्यांना आकडा वगैरे लावायचा छंद आहे. ते त्यांच्या व्यवसायामध्ये विचारतात, ''ओपनला किती? आणि क्लोजला किती?''

आता ही सगळी सलामी घेत-घेत मी केबिनमध्ये आलो. पंखा सुरू झाल्याबरोबर शेजारच्या गृहस्थाने चौकशी केली,

''कशी काय तब्येत?''

''बरी आहे.''

''अहो, भदे कोण आहेत हो भदे?''

''मला काही कल्पना नाही.''

''अहो पण तुम्हांला त्यांचे सारखे टेलिफोन येत होते.''

''बघतो, पुन्हा फोन आला म्हणजे विचारून घेईन कोण आहेत ते!''

पंधरा-वीस मिनिटांनंतर आणखी एका गृहस्थाने येऊन विचारलं,

''अहो भदे कोण आहेत हो?''

दहा मिनिटांनंतर शिपाई सांगायला आला,

''साहेब, ते भदे कोण आहेत?''

तीन-चार वेळा भदे-भदे असं मी ऐकलं. पण मनामध्ये काही कुतूहल निर्माण होईना, उत्सुकता वाटेना आणि मग लक्षात आलं, असं का झालं माझ्याकडून? तर भदे या आडनावानंच गोंधळ केला होता.

काही काही आडनावं अशी मजेदार असतात. आता भदे, फॉर एक्झॅम्पल! भदे आडनावाचा गृहस्थ कोण असेल? कसा असेल? कुठंतरी खामगाव खुर्द ह्या गावी गणपतीच्या देवळाचं पुनरुत्थान करायचं म्हणून गावोगावी जी मंडळी वर्गणी पुस्तकं घेऊन हिंडतात, ती भदे वगैरे आडनावाची असतात.

आडनावावरून मी डोळ्यांसमोर फिगर उभी करण्याचा प्रयत्न केला. तो फसला. हा प्रयत्न नेहमी फसतो. आता पाटणकर, पटवर्धन असं जबरदस्त आडनाव ऐकल्यानंतर आपल्या डोळ्यांसमोर एक मूर्ती उभी राहते. पण पटवर्धन जेव्हा प्रत्यक्ष समोर उभे राहतात, तेव्हा ते अर्थात रिसबुडांसारखे दिसतात. आडनाव कोणतं असावं हे निवडण्याचा पुरुषांना चॉईस नाही. बायकांना एकदातरी तो चॉइस मिळतो. पण कधीकधी पहिलं आडनाव परवडलं अशी परिस्थिती होते. आमच्या ऑफिसमध्ये एका बाईचं आडनाव होतं उदास. आता हे काय आडनाव आहे? 'उदासबाई आल्या!' कसं वाटलं ऐकायला? लग्न झाल्यानंतर त्या बाईचं आडनाव काय व्हावं? 'घायाळ', 'उदासबाई घायाळ झाल्या.' कसं वाटतं? तासाभराने टेलिफोन वाजल्यानंतर मी फोन उचलला. पलीकडून शब्द आले,

''काळेसाहेब आहेत का?''

''बोलतोय.''

''मी भदे! तुम्हांला चार-पाच दिवस फोन करतोय. भेटायचं होतं.''

''या ना!''

''आज येऊ का?''

''या.''

''एक वाजता?''

''चालेल.''

एक वाजता बरोबर माझ्या केबिनमध्ये भदे येऊन उभे राहिले आणि भद्यांना पाहिल्याबरोबर मला एक गोष्ट तीव्रतेने जाणवली की भदे एक्झॅक्टली भद्यांसारखे दिसत होते. केस बारीक कापलेले, त्यामुळे प्रत्येक केस स्वतंत्र उमेदवारासारखा

उभा राहिलेला. हाडांचा सांगाडाच भदे म्हणजे!

मी त्यांना बसायची खूण केली. ते नमस्कार करत खुर्चीवर बसले.

''मी भदे.''

''बसा.''

''काळेसाहेब, मी जनमेजय सोसायटीकडून आलोय.''

आता जनमेजय सोसायटी आणि भदे या नावाची सांगड घालायचा मी प्रयत्न केला आणि ताबडतोब कल्पना आली की कुठंतरी हाऊसिंग सोसायटी असेल. या सोसायटीचं स्वरूप ठरलेलं असतं. दहा-बारा इमारती. कोणत्या तरी दोन इमारतींत पुष्कळ मोकळी जागा. त्या मोकळ्या जागेमध्ये सार्वजनिक हळदी-कुंकवापासून ब्लड डोनेशनपर्यंत सगळे कार्यक्रम होतात. त्या चौकात या साहेबांना आमचं कथाकथन पाहिजे असेल आणि स्वरूप ठरलेलं. म्हणजे कसं? बुधवार किंवा शुक्रवार नसेल तर नऊ वाजल्यापासून कच्चीबच्ची समोर येऊन बसतात. ज्यांनी कधी कथा ऐकू नयेत अशी मुलं. ज्यांनी इंटरेस्ट घेऊन ऐकावं असा वर्ग कॉलेज स्टुडन्टसचा, पाच-दहा इकडे, पंधरा-वीस तिकडे, 'आज हा लेकाचा काय सांगतोय?' - असा चेहरा करून परीक्षा बघत उभी असतात. त्याच्या वरची पिढी, साधारणतः शंभर फुटांवर दीड फूट उंचीचा कट्टा असतो. त्या कट्ट्यावर पॅरॅपेटवर कावळे बसावे तसे बसतात आणि त्याच्यावरची पिढी! 'इथूनच ऐकू येतंय' असं करून दुसरा मजला-तिसरा मजला! त्यात कुठंतरी भांडी घासायचं काम. मग त्या माणसाने इकडची वाटी तिकडे तडाडकन फेकायची. या संबंध पार्श्वभूमीवर आमचं कथाकथन.

हे सगळं आठवलं. मी त्यांना नमस्कार केला.

''भदे, कार्यक्रम कधी पाहिजे होता?''

''आणखीन चार दिवसांनी.''

''माफ करा, तब्येत बरी नाही. मी येऊ शकणार नाही.''

''काळेसाहेब, हा आमच्या इभ्रतीचा प्रश्न आहे. 'काळ्यांना आणतोच' असं सांगून मी सोसायटीतून बाहेर पडलोय.''

''कबूल आहे. पण डॉक्टरांनी मला दोन गोष्टी टाळायला सांगितल्यात. मुख्य म्हणजे मला...''

आता या माणसावर वजन पाडायचं म्हणून ब्लड प्रेशर हा शब्द मला वापरायचा नव्हता. त्याच्यावर वजन पाडायचं म्हणून म्हटलं,

''भदे, तुम्हांला माहीत आहे का, मला हायपर-टेन्शनचा त्रास आहे.''

हायपर टेन्शन हा शब्द ऐकल्याबरोबर भदे म्हणाले,

''डायस्टॉलिक किती आणि सिस्टॉलिक किती आहे?''

''डायस्टॉलिक एकशे तीस आहे.''

''हां, मग सांभाळायला हवं.''

''म्हणूनच मी येणार नाही. तब्येतीला सांभाळायला हवं.''

''काळेसाहेब, आमच्याकडचा कार्यक्रम झाल्यावर विश्रांती घ्या.''

(मनात कायमची असं म्हणाला की काय?)

''भदे, आय ॲम रियली सॉरी!''

''काळेसाहेब, तुमचं हायपर टेन्शन चार दिवस आमच्यावर सोपवा.''

''भदे, तुमच्यावर ब्लड प्रेशर सोपवायचं म्हणजे बाहेरगावी जाण्यापूर्वी चार दिवस पोपटाचा पिंजरा सांभाळायचा अशी तुमची समजूत आहे का?''

भदे शांतपणे म्हणाले,

''पोपट सांभाळणं अवघड आहे.''

मी मग तडकलोच. उठून उभा राहिलो. पुन्हा नमस्कार केला. ''माफ करा, मी येऊ शकत नाही.''

तोही गृहस्थ उठला. नमस्कार केलेले माझे हात त्याने आपल्या हातामध्ये घेतले. एक क्षणभर डोळे मिटून घेतले. साधकाने समाधी लावावी त्याप्रमाणे भद्यांचा चेहरा बदलला. माझे हात दोन्हीकडून गरम व्हायला लागले. दहा सेकंदांनंतर त्यांनी हात सोडून दिला. मी विचारलं,

''काय केलंत?''

''आम्ही तुमचं हायपर-टेन्शन या क्षणापासून घेतलं. आता घरी जा आणि ब्लड प्रेशर चेक करा.''

आम्ही सायंकाळी पालेकरांकडे. डॉ. पालेकरांनी ब्लड प्रेशर बघितलं.

''ॲब्सोल्यूटली नॉर्मल आहे. अजून रजेवर आहात का?''

''नाही, आज मी कामावर गेलो होतो आणि खरं तर आज औषधंही विसरलो.''

''तुम्ही जर अशा पद्धतीने औषध न घेता तुमचा रक्तदाब कंट्रोल करू शकलात तर पहिल्यांदा मला आनंद होईल तुमच्यापेक्षा! पण लगेच नाचत फिरू नका गावभर. सकाळी पुन्हा चेक करायला या.''

सकाळी गेलो, तरी नॉर्मल. संध्याकाळी गेलो, तरी नॉर्मल. पुन्हा एक दिवस गोळ्या घेतल्या नाही, तरी नॉर्मल.

मग मात्र मी व्हिजिटिंग कार्ड शोधून काढलं. भद्यांनी कार्डाच्या मागे एक रिक्वेस्ट कॉल दिला होता. टेलिफोन फिरवला. पलीकडून आवाज आला,

''येस! आय ॲम मिस्टर हळबे.''

''आपल्या शेजारी भदे राहतात का?''

''हो!''

''प्लीज बोलवू शकाल का?''
''निरोप पाठवितो. ते येण्याच्या कंडिशनमध्ये आहेत की नाही ते माहीत नाही.''
''का बरं?''
''अहो ते वपु काळे आहेत ना! त्यांचा कार्यक्रम ठरविण्यासाठी ऑफिसमध्ये गेले होते. काळे भेटल्यानंतर भदे सरळ घरी आले, ते आडवे आहेत.''
''कशामुळे?''
''त्यांना हायपर-टेन्शनचा अॅटॅक आलेला आहे.''
''त्यांना नेहमी त्रास होतो असा?''
''नाही-नाही. माझ्या आठवणीत प्रथमच त्यांना हा ब्लड प्रेशरचा त्रास होतोय.''
''अंऽऽ ठीक आहे. त्यांना सांगा मी येणार आहे म्हणून!''
''आपण?''
''माफ करा. मी प्रथमच सांगायला हवं होतं. मी स्वत: काळे बोलतोय.''
''अरे वाऽ वा! अलभ्य लाभ आहे. मी त्यांना बोलावतो ना!''
''नको! ब्लड प्रेशर म्हणजे काय असतं याची मला पूर्ण जाणीव आहे.''

जनमेजय सोसायटीने आमचं मनापासून स्वागत केलं. ऑडियन्स अतिशय रसिक, दोन तास कसे गेले मला समजलं नाही. ऑडियन्सला समजलं नसावं. कार्यक्रम संपल्यानंतर चहापाणी. पुन्हा आम्ही भद्यांच्या घरी जमलो. चहापान घेऊन बाकीची मंडळी निघून गेली आणि मग हात जोडत भदे माझ्यासमोर येऊन उभे राहिले.
''काळेसाहेब, ऑडियन्स कसा होता?''
''फँटास्टिक!''
''लहान मुलांचा त्रास?''
''भदे, एकही मूल हॉलमध्ये नव्हतं, हे कसं काय?''
''मी सर्क्युलर काढलं होतं.''
''आपलं काही बोलणं झालं नव्हतं.''
''काळेसाहेब, आपलं काहीच ठरलेलं नव्हतं. पण ऑडियन्स आवडलं ना?''
''हो, 'पुन्हा कधी बोलवाल?' - असा प्रश्न विचारावासा वाटेल इतका ऑडियन्स चांगला होता.''
''आता आणखी एक काम करून टाकू.''
भदे उठले. त्यांनी कपाटातून एक पाकीट काढलं. बिदागीचं पाकीट!
''काही कमीजास्त असेल तर मोकळेपणाने बोला.''
मी रक्कम पाहिली. 'ठीक आहे,' म्हणालो.
आणि आता निघणार... निघण्यापूर्वी नमस्कार करायचा म्हणून मी हात जोडून

उभा राहिलो. उभा राहिल्याबरोबर काय! भद्यांनी पुन्हा हातामध्ये हात घेतले. दहा सेकंदांनंतर हात सोडून दिले.

''भदे, हे काय?''

''तुमचं ब्लड प्रेशर परत केलं.''

पालेकरांनी दुसऱ्या दिवशी पुन्हा आम्हांला दम दिला.

''काल कुठे नाचायला गेलास वाटतं ताबडतोब!''

''पालेकर, आय ॲम व्हेरी सॉरी. जाणं आवश्यक होतं.''

''ठीक आहे. पुन्हा कार्यक्रम कधी होणार आहे?''

''एवढ्यात नाही.''

''तोपर्यंत विश्रांती?''

''हो नक्की!''

''नंतरचा कार्यक्रम मुंबईत आहे की मुंबईच्या बाहेर आहे?''

''मुंबईतच आहे आणि घरीच आहे. यशवंत देव पाडगावकरांच्या नवीन कविता सादर करणार आहेत. घरगुती कार्यक्रम आहे आणि दोघांचीही मैत्री असल्यामुळे मला जावंच लागेल.''

''ठीक आहे. तोपर्यंत विश्रांती घ्या.''

देवांनी कार्यक्रम नेहमीच्या पद्धतीने गाजवला. एक तर पाडगावकरांची नवीन काव्यरचना, त्याला देवांनी सुरेख सजवलेला सुरांचा साज. देव या व्यक्तीबद्दल माझ्या मनात कायमचं कुतूहल आहे, ते एकाच कारणाकरिता. हा गृहस्थ स्वत: कवी आहे त्याशिवाय संगीत दिग्दर्शकसुद्धा आहे. म्हणूनच सूर आणि शब्द या दोहोंची हुकूमत या माणसाने अशी हातामध्ये ठेवली आहे की स्वरांवर कधी शब्द आक्रमण करीत नाहीत किंवा शब्दांना कधी सुरांचं ओझं वाटत नाही. कार्यक्रम संपल्याबरोबर पाडगावकरांकडे गेलो. त्यांचं अभिनंदन केलं आणि माझी नेहमीची तक्रार त्यांच्याकडे मी नोंदविली. तक्रार हीच - ही तिघं मंडळी माझी मित्रमंडळी आहेत. तिघं म्हणजे वसंत बापट, करंदीकर, पाडगावकर आणि या लोकांचा एकत्रित कार्यक्रम मी अजून ऐकलेला नाही. बरं ह्यांच्यापैकी प्रत्येक जण मला एवढं आश्वासन देतो की नवीन कार्यक्रम जर आम्ही कुठं केला तर तुम्हांला घरी आमंत्रण येईल आणि एकानेही हे आश्वासन आतापर्यंत पाळलेलं नाही. पाडगावकरांकडे मी ही तक्रार नोंदविली. ते म्हणाले,

''वपु, आठ दिवसांपूर्वीच कार्यक्रम झाला. बोलावणार होतो, पण माझीच शाश्वती नव्हती.''

''पाडगावकर, तुमच्या तिघांपैकी कोणीही एक नसणं म्हणजे दत्तमूर्तीमधला एक

चेहरा नाहीसा होणं असं आहे. तुम्ही जाणार का नव्हतात?''
''पाठीत उसण भरली होती. पण इलेवंथ अवरला जावं लागलं.''
''पाठीमध्ये उसण भरलेली असतानादेखील कार्यक्रमात भाग घेऊ शकलात?''
''त्याचं कारण आहे. कार्यक्रम ठरवायला आलेला गृहस्थ म्हणाला की 'तुमची उसण माझ्यावर सोपवा.' ''
''म्हणजे भदे...''
''तुम्ही त्याला ओळखता?''
''हो, कारण त्या सोसायटीमध्ये मी गेलो होतो. पाडगावकर, तुमचा पत्रिकेचा वगैरे अभ्यास आहे. त्या माणसाची पत्रिका एकदा बघा.''
''बघायलाच हवी. आपण असं करू, कार्यक्रम नसताना आपण दोघं एकदा त्यांना भेटायला जाऊ. मग त्या सगळ्या गोष्टी शांतपणे बोलता येतील.''
''कार्यक्रम संपल्यानंतर पुन्हा भद्यांनी हातामध्ये हात घेतले का?''
''घेतले ना! उसण परत आली.''

आम्ही जाऊ-जाऊ असं म्हणत होतो, पण आम्ही गेलो नाही हेही खरं.
पाडगावकरांचाही फोन आला नाही. मीही त्यांना केला नाही.
दोन-अडीच महिन्यांनंतर नेहमीसारखा संध्याकाळी ऑफिस सुटल्यावर मी खाली आलो आणि समोरच्या फूटपाथकडे लक्ष गेलं. समोर भदे उभे. ह्या माणसाबद्दल माझी जी काही इमेज होती ती कधीच बदललेली होती. मी धावत-धावत रस्ता क्रॉस केला. आमचे नमस्कार-चमत्कार झाले. कुठंतरी एखादा कप चहा घ्यायचा असं आम्ही दोघांनी ठरवलं आणि हॉटेलकडे जायला निघालो. चालताना लक्षात आलं की भदे थोडेसे लंगडताहेत. ठीक आहे, चहा घेताना विचारू.
''भदे, कसं काय चाललंय?''
''झकास!''
''तुम्ही लंगडताय?''
''चार दिवस.''
''पण चार दिवसांकरिता कुणाचं?''
''आपले पु.ल. देशपांडे आहेत ना-''
''भदे, पी.एल. चा कार्यक्रम तुमच्या सोसायटीमध्ये आहे? मला बोलवा! माझं महत्त्वाचं काम आहे त्यांच्याकडे.''
''काळेसाहेब, पी.एल. आमच्या सोसायटीत कशाला येतील? ते गेलेत बाबा आमट्यांकडे!''
''मग नवल आहे एका गोष्टीचं-''

''नवल कसलं आलंय, ते बाबा आमट्यांकडे नेहमीच जातात.''
''अहो ते नवल नाही. त्यांच्याकडे कार्यक्रम असताना तुम्ही...''
''हो, आम्ही त्यांचे दुखणारे गुडघे का घेतले? चार दिवसांकरिता घेतलेत. काळे, आम्ही असा विचार नाही करत. अहो, एवढा मोठा कलावंत आहे, समाजाचं मनोरंजन करतो. तो कोणत्या समाजाचं मनोरंजन करतो, ह्यावर काय अवलंबून आहे? आपल्या वाट्याला नाही येत म्हणून काय झालं? तुमची दुखणी घेण्याची परमेश्वराने आम्हांला जी देणगी दिली आहे, त्याचा उपयोग आम्ही समाजाची सेवा करण्याकडे करतो. चार दिवस तुमचं दुखणं घेतलं, बिघडलं काय?''
''भदे, पहिल्या दिवशी मला हा योगायोग वाटला होता.''
''का बरं? हुमायून आजारी पडला होता तेव्हा बाबराने चार प्रदक्षिणा घालून त्याचा आजार आपणाकडे घेतला हे तुम्ही क्रमिक पुस्तकात वाचलं होतं. बरं, महाभारतातदेखील आपल्याकडे एक उदाहरण आहे. ययातीचं वार्धक्य पुरूने कायमचं घेतलं. मी चार दिवस तुमची दुखणी घेतली तर काय झालं?''
हे सगळं ऐकलं. थक्क झालो. भद्यांचा निरोप घेतला. त्यानंतर मध्ये असेच तीन-चार महिने गेले. अजून पाडगावकर आणि मी त्यांच्याकडे गेलोच नव्हतो. नंतर आमचा कथाकथनाचा दौरा. पण दोन दिवस अगोदर ब्राँकायटिसचा जबरदस्त अ‍ॅटॅक आला. आता कितीही अ‍ॅण्टिबायोटिक्सचा मारा केला तरी तिथेदेखील जो काही आवश्यक वेळ आहे तो द्यावाच लागतो. आता एकच पर्याय. दौरा कॅन्सल करायची वेळ आली होती. म्हटलं भद्यांकडे शब्द टाकावा. जर हा गृहस्थ त्यांच्या सोसायटीत कार्यक्रम असेल तरच मदत करतो असं नसेल तर आपण प्रयत्न करावा. झालं, आम्ही हळब्यांचा नंबर फिरवला.
''मी काळे बोलतोय.''
''हं, बोला काळेसाहेब, काय हुकूम आहे?''
''पडोसी काय म्हणताहेत?''
''पडोसी नेहमीप्रमाणे आडवे आहेत.''
''का बरं?''
''हांऽऽ! या वेळेला गंमत आहे. या वेळेला टू-इन-वन आहे एकदम! दोन माणसांचं दुखणं घेतलेलं आहे.''
''जरा बोलावता का?''
''हो.''
भदे टेलिफोनवर आले. पण त्यांचा आवाजच मला ओळखता येईना.
''काय काळेसाहेब?''
''भदे, तुमच्या आवाजाला काय झालं?''

''चार दिवसांकरिताच.''
''आता विचारू का? - चार दिवसांकरिता कुणाचं म्हणून?''
''सुधीर फडके! पुण्यात गीतरामायण चाललंय. परमेश्वरानं बाबूजींना जो गळा दिलाय, तो आम्ही आयुष्यात घेऊ शकणार नाही. त्यांचा बदललेला आवाज घेतलाय.''
एवढं बोलेपर्यंत त्यांना धाप लागली. त्यांना पुढे बोलवेना. ते पटकन खाली बसले. हळब्यांनी टेलिफोन हातामध्ये घेतला.
''काळेसाहेब, सवड काढून केव्हातरी या. माणसाची अवस्था काही बघवत नाही.''
''बरं, दुसरं दुखणं कुणाचं आहे?''
''हांऽऽऽ! हा प्रश्न जास्त इंटरेस्टिंग आहे. कमला सोनटक्के नाव ऐकलंत का?''
''हळबे, मराठीचा व्यासंग करणाऱ्याला, मराठी शिकवणाऱ्या प्राध्यापकाला किंवा माझ्यासारखा एखादा छोटासा लेखक, या माणसांना कमला सोनटक्के नाव माहीत नाही असं कधी घडेल का? मराठीतील ती महान टीकाकार आहे. बरं तिचं काय?''
''काळेसाहेब, तुम्हांला जसं हाय ब्लड प्रेशर आहे तसं या बाईला लो ब्लड प्रेशर आहे आणि ही बाई महाराष्ट्रामध्ये गावोगावी, मराठी कथा मागे सरकते आहे की पुढे सरकते आहे, याच्यावर व्याख्यानं देत हिंडते आहे. तिचं लो ब्लड प्रेशर भद्यांनी घेतलेलं आहे.''
मी 'ठीक आहे' म्हणालो.
आणि अर्थातच दोन दुखणी ज्या गृहस्थाकडे आधीच सोपविली आहेत, त्याला आपण कसं छळायचं, म्हणून मी गप्प बसलो. दौरा कॅन्सल केला. पण त्यानंतर आठव्या दिवशी पेपरला बातमी वाचली 'मराठी कथा मागे सरकतेय का पुढे सरकतेय, याचा अभ्यास करण्यासाठी सरकारी शिष्यवृत्ती घेऊन सोनटक्के अमेरिकेला गेली!' मराठी कथेचा अभ्यास अमेरिकेत जाऊन कसा काय होणार? पण काही नवल नाही. पुष्कळशा कथा तिकडूनच इकडे येत असल्यामुळे, मूळ कथाच जर मागे सरकली असेल तर मराठी कथा मागे सरकणं अपरिहार्य आहे. पण मग भद्यांचं काय? आणि त्यांच्या लो ब्लड प्रेशरचं काय? विचार करत-करत एके दिवशी संध्याकाळी भद्यांकडे गेलो. त्या माणसाची अवस्था खरोखरच बघवत नव्हती. त्यांनी उठायचा प्रयत्न केला. मी त्यांना उठू दिलं नाही. मिसेस भद्रे अतिशय चिडलेल्या. नुसत्या त्या बाहेरच्या खोलीत येत होत्या, काही न बोलता परत जात होत्या. पण एकूण हे सगळं पाहिल्यावर मी एक ठरवलं की तब्येत बिघडल्यामुळे आपणाला इथून पुढे एकही कार्यक्रम नाही करता आला तरी चालेल,

पण ह्या माणसाला आपलं दुखणं सहन करायला लावून त्याचा अंत बघायचा नाही. तेवढ्यात बाईसाहेब कुठल्यातरी कामानिमित्त बाहेर आल्या. मी माझा विचार त्यांना बोलून दाखविला.

''तुमचं ठीक आहे. बाकीच्या लोकांचं काय? आता ही कमला सोनटक्के न भेटता गेली की नाही अमेरिकेला? आम्ही काय करायचं तोपर्यंत.''

भदे म्हणाले,

''काळेसाहेब, तुम्ही आमच्या बायकोशी या विषयावर बोलू नका. अहो, आमचं हे जे काय-त्याग शब्द मी वापरत नाही, पण आम्ही हे जे काय, इतरांसाठी करतोय त्यात केवढा सात्त्विक आनंद आहे ते ह्या बाईला आयुष्यात समजणार नाही.''

''करायचंय काय मला समजून? माझ्या संसाराचा काही विचार? लग्न झाल्यापासून घरात अंथरूण आणि यातलं एकही दुखणं ओनरशिपचं नाही.''

'ओनरशिप' हा शब्द मला आवडला.

''वहिनी, तुम्ही काळजी करू नका.''

''मी कशाला काळजी करतेय? लोकांना मदत करण्याकरिता धावतात. चार दिवस माझी सर्दी कधी घेतली का विचारा?''

भदे पटकन म्हणाले, ''तुझी सर्दी घ्यायला तू काय किशोरी अमोणकर आहेस?''

''वहिनी, तुम्ही रागावू नका. एक अतिशय साधी गोष्ट मी तुम्हांला सांगतो. सोनटक्के जर अमेरिकेला गेली नसती तर तिच्या दुखण्यावर तिने उपाय करवून घेतले असते की नाही? आपण भद्यांना उत्तम डॉक्टरकडे घेऊन जाऊ. आता मी उलट तुम्हांला सांगतो की ह्यांचं माझ्यावर सोपवा.''

मी पुन्हा डॉ. पालेकरांची अपॉइंटमेंट घेतली. वहिनी, मि. भद्यांना घेऊन पालेकरांच्या कन्सल्टिंग रूमवर आल्या. पालेकर भद्यांना तपासण्याकरिता आतल्या खोलीमध्ये गेले. पंधरा मिनिटांनंतर भिंतीचा आधार घेत-घेत भदे बाहेरच्या बाकावर येऊन झोपले. पालेकरांनी खूण करून मला आतमध्ये बोलावून घेतलं.

''वपु, तुमची आणि या माणसाची मैत्री किती दिवस?''

''डॉक्टर खूप दिवस झाले.''

''मला एक समजत नाही की, अशिक्षित माणसं जर अशी वागली तर मी फारसं काही बोलणार नाही. तुमची आणि माझी मैत्री एवढ्या दिवसांची आहे. हा गृहस्थ तुमचा मित्र आहे. दुखणी विकोपाला जाईपर्यंत तुम्ही लोक गप्प कसे काय बसू शकता?''

''त्यांना काय झालंय?''

''लो ब्लड प्रेशर आहे. पुष्कळ गोष्टी आहेत. खूप दिवस या माणसाने निरनिराळी दुखणी अंगावर काढली का हो?''

मी नुसतं 'हो' म्हणालो. बाकीचं काहीही सांगितलं नाही.

''डॉक्टर, मग आता काय करायला पाहिजे?''

''मी त्यांना सगळ्या इनव्हेस्टिगेशन्स करून घ्या म्हणून सांगितलेलं आहे, पण आणखी एका डॉक्टरचं ओपिनियन घेतल्याशिवाय मी माझं मत सांगणं बरोबर नाही. प्रॅक्टिस सुरू केल्यापासून मी अशी केस बघितलेली नाही. सगळी लक्षणं आहेत. ते आहे पण आम्ही एवढ्यात काही बोलत नाही. आय वुड लाइक टू हॅव ए सेकंड ओपिनियन.''

''पण डॉक्टर, तुमचं डायग्नोसिस कधी चुकत नाही. तुम्ही त्यांना सांगू नका, पण मला सांगायला काय हरकत आहे. त्यांना काय झालंय?''

खांद्यावर थोपटत पालेकर एकच वाक्य बोलले,

''वपु, यू विल नॉट बिलिव्ह, पण मिस्टर भदे इज प्रेग्नंट.''

✧

हे असंच चालायचं

आटपाट नगरीतला राजा आज महान चिंतेत होता. त्याचा आवडता प्रधान त्याच्या समोरच बसला होता. राजा गप्प होता. उसासे सोडीत होता. येरझारा घालीत होता. त्याचं लक्ष कशातच नाही हे प्रधानजीला जाणवलं होतं, पण तरीही त्याला कसं बोलतं करायचं, हा पेच त्याला सुटत नव्हता. तेवढ्यात दारावरचा पडदा हलला.

''कोण आहे तिकडे?'' प्रधानाने विचारलं.

''महाराज, जयगडाहून जासूद आलाय.'' बाहेरून उत्तर आलं.

राजेमहाराजांना आता ही वर्दी द्यायलाच हवी म्हणून प्रधान काही बोलणार तेवढ्यात राजाच म्हणाला,

''पाहिलं प्रधानजी...''

''काय झालं?''

''आता जयगडच्या महाराजांना आम्ही काय उत्तर देणार?''

''महाराजांनी पसंती कळवावी. आपण नकार तरी किती जणांना देणार?''

प्रधानजींजवळ बसत राजा म्हणाला, ''रूपवती खरोखरच नावाप्रमाणे आहे, पण प्रधानजी, तिला संगीताची अजिबात गोडी नाही.''

''मग उत्तरपूरची रंजनादेवी महाराजांना का आवडली नाही, ते सांगा.''

''तिला नाटकाचं वेड नव्हतं.'' असं म्हणत राजा दरवाजापर्यंत गेला.

जयगडच्या जासुदाला त्यांनी संध्याकाळपर्यंत थांबायला सांगितलं आणि मग प्रधानाजवळ येत राजा म्हणाला,

''आमची समस्या तुम्हीच सोडवा.''

''आमच्या मते, तुम्हांला कोणतीच समस्या नाही.''

''असं कसं म्हणता? आमचा लग्नाचाच प्रश्न जिकिरीचा होऊन बसलाय.''

''जो, तुमचा तुम्हीच केला आहात.''

''प्रधानजी, आम्हांला जीवनातल्या प्रत्येक प्रांताबद्दल कुतूहल आहे, कौतुक आहे.''

''नुसतं कौतुक असं का म्हणता? तुम्ही संगीत जाणता, साहित्याचा तुमचा व्यासंग सर्वश्रुत आहे. तुम्ही स्वत: फोटोग्राफी करता. चित्रकलेचा वारसा तर तुम्हांला घराण्यानेच दिला आहे. त्याशिवाय शिकार, खेळ...''

''ते सगळं अष्टपैलूत्व आम्हांला शापासारखं वाटतंय.''

''असं का तेच आम्हांला कळत नाही.''

''ह्या सगळ्या कलागुणांची सारखीच आवड असणारी साथीदार, सखी आम्हांला कशी मिळणार?''

''तुमचा प्रश्न तुम्हीच बिकट केला आहात असं आम्ही जे म्हणतो ते उगीच काय? महाराजांना खरं म्हणजे काही कमी नाही. 'ही' मुलगी निवडावी का 'ती' हा प्रश्न सामान्य प्रजाजनांना. महाराज प्रत्येक कलागुणासाठी एकेक स्वतंत्र मुलगी करू शकतात.''

प्रधानजींनी असं म्हणताच महाराज म्हणाले,

''हे तुम्ही आम्हांला इतक्या उशिरा सांगताय?''

''चूक झाली.''

''तातडीने आमच्यासाठी कमीतकमी सोळा राजकन्या पसंत करून आणा.''

''आज्ञा महाराज!''

राजाच्या विवाहाचा सोहळा अख्ख्या नगरीत दुमदुमला. राजाला कमीतकमी सोळा बायका हव्याच होत्या, हे प्रत्येक नागरिकाला मनापासून पटलेलं होतं. अष्टावधानी, अष्टपैलू राजा हे एकदा, शहराचं भूषण म्हणून मान्य केल्यावर अशा चतुरस्र राजाच्या सगळ्या गरजा तितक्याच उत्कट असणार हे तर प्रजाजनांनी कधीच मान्य केलं होतं. जे प्रजाजनांना मान्य होतं, हे राजाला स्वत:ला माहीत नव्हतं.

आपण किती सुखांना वंचित झालो आहोत ह्याचं ज्ञान झाल्याने होणाऱ्या दु:खापेक्षा आपल्याला किती सौख्यं मिळणार होती ह्याच्या अज्ञानाचं दु:ख जास्त तीव्र असतं.

अर्थात, राजाने ह्या अज्ञानाची कसर भरून काढली ह्यात शंकाच नाही.

महाराज सुखसागरात तरंगत असतील असा प्रधानजींचा कयास. पण एके दिवशी पाहिलं तर राजा पुन्हा हरवलेला. विमनस्क मन:स्थिती. लग्न जमण्यापूर्वीची अवस्था आणि आत्ताची अवस्था ह्यांत फरक नाही.

उलट ह्या क्षणी राजा जास्त कातावलेला.

''प्रधानजी, काही खरं नाही ह्या आयुष्याचं!''

''महाराजांनी असं का म्हणावं? कंटाळा येण्यासाठी जे थोडंफार रिकामपण हवं असतं तेही गेल्या सहा महिन्यांत महाराजांना मिळालेलं नाही. साहित्य संमेलन

झालं, संगीत महोत्सव, नाट्यसंमेलन, क्रीडा महोत्सव ह्या सोहळ्यांमुळे नगराची कीर्ती भारतभर झाली. महाराजांना सन्मान प्राप्त झाले. वैवाहिक जीवनात तर...''

''तेवढंच फक्त बोलू नका.''

''का?''

''प्रधानजी, आम्ही शरीरसुखासाठी एवढी लग्नं केलेली नाहीत हे तुम्हांला माहीत आहे. शारीरिक सुखांना मी कमी दर्जाचं लेखत नाही. तिथंही संवाद जुळणं जरुरीचं असतं. पण त्याहीपेक्षा आम्हांला दोन मनांचा संवाद जास्त लोभसवाणा वाटतो. त्या बाबतीतली आमची गरज न संपणारी आहे. तिथं होणारी आमची कुचंबणा आम्हांला पेलवत नाही.''

''महाराज, आपण फार मोघम बोलत आहात. निरनिराळ्या कलाक्षेत्रांत आपल्या सहधर्मचारिणी...''

''सहधर्मचारिणी वगैरे शब्दात काही अर्थ नाही. आम्ही संगीत महोत्सवाच्या वेळी रूपमतीच्या महालात सहा दिवस वास्तव्याला होतो, तर तेवढ्या कालावधीत आमची साहित्यप्रेमी बायको आमच्यावर चिडलेली.''

''हात्तिच्या! एवढंच ना? नंतरच्या साहित्य संमेलनाच्या उत्सवात आपण त्यांचा राग नक्की दूर केला असेल.''

''पण तोपर्यंत पर्यटनाचं वेड असलेली मधुराणी बिथरली... आणि बिथरली म्हणजे इतकी की...''

''आम्हांला कल्पना आहे.'' प्रधानजींच्या ह्या उद्‌गारावर राजाने भुवई उडवीत प्रधानाकडे पाहिलं. प्रधानजी म्हणाले, ''प्रत्येक बाईची प्रेम करण्याची पद्धत वेगवेगळी असली तरी बिथरण्याची रीत एकच असते.''

''एकच रीत म्हणजे?''

''विपरीत आणि सवतीमत्सराच्या बाबतीत तर...''

''सवतीमत्सराबद्दल तर आम्हांला काही म्हणायचं नाही आणि त्याची आम्हांला चिंता नाही. पण आता राजवाड्यावर त्या कलेबद्दल मत्सर सुरू झाला आहे. साहित्यिक बायको संगीताचा मत्सर करते. स्पोर्टसची आवड असलेली पद्मावती तर इतर विषयच काढू देत नाही. असं जर व्हायला लागलं, प्रत्येकीची ही वृत्ती वाढत चालली तर सर्व कलागुणांना, कलावंतांना राजाश्रय देणाऱ्या ह्या नगराचा लौकिक...''

''महाराजांनी इतकं निराश होऊ नये.''

''माझ्यासारख्याची जर अशी अवस्था होते, तर प्रधानजी, एकच बायको असताना जेव्हा विसंवाद निर्माण होतो तेव्हा सामान्य माणसं काय करतात?''

प्रधानजी म्हणाले,

''महाराजांनी एकदा वेषांतर करून नगरातून फेरफटका मारून प्रत्यक्ष पाहणी करावी.''
प्रधानजींच्या सांगण्याप्रमाणे राजा वेष पालटून नगरामधून फेरफटका मारण्यासाठी बाहेर पडला. प्रधानानेच दिलेल्या एका पत्त्यावर तो गेला. राजाने बेल वाजवली. कपाळावर आठ्यांचं जाळं असलेल्या एका गृहस्थाने दार उघडलं. राजाने नमस्कार केला. त्या माणसाने काहीच केलं नाही.
''अलकाताई संत आहेत का?''
''बाहेर गेल्या आहेत.''
''कधी येतील?''
''सांगून गेल्या नाहीत.''
राजा उभा राहिला. समोरचा माणूस नीट बोलण्याच्या मन:स्थितीत नसावा. 'या' असंही म्हणेना. राजा 'जातो' म्हणाला तरी त्याने नाव विचारण्याची रीतही सांभाळली नाही.
रात्री प्रधानाने खुलासा केला,
''महाराज, अलकाताई संत एक लाख बाई आहे. साहित्य संमेलनाच्या वेळी अध्यक्षांच्या तैनातीत त्या बाईने रात्रीचा दिवस केला होता.''
''त्या बाई एरवी काय करतात?''
''त्या एम.ए. आहेत. पीएच.डी.साठी प्रबंधाच्या तयारीत आहेत. पण ह्या आयुष्यात त्यांची पीएच.डी. होईल असं वाटत नाही. नवऱ्याचं अजिबात को-ऑपरेशन नाही. चारी दिवस अलकाताई साहित्य संमेलनासाठी राब-राब राबल्या. अध्यक्षांनी त्यांच्या समारोपाच्या भाषणात अलकाताईंची खूप प्रशंसा केली आणि त्यांना खास पुष्पहार घातला.''
''मिस्टर संतांनी आपल्या बायकोचा हा गौरव पाहिला की नाही, तेवढं सांगा...''
''तो गृहस्थ एकाही कार्यक्रमाला जात नाही. बायकोबरोबर उंडारायला सवड नाही असं म्हणाला.''
''बापरे! काय त्या बाईची मग कुचंबणा...''
''इलाज नाही.''
''मिस्टर संतांना काय हवंय? बायकोकडून कसली अपेक्षा आहे?''
प्रधान म्हणाला,
''खरं तर संतांच्या घरात अलकाताई आहेत म्हणून घर उभं आहे. संतांना एक मामुली नोकरी आहे. माणूस डोक्याने जरा जड आहे. त्याने घर बांधलं, ते अलकाताईंनी पैसा उभा केला म्हणून. खरं म्हणजे मिस्टर संत चांगल्या घरी पडलेत, पण तरीही त्यांना बायकोची लोकप्रियता खपत नाही. तिच्या नावाने

जाता-येता शंख करीत असतात.''
''कठीण आहे.''
''अशी अनेक घरं आहेत.''

दर दोन दिवसांनी सकाळी, दुपारी, संध्याकाळी जेव्हा जेव्हा जमेल तेव्हा तेव्हा राजा नगरीतून दौरे काढीत राहिला आणि दर दिवशी प्रत्येक संसारातली बदसूर जोडपी पाहून पाहून खचत जाऊ लागला.
एके दिवशी हा सगळा विसंवाद पाहून, मनावर जबरदस्त परिणाम होऊन तो रात्री सरळ जंगलात गेला. त्याला दु:खावेग अनावर झाला. हुंदके देत-देत तो आक्रोश करू लागला. त्याच वेळेला आकाशातून शंकरपार्वतीचं विमान चाललेलं होतं. राजाचा आक्रोश ऐकून ते विमान खाली उतरलं.
राजा गुडघ्यात डोकं खुपसून आपल्याच दु:खात मग्न होता. भगवान विमानातून खाली उतरले. त्यांनी राजाच्या खांद्यावर थोपटल्यासारखं केलं. राजानं वर पाहिलं तर साक्षात कैलासस्वामी शंकर!
''भो राजा! तुझ्या दु:खाचं कारण जाणून घेण्यास मी उत्सुक आहे.''
राजाने श्री शंकराकडे पाहिलं आणि खेदाची जागा रागाने घेतली. प्रत्यक्ष कर्ताकरविता ह्या क्षणी समोर होता. जगाच्या कल्याणासाठी, 'विषे कंठ काळा' करून घेणारा प्रत्यक्ष शंकर. एकीकडे मनात हे विचार. पण त्याच वेळी राजासमोर त्याने पाहिलेल्या संसारांची चित्रं उभी राहिली आणि शंकराने पिऊनही उरलेलं विष घराघरातून सोडलंय असं राजाला वाटून गेलं. त्याच तिरीमिरीत तो म्हणाला,
''भगवंता, माझ्या दु:खाला तुम्ही स्वत: कारणीभूत आहात.''
''स्वत: निर्माण केलेल्या दु:खाबद्दल परमेश्वराला जबाबदार धरण्याचा जुना तऱ्हा आहे.''
राजा उठून चालायला लागला.
''राजा, तू चाललास कुठे?''
''संकटाचं निवारण करू शकणाऱ्या शिवशक्तीने जर माणसालाच बोल लावायचं ठरवलं तर तुमच्या पायाशी यायचं कशाला? आम्ही आमचं प्राक्तन भोगू.''
''थांब! काय घडलंय ते सांग. काय हवंय त्याची मागणी कर. मग जा.''
''महाराज, मला माझ्यासाठी काहीच नकोय. राजाला परमेश्वराचा अंश मानतात. मला जे हवंय ते मी माझ्या हिमतीवर मिळवीन. मला दु:ख होतंय ते प्रजेचे हाल पाहून.''
''त्यांचा राजा, ह्या नात्याने तू त्यांचं दु:ख निवारू शकत नाहीस का?''
''तुम्ही मध्ये आला नसतात तर मी तेही केलं असतं.''

''मी कधी कुणाच्या मध्ये आलो?''
''नवरा-बायकोच्या जोड्या कोण ठरवतं स्वर्गात?''
''ते खातं माझ्याकडे नाही.''
''मग कुणाकडे आहे?''
''प्रत्यक्ष विष्णूकडे. त्यांना सवड नसेल तर ब्रह्मदेव.''
''त्यांनी जमवलेल्या जोड्यांचं नंतर एकमेकांत काय होतं, हे तुम्ही बघत नाही.''
शंकर गप्प बसले. राजा म्हणाला,
''परमेश्वरापेक्षा आम्ही माणसं बरी. साधं घड्याळ जरी विकलं तरी ते वर्षभर नीट चालतं की नाही हे आम्ही पाहतो. तशी लेखी गॅरंटी असते. तुम्ही आख्खा जोडीदार, चालता-बोलता जीव गळ्यात मारता. त्यानंतर त्यांचा संसार नीट चालतो की नाही हेही बघत नाही.''
''तेच बघण्यासाठी मी अधूनमधून अशी...''
राजा मध्येच म्हणाला,
''विमानातून पाहणी करता ना? म्हणजे माणसांसारखंच. पूरग्रस्त विभागाची पाहणी पृथ्वीवरचे मंत्री अशीच उंचावरून करतात आणि खरेखुरे कार्यकर्ते, मानवतेचे पूजक त्याच पूरग्रस्तांना घराघरांतून जाऊन भेटतात, आजारी माणसांची सेवा करतात, अश्रू पुसतात.''
''भो राजा, तू तुझ्या एवढ्याशा राज्याचा स्वामी. पण तुलाही प्रजाजनांची परिस्थिती जाणून घ्यायला इतके दिवस लागले. मला त्रिखंडाचा डोलारा सांभाळायचा असतो. स्वर्ग, पाताळ, गंधर्वलोक, यक्ष, किन्नर सगळ्यांचे संसार बघायचे असतात.''
राजा म्हणाला,
''देवादिकांचं सगळं मस्त चाललेलं आहे.''
''असं पृथ्वीवरच्या माणसांना वाटतं. एकट्या कृष्णाच्याच सोळा हजार एकशे आठ स्त्रिया आहेत. बघणाऱ्याला फक्त बायका दिसतात लांबून. त्यांचा सांभाळ ही खायची बाब नाही. उपभोगातले नंतर-नंतर केवळ भोगच वाट्याला येतात. माझे महिन्यातील दहा-दहा दिवस फक्त कृष्णाच्या घरची भांडणं मिटवण्यात जातात. तेव्हा बाकीच्या गोष्टी विसर, तू आज शोकमग्न का आहेस ते सांग.''
''माझा एक प्रजाजन आहे. बँकेत नोकरी करतो. माणसांचा लोभी आहे. तापटही आहे. फटकळ आहे, पण मन साफ आहे. आवाज मस्त आहे. शास्त्रोक्त गातो, गझला येतात, भावगीताची जाण आहे. पण त्याने प्रॅक्टिससाठी तंबोरा काढला की बायको गोड्या तेलाचा रिकामा डबा समोर आणून आपटते, हे मी आज प्रत्यक्ष पाहिलं.''
''म्हणून इतका शोक-''

''हा ताजा शोक. ह्यामागे महिन्याभराचं साठलेलं दु:ख आहे. भगवंता, माणसं जाता-येता टिपं गाळीत नाहीत. कोणत्या तरी एका क्षणी अनावर झालं की मग मात्र पाण्याच्या फुग्याला ज्याप्रमाणे सुईच्या अग्राएवढं छिद्र पुरतं, तशी अवस्था होते. एका ओघळणाऱ्या थेंबामागे, न गाळलेले हजारो अश्रू असतात. हे एक, आणि कैलासाधिपती, एखादा माणूस जेव्हा रडतो तेव्हा वाहणारे अश्रू त्याचे एकट्याचेच नसतात. त्याच्या डोळ्यांतून अनेक पोळलेली माणसं आपला अश्रुपात करून घेतात. सांत्वनाच्या प्रत्येक नव्या स्पर्शाने रडणाऱ्या माणसाला सतत नवे कढ येतात त्यामागे हेच कारण आहे.''

भगवान शंकर म्हणाले,

''राजा, तुझ्या या अलौकिक विचारांमुळे मी तुझ्यावर प्रसन्न झालो आहे. हवा तो वर मागून...''

तेवढ्यात पार्वती म्हणाली,

''थांबावं महाराज! वर देण्यापूर्वी राजाला अट घाला की वर वापरून झाल्यावर तो कैलास प्रतिष्ठानला त्याने परत केला पाहिजे. राजाधिराज, आपण रागावू नका. पण हे भोळे आहेत. त्यांना सारखं असं आवरावं लागतं आणि मला वाईटपणा घ्यावा लागतो.''

राजा म्हणाला, ''प्रत्येक कलावंताला, अलौकिक पुरुषाला त्याचा असा सांभाळ करणारी, स्वत:कडे प्रसंगी वाईटपणा घेणारी, खंबीर गृहिणी लागते. पण देवीजी, माझ्या राज्यात गुणीजन असंख्य आहेत, पण एखाद्याच पुरुषोत्तमाला अशी सखी लाभते. भगवान शंकराचा आम्हांला हेवा वाटतो.''

शंकर म्हणाले, ''देवीजी, प्रत्येक व्यक्ती, प्रत्येक मनुष्यप्राणी हा आपल्या चांगूलपणाचा गैरफायदा घ्यायला आलाय असं समजू नये. भो राजा, तूही राज्य करतोस. सगळे प्रजाजन सारखेच असतात का?''

''भगवंता, दक्षता बाळगण्याचाही अतिरेक होता कामा नये. तरीही आम्हांला देवीजींचं पटतं. हे जगन्माते, मला वर वगैरे काही नको. मला फक्त शंकासमाधान करून घ्यायचं आहे.''

''विचार.''

''तुम्ही स्वत:ला अनुरूप अशी व्यक्ती मिळवलीत. मग अशीच एकमेकांत संवाद साधणारी जोडपी तुम्ही का निर्माण करीत नाही? त्यात तुमचं काय नुकसान आहे हेच आम्हा पामरांना कळत नाही. तुम्हांला अक्कल नाही असं तर म्हणता येत नाही. अकलेशिवाय हे ब्रह्मांड कोण निर्माण करणार? आता फक्त 'हेतू' काय, ह्याचा उलगडा होत नाही.''

शंकर म्हणाले,

''असं होतं खरं, पण त्याला आमचाही इलाज नाही.''
''आपला ह्याच्यावर विश्वास नाही.''
''नियतीची एक गफलत आहे, सांगू?''
राजाने मान डोलावली.
''माणसाचा शिक्षण घेण्याचा, स्वत:वर संस्कार घडवण्याचा आणि त्यातूनच व्यक्तिमत्त्व घडवण्याचा एक काळ असतो, कबूल?''
''होय.''
''नेमका तोच काळ त्याचा प्रेमातही पडण्याचा असतो.''
''बरोबर.''
''इथंच सगळा घोटाळा आहे.''
''कसला?''
''सगळाच! शिक्षण म्हणजे काय? पाठांतर करून लक्षात ठेवलेली जुजबी माहिती. ज्याचं पाठांतर जास्त तो हुशार. ज्याचं कमी तो मागे पडणारा. म्हणूनच शिक्षण संपतं तेव्हा बरंचसं विसरलं गेलं तरी चालतं. व्यवहारात मिळतं ते शिक्षण वेगळं.''
''भगवंता, माझा घोटाळा होतोय.''
''राजा, शाळेत भाषा शिकवली जाते. माणसा-माणसांतला संवाद कसा असावा, हे व्यवहार सांगतो. पाढे पाठ करणं वेगळं आणि गणित समजणं वेगळं. शरीरशास्त्र वेगळं, तर आतला माणूस त्याहून निराळा. एकूण स्वर किती, ह्याची संख्या समजणं आणि संगीताचं आकलन होणं ह्या भिन्न गोष्टी आहेत. ह्या सर्व उंची आणि जाडी वाढवणाऱ्या, मनाची खोली वाढवणाऱ्या गोष्टी वेगळ्या. तेवढ्याच वरवर नजरेत आपण प्रतिसाद देणारं एक शरीर शोधतो. डिग्री पाहून, ऐपत पाहून. दोन रुपयांचा नारळ, पाच रुपयांचे पेढे, आठ आण्यांचा हार आणि चपला सांभाळणाऱ्या बाईला दहा पैसे एवढ्या साधनांवर माणूस देवळापर्यंत पोहोचतो. देवापर्यंत जातो का?''
''भगवंता, मला भय वाटतं.''
''वाटणारच. कारण संसार असेच चालतात. जेव्हा संवादाची भूक लागते तेव्हा संगीताची ओढ वाटते, माणसाचं वेड लागतं, देवासाठी जीव कासावीस होतो तेव्हा मनाला काय हवं होतं, ह्याचा साक्षात्कार होतो. तोपर्यंत संसार वाढलेला असतो.''
''उपाय हवा भगवंता.''
''उपाय नाही. हे असंच चालणार. कालांतराने समान वेड, समान संवेदना असलेली माणसं आपोआप एकमेकांना भेटतात आणि निसर्गाचं अपुरं राहिलेलं वर्तूळ पूर्ण करतात. समृद्ध होतात.''
''सगळ्या माणसांजवळ वर्तूळ पूर्ण करायचं धाडस नसतं देवा. त्यांनी काय करायचं?''

''का बरं?''

''लौकिक नावाचा एक अलौकिक राक्षस असतो ना मानेवर! तो तुम्हांला...''

''लोकांचा बाऊ फार काळ करायचा नाही. तुमचं अलौकिकत्व तुम्ही सिद्ध केलंत की लोक इतर बाबींचं पण कौतुक करतात.''

''महाराज...''

''तसं नसतं तर राजा, तुलाही सोळा लग्नं करता आली नसती. प्रजेने तुला...''

''भगवंता, मी राजाच आहे.''

''तू खुळा आहेस. जनतेला देशाच्या सिंहासनावर कोण आहे ह्याचं महत्त्व वाटत नाही. त्यांच्या हृदयाच्या सिंहासनावर जो असेल तो त्यांचा राजा. 'त्या' राजाला सबकुछ सवलती असतात.''

''जनतेकडून कानाडोळा होईल, घरची माणसं फाडून खातात, तेव्हा काय करायचं?''

''मैत्री मर्यादित राहिली तर...''

''भगवंता, वर्तुळ पुरं होतं असं तुम्हीच म्हणता. मग ते वर्तूळ अप्रत्यक्षरीत्या पुरं कसं व्हायचं? त्या बाबतीत वैकुंठाची वारी सदेहच व्हावी असं का वाटतं तेच कळत नाही.''

राजाच्या ह्या प्रश्नाने शिवाने शक्तीचा हात हातात घेतला.

पार्वतीचे नेत्र आरक्त झाले. राजा पटकन म्हणाला,

''पाहा भगवंता! तुम्हांलाही स्पर्श केल्याशिवाय बरं वाटलं नाही. मला ह्याचं रहस्य सांगा.''

शंकर चकित झाले. त्यांच्या गळ्यातले सर्पही स्थिर झाले. माथ्यावरची चंद्रकोर आणखी शांत झाली. गंभीर आवाजात ते सांगू लागले,

''भो भूपती, स्पर्शसुखाची भावना ही माणसाची मूलभूत गरज आहे. माणसाचीच असं नव्हे, तर जीवसृष्टीची ती गरज आहे. खळाळणारा ओढा दिसला की त्यात पाय सोडावेसे वाटतात. लहान मुलाचा मुका घ्यावासा वाटतो. मांजरासारखा प्राणी शेपटी फुगवून पायाला घासून गेल्याशिवाय बरं वाटत नाही. हिरव्यागार गवतावर आडवं झाल्याशिवाय चैन पडत नाही. इतकंच नव्हे तर देवळातल्या दगडाच्या मूर्तीच्या पायालासुद्धा कपाळ टेकवल्याशिवाय शांत वाटत नाही. मोठमोठाल्या सिद्धपुरुषांच्या प्रत्यक्ष दर्शनापेक्षा 'स्पर्शदर्शनाचं' जास्त माहात्म्य आहे.''

''तेच का?''

''जीवसृष्टीच्या अस्तित्वाबरोबरच स्पर्शाचा जन्म झाला. दोन दिवसांचं रडणार मूल आईच्या स्पर्शाने शांत होतं. हसण्यासाठी जशी भाषा लागत नाही, त्याचप्रमाणे स्पर्शालाही भाषा लागत नाही. स्पर्श हीच भाषा, भाषेचा जन्म नंतरचा. स्पर्शाचा

जन्म पहिला. म्हणूनच त्याच्याइतकं उत्कट दुसरं काही नाही.''
राजा गहिवरला.
भगवान शंकराच्या प्रत्यक्ष दर्शनाने तो शांत झाला होताच. तरीही परिस्थितीवर तोडगा हवाच होता. शंकरांनी विचारलं,
''राजा, मी येऊ?''
''उपाय सांगावा, मग जावं.''
''प्रत्येक संसारातल्या विसंगत जोडप्यावर...''
''त्याच्यावर उपाय नाही. जो उपाय आहे तो आडवाटेचा आहे. त्याची एक किंमत आहे, ती मोजायला हवी. नाहीतर...''
''पुढचं उत्तर माहीत आहे. नाहीतर, मन मारायला हवं.''
शंकरांनी स्मित केलं.
राजा म्हणाला,
''शंकरांनी पुन्हा पृथ्वीतलावर उतरण्याचे कष्ट घेऊ नयेत. कुणीही कितीही आक्रोश केला तरी वरच्या वरच जावं.''
शंकर-पार्वती विमानात बसायच्या आत राजा जाऊ लागला. मग शंकर म्हणाले,
''राजा, प्रश्नाचं उत्तर ऐकून जा.''
राजा थांबला.
''एखाद्या जोडप्याला तीन किंवा चार मुलं आहेत. त्यातलं एक मूल बुद्धीने जड आहे किंवा प्रकृतीने अशक्त आहे, तर आईवडिलांचं जास्त प्रेम कुणावर असतं?''
''अर्थात अशक्त मुलावर.''
''तीच गोष्ट परमेश्वराच्या बाबतीत आहे. आमचंही प्रेम अशक्त माणसावर जास्त असतं. म्हणूनच मग सर्वांच्या नौका पैलतीराला नेण्यासाठी आम्ही बिनडोक बाई, कर्तबगार पुरुषाच्या गळ्यात मारतो, तर कधीकधी नर्मदेतला गोटा, अत्यंत तल्लख बाईच्या पदरात टाकतो. दोन प्रतिभावंत माणसांचं एकमेकांत पटत नाही आणि दोन्ही गबाळग्रंथी माणसं एकत्र आली तर त्यांचा संसार तरत नाही.''
''ह्याचा अर्थ प्रतिभावंतांनी कायम...''
''ती आपली वर्तुळं कुठेतरी पुरी करतात.

उरलेली रात्र राजाने तळमळत काढली. भगवान शंकराकडे उपाय नव्हता. असणारही नव्हता. कारण बदसूर जोडपी ठेवणं हा त्याच्या योजनेचाच भाग होता. राजेमहाराजांना रात्रभर झोप नाही हे प्रधानजींनी चेहऱ्यावरून ओळखलं. प्रधानजी काही विचारायच्या आतच राजा म्हणाला,
''प्रधानजी, शेवटी हे सगळं असंच चालणार.''

एवढं बोलून राजाने सगळा वृत्तांत कथन केला.

राजाची हकिकत संपता संपता राजाचे शरीरसंरक्षक आणि सेनाप्रमुख, नौदलप्रमुख, वायुसेनाप्रमुख तातडीने भेटायला आले. त्यांचा नायक म्हणाला,

''महाराज, कामगिरी फत्ते झाली.''

''कसली?''

''गेली अनेक वर्षं आपल्या अनेक विमानांपैकी, हेलिकॉप्टर्सपैकी एक हेलिकॉप्टर...''

''खास करून महाराजांच्या मालकीचं...''

''हेलिकॉप्टर रात्री पळवलं जायचं आणि सकाळी परत जागेवर सापडायचं.''

''काय सांगता काय?'' राजा ओरडला.

''महाराजांनी शांत व्हावं.''

''शांत कसं व्हायचं? ह्या राज्यात कोणीही काहीही चोरतं आणि तुम्ही गप्प बसता? जाऊ दे म्हणा. जिथं एक संपूर्ण रात्र राज्याची वीजच दुसऱ्या नगराने पळवली तिथं विमानाची काय कथा?''

''महाराज, आज धागेदोरे लागलेत.''

''फक्त धागेदोरे? म्हणजे आतला माणूस निसटलाच ना?''

''तोही सापडेल.''

''आणा तुमचे ते धागेदोरे...''

राजाने असं सांगताच शरीररक्षकांनी राजासमोर कमंडलू, हरिणाजिन, रुद्राक्षांच्या माळा, डोक्यावरच्या जटा, खडावा, चंद्रकोर आणि सर्वांत शेवटी चक्क दोन सापांच्या पेट्या ठेवल्या.

राजाने सर्वांना जायला सांगितलं आणि प्रधानजींकडे रोखून पाहत तो म्हणाला,

''म्हणजे प्रधानजी तुम्ही...?''

''होय महाराज, ते आम्हीच होतो.''

''प्रधानजी, हे सगळं कशासाठी पण?''

''जनतेसाठी.''

''हे असं किती वर्षं चाललंय?''

''एक तप कालच पूर्ण झालं. महाराज, बारा वर्षांत एकाही दिवसाचा खंड पडला नाही.''

''कुणीही न सांगता तुम्ही हे कार्य इतकी वर्षं केलंत?''

''होय.''

''निवडून आलेली माणसंही इतकं सोशल वर्क करीत नाहीत.''

''महाराज, 'व्होटेड' आणि 'डीव्होटेड' माणसांत फरक असतो.''

''प्रधानजी, तुम्हांला कोणती देणगी देऊ?''

''महाराज, आम्ही 'नेशन'साठी काम करतो. 'डोनेशन'साठी नाही.''

राजा म्हणाला, ''वा, प्रधानजी, आज तुम्हांला शब्दावर शब्द सुचत आहेत.''

''काल आम्ही महाराजांच्या सहवासात होतो ना!''

राजाला बरं वाटलं आणि त्याच वेळी प्रधानजींनी सरळ मेकअप करून उल्लू बनवलं ह्याचा रागही आला. तो आवाज चढवून म्हणाला,

''प्रधानजी, तुम्हांला मुळातच हा उपद्व्याप कुणी सांगितला?''

''महाराज, संसारात परेशान झालेल्या माणसाला कोणता ना कोणता आधार लागतो. समजुतीचे चार शब्द अधिकारवाणीने सांगणारा भेटावा लागतो. दैवी शक्ती प्राप्त झालेला जर कुणी भेटला तर त्याच्या एका भेटीवर, तो संपूर्ण आयुष्याची बेगमी करून घेतो. आम्ही अनेक माणसांची विचारपूस करून, सल्लामसलत करून, त्यांचे संसार मार्गावर ठेवलेत. अनेकांना नम्र व्हायला लावलं, काहींना भांडायचेही सल्ले दिले, काही माणसांची चोरटी प्रेमप्रकरणं निकालात काढली, तर काहींना गुपचूप प्रकरणं कशी करायची, ह्याचं मार्गदर्शनपण केलं.''

''ह्याचा अर्थ स्वैराचाराला उत्तेजन दिलंत. प्रधानजी, लोकांचे संसार ह्या तऱ्हेने उद्ध्वस्त करण्याचा तुम्हांला अधिकार नाही.''

''महाराज, आमचं मत आपल्यापेक्षा वेगळं आहे. कुणाचाही संसार उद्ध्वस्त होऊ नये असं आमचंही मत आहे. पण महाराज, आम्ही संसारापेक्षाही माणूस जास्त महत्त्वाचा आहे असं मानतो. आमची सगळी धडपड माणूस उद्ध्वस्त होऊ नये ही आहे. म्हणूनच काही संसारांत नवरा-बायको पिचून चालली आहेत हे पाहिल्यावर आम्ही त्यांना घटस्फोटाचा मार्ग दाखवला आणि...''

''पुढचं सांगू नका प्रधानजी. सरळसरळ घटस्फोट? संसार मोडण्याचा सल्ला?''

''महाराज, घटस्फोटाने संसार मोडत नाहीत. अगोदरच्या मोडलेल्या संसाराचं घटस्फोट हे कायदेशीर रूप आहे. घटस्फोट म्हणजे शिक्कामोर्तब. संसार पूर्वीच मोडलेला असतो. माणूस मोडायच्या अगोदर त्याला वाचवणं, ह्या हेतूने जिथं जिथं घटस्फोट हा उपाय ठरला, तिथं तिथं तो उपाय म्हणूनच वापरावा लागला. ह्याउलट खुद्द महाराजांना सोळा बायका असणं जरुरीचं आहे, हेही आम्हीच सुचवलं नाही का? तिथंही तुमच्यासारखा कलासक्त माणूस उद्ध्वस्त होता कामा नये हाच हेतू होता. शेवटी महाराज, संसार हा कॉन्सेप्ट आहे आणि प्रत्येक माणूस ही रिॲलिटी आहे. प्रत्येक माणूस हा आम्ही स्वतंत्रपणे जाणून घेतला आणि प्रत्येकाला वेगवेगळे सल्ले दिले. कुणाकुणाला अन्यायाचा प्रतिकार कसा करायचा हे शिकवलं तर कुणाकुणाला अन्याय सहन करायची शक्ती दिली. तो कसा पचवायचा ह्याचे धडेही दिले.''

मध्येच एक वेगळा विचार मनात येऊन राजाने विचारलं,
''प्रधानजी, एखाद्या दिवशी खरंखुरं शंकरपार्वतीचं विमान त्याच वेळी आलं तर काय कराल?''
''परमेश्वर येणं शक्य नाही. बदसूर जोडप्यांच्या निर्मितीमुळे परमेश्वराचा जो पराभव झालेला आहे; तो पचवणं त्याच्याही शक्तीबाहेर आहे. फसलेल्या निर्मितीला, समर्थन न करता तोंड देणं अवघड असतं.''
''तुम्ही हे कार्य सातत्याने रोज रात्री केलंत?''
''होय महाराज! कोणी ना कोणी अभागी जीव सापडतोच. अनेक संसार आम्ही वाचवले. काही महाभाग प्रत्यक्ष परमेश्वराचं पण न ऐकणारे निघाले. महाराजांनी रागावू नये. पण एक-दोनदा आपल्या राण्यांपैकीही एक-दोघी तिथं आल्या होत्या.''
''काय सांगता? त्यांना कशाचं दु:ख होतं?''
''त्यांना सतत महाराज हवे होते.''
''मग त्यांना काय सांगितलं?''
''महाराजांना मुठीत ठेवायची गुरुकिल्ली.''
''आमच्या विरुद्ध?''
''असं कसं होईल?''
''मग काय सांगितलंत?''
''आम्ही सांगितलं, सामान्य माणसांना जिंकणं फार सोपं असतं. त्यांना जिंकण्यासाठी अमाप साधना करावी लागत नाही. त्यांचं मन ताब्यात ठेवण्याचा मार्ग पोटाकडून असतो. त्या माणसांना तिन्ही त्रिकाळ चमचमीत खायला दिलंत की अर्धीअधिक लढाई तुम्ही जिंकलीत. सामान्य माणसांच्या सगळ्या गरजा शारीरिक असतात. थोड्याशा लाभाने ती माणसं तृप्त होतात. ह्याउलट असामान्य माणसं! प्रथम हे सांगा, तुम्हांला तुमचा राजा असामान्य वाटतो का?''
राजाने मध्येच उतावीळपणे विचारलं, ''मग? ह्यावर राण्या काय म्हणाल्या?''
प्रधानजींनी आश्चर्याने विचारलं, ''महाराजांना ह्याचं उत्तर माहीत नाही का?''
''प्रधानजी, बायकांना नेहमी स्वत:च्या कलावंत नवऱ्यापेक्षा दुसरा कलावंत मोठा वाटतो.''
''महाराज, आम्हांलाही त्याच गोष्टीचं भय होतं, पण ते चुकीचं ठरलं. तुमच्या सगळ्या राण्या तुमचं अलौकिकत्व मान्य करतात. त्यांनी एकदा तेवढं मान्य केल्यावर पुढचा प्रवास सोपा होता. मी मग त्यांना सांगितलं, असामान्य माणसांचं मन जिंकण्याचा मार्ग पोटाकडून अंत:करणापर्यंत नसून डोक्याकडून अंत:करणाकडे असतो. अशा माणसांच्या बुद्धीची भूक प्रचंड असते. पोटापेक्षाही

ह्यांच्या बुद्धीला सतत काही ना काही खाद्य पुरवावं लागतं. तुमचा राजा जर निव्वळ बायकांचा शौकिन असता तर मी कधीच सोळा लग्नं करा म्हणून सांगितलं नसतं. स्त्री-सहवास हे अशा माणसाचं साध्य नसून कला आणि बुद्धीच्या विकासाचं हे साधन असतं. सर्व कलागुणांना राजाश्रय द्यायचा तो कशासाठी? बुद्धीची भूक भागवण्यासाठी. बुद्धिमान माणसाच्या सहवासाची जी नशा असते, त्या आनंदाची बरोबरी कोणत्याही सुखाशी करता येत नाही. तुमची मदत हवी ती त्या कार्यासाठी. एकेका कलेचं दालन महाराजांनी तुम्हांला बहाल केलं आहे. आपापल्या दालनात तुम्ही महाराजांच्या पट्टराणी आहात. स्वत:चं दालन दिमाखाने ताठ मानेने सांभाळा. राणीला राणीपद टिकवता आलं पाहिजे. नाना प्रकारच्या भूमिका तुम्हांला करता आल्या पाहिजेत. कधी पायाची दासी होऊन पायाशी बसण्याचं नाटक आलं पाहिजे, तर कधी नवऱ्याला बोटाच्या इशाऱ्यावर नाचवता आलं पाहिजे. हे सगळं करीत असताना आपला नवरा एक 'सम्राट' आहे ही जाणीव जर कायम ठेवलीत तर तुमच्या 'सम्राज्ञी'पणाला आयुष्यात धक्का लागायचा नाही.''

महाराजांनी प्रधानजीला कडकडून मिठी मारली.

''प्रधानजी, मी धन्य झालो. सातत्याने एवढं सामाजिक कार्य करणारा प्रधान मला लाभला हे माझं भाग्य! मी तुमच्यासाठी काय करू? काय करू सांगा!''

''महाराज, कलासाधना अखंड चालू ठेवा. तुमच्या राण्या तुम्हांला साथ देतील. आमचं कार्य चालू राहणार. फक्त हेलिकॉप्टर वापरायची अनुज्ञा असावी.''

राजा म्हणाला, ''प्रधानजी, हेलिकॉप्टर वापरू नका. आमचं खास पुष्पक विमान नेत चला. म्हणजे तुमच्या पत्नीलाही जास्त आरामात भ्रमण करता येईल.''

''आभारी आहोत!''

''आणि तुम्हांला जरी सत्काराची अपेक्षा नसली तरी आम्हांला तुमच्या पत्नीचा सत्कार करायचा आहे. बारा वर्षं सातत्याने नवऱ्याच्या खांद्याला खांदा लावून कार्य करायचं, हे खायचं काम नाही. माझ्या राज्यात एक तरी पुरुष असा आहे की ज्याला बायकोची साथ आहे. मग पत्नीला कधी आणता?''

प्रधानजींनी डोळे मिचकावीत सांगितलं,

''महाराज, काल आमच्याबरोबर पार्वतीच्या भूमिकेत आलेली बाई आमची बायको नव्हती!''

दे हाता

त्या जाहिरातीने त्याचं लक्ष वेधून घेतलं. इतर अनेक ट्रॅव्हल सर्व्हिस कंपन्या जी आश्वासनं देतात, तशी सगळी आश्वासनं ह्याही जाहिरातीत होती. उत्कृष्ट अवस्थेतील वातानुकूलित बस, नियमित सेवा, वेळेच्या बाबतीत काटेकोर-नम्र सेवक, कुशल ड्रायव्हर्स, मंद संगीत, ऑटोमॅटिक पुश-बॅक आसनं, डनलॉपच्या उशा, पांघरण्यासाठी रेशमी शाली, पिण्याच्या पाण्याची सोय, इतकंच नव्हे तर छोटी टॉयलेट रूमही! अमेरिकेतील 'ग्रेहॉण्ड' बसची प्रतिकृती! अशी एक तीन कॉलमची जाहिरात, बसच्या चित्रासकट प्रत्येक वर्तमानपत्रातून झळकली.

पण ह्या सगळ्या वर्णनापेक्षा, त्याचं जास्त लक्ष वेधलं गेलं ते एका निराळ्याच विधानामुळे. 'एकमेव ट्रॅव्हल सर्व्हिस'ने जाहिरातीमध्ये बारीक अक्षरांत एक तळटीप टाकली होती ती अशी -

'वर छापलेल्या सर्व सुखसोई प्रवाशांच्या सेवेला तत्पर आहेतच, पण त्याव्यतिरिक्त प्रत्येक प्रवाशाला प्रवासात आणखी काहीतरी हवं असतं. ते फक्त आम्हीच पुरवतो.'

त्या ओळीवर त्याच्या घरात बरीच चर्चा झाली. अशी जास्तीची गरज कोणती असेल, ह्यावर कुणालाच उत्तर मिळालं नाही.

मध्येच तो बायकोला आणि मुलाला म्हणाला, ''आपण वेडपटच आहोत. आत्ता त्या कंपनीला फोन करून विचारता येईल.''

पण 'एकमेव ट्रॅव्हल'वाले वस्ताद निघाले. त्याने फोन करून नाव सांगितल्यावर ते म्हणाले,

''रविशंकर दिवाण, म्हणजे सुप्रसिद्ध कादंबरीकार.''

''तोच मी.''

''बोला काय हवं?''

त्याने जाहिरातीमधील त्या ओळीचा उल्लेख केल्यावर कंपनीचे मॅनेजर म्हणाले,

''साहेब, एकदा प्रवास करा. प्रत्यक्ष अनुभव घ्या. कसं?''

''ओ.के.! ह्या येत्या शनिवारचं कोल्हापूरचं तिकीट द्या.''
''एक का दोन?''
''एकच.''
''बाईंना घ्या की बरोबर!''
''नको! माझा एकच दिवस मुक्काम आहे. व्याख्यान संपलं की मी लगेच निघणार.''
''मी मुद्दाम म्हणालो. म्हणजे आमच्या वहिनींनापण अनुभव.''
''बरोबर बायको असताना तुम्ही आणखी काहीतरी 'देता' का?''
त्यावर मॅनेजर प्रचंड आवाजात हसून म्हणाले,
''आम्ही ऑफर तर करणारच. ज्यांची हिंमत असेल त्यांनी ती फॅसिलिटी वापरावी.''
''ओ.के.!''
''मग? किती सीट्स?''
''सीट एकच ठेवा.''
''थँक्स.''
दिवाणांनी फोन बंद केला.
''समजलं?''
''नाही ना! ते म्हणतात प्रवास करून बघा म्हणजे आपोआप...''
''पक्के बिझनेसवाले दिसतात.''

'एकमेव ट्रॅव्हल'ची बस नजर थांबणार नाही अशी होती. तिचा रंग, ही एक कुतूहलाची बाब ठरावी. तशी रंगसंगती दिवाणांनी आजवर बघितली नव्हती. तिच्या बाह्यांगाकडे पाहूनच जाहिरातीमधील सर्व आश्वासनं पूर्ण करण्याची ताकद 'एकमेव ट्रॅव्हल'कडे आहे ह्याची खात्री पटत होती.
दिवाणांनी आपली सीट पकडली. ताबडतोब कंपनीचा माणूस सीटजवळ आला. त्याच्या हातात एक ट्रे होता. विमानातला स्टुअर्ड आणि आत्ताचा समोरचा माणूस ह्यात काहीच फरक नव्हता. त्या ट्रेमध्ये निरनिराळ्या प्रकारची चॉकलेटं, गोळ्या आणि त्याशिवाय वेलदोडे, लवंगा, च्युईंगमपण होते.
''प्लीज हेल्प युवरसेल्फ!'' असं तो नम्रतेने म्हणाला, त्यांनी च्युईंगम घेतलं आणि आता आपल्या शेजारी कोण येऊन बसेल, ह्याचा विचार करायला सुरुवात केली. केव्हाही प्रवासाला निघालं म्हणजे आपल्या शेजारी नेमका सरदारजीच कसा येतो, ह्याचं दिवाणांना कमालीचं नवल आणि वैषम्य वाटलं. अर्थात प्रवास रात्रीचा आहे. एकदा झोप लागली की लागली! मग शेजारी कोणी का असेना! खरं तर गाढ झोप

हवी असेल तर शेजारी इंटरेस्ट वाटणार नाही अशीच व्यक्ती असलेली बरी. खुर्चीची कळ दाबून दिवाणांनी खुर्ची हवी तशी करून घेतली. एकमेव ट्रॅव्हलने आणखी एक प्रत्यंतर आणून दिलं. सीट खरोखरच कम्फर्टेबल होती.

इतर आरामगाड्यांतून मनासारखी पोझ मिळेपर्यंत मुक्कामाचं ठिकाण येत असे. पण हा प्रवास नक्की सुखकारक होणार.

बस सुटली. दिलेल्या वेळेला. लाऊडस्पीकरवरून सगळ्यांना 'प्रवास सुखकर होवो' असं सांगण्यात आलं. दिवाणांनी समाधानाने डोळे मिटून घेतले.

कितीही सुखसोई म्हटलं तरी बस म्हणजे घर नव्हेच. आरामात झोपायची व्यवस्था केली तरी कलती खुर्ची म्हणजे पलंग नव्हे. इथं कुशीवर वळणं कसं शक्य आहे? आणि त्याहीपेक्षा एक फार मोठा प्रॉब्लेम म्हणजे हातांचा! ते कुठे ठेवायचे, हा एक यक्षप्रश्नच असतो. खुर्चीच्या हातांवर ठेवता येत नाहीत. जरा डोळा लागला की ते हात कधी सटकतील आणि खांद्याला हादरा बसेल, सांगता येणार नाही. दोन्ही हातांची घडी करून जर छातीवर ठेवावेत, तर जरा वेळाने छातीवर दडपण येतं.

दिवाणांची खुर्चीतल्या खुर्चीत चुळबूळ सुरू झाली. त्यात कहर म्हणजे त्यांच्या शेजारचा सरदारजी आणि त्यांच्या मागे बसलेला एक बनिया, दोघंही घोरणारे निघाले. त्या दोघांचं घोरणं दोन्ही दिशांनी दिवाणांच्या कानावर स्टिरिओफोनिक सिस्टिमप्रमाणे येऊ लागलं. एकेक हात त्या दोघांच्या नरड्यावर ठेवून ते स्पीकर्स बंद करावेत, असं दिवाणांना वाटू लागलं.

दिवाण नुसते हसले. आपल्याला आपल्याच हातांनी त्रास होतोय हे ह्या स्टुअर्डला सांगून काय फायदा?

''तुम्ही कोणतंही काम सांगू शकता!''

दिवाण डोळे मिचकावीत म्हणाले,

''मला माझे हे दोन्ही हात कुठे ठेवायचे हे समजत नाही. कसेही ठेवले तरी रग लागते.''

स्टुअर्ड म्हणाला,

''अरे, हे अगोदर का नाही बोललात? डोण्ट वरी! तुमचे हात इकडे द्या.''

''काय?''

''आम्ही जाहिरातीमध्ये जी तळटीप टाकली आहे त्याचा अर्थ हाच आहे.''

''काय सांगता?'' दिवाणांनी चक्रावून जात म्हटलं.

''दोन मिनिटं डोळे मिटलेत तर तुम्हांला चमत्कार दाखवतो.''

दिवाणांनी डोळे मिटले आणि जरा वेळाने उघडले.

पाहतात तो त्यांचे दोन्ही हात खांद्यांपासून अलग झालेले. दोन्ही अलग झालेले हात स्टुअर्डच्या हातात होते आणि तो आता मिस्किलपणे हसत होता.

दिवाणांना प्रथम गंमत वाटली, पण दुसऱ्याच क्षणी त्यांच्या चेहऱ्यावर कमालीची व्याकुळता आली. दिवाण आता कोणता प्रश्न विचारणार, ते जाणून स्टुअर्ड म्हणाला,

''घाबरू नका, म्हणाल तेव्हा हात तुम्हांला परत मिळतील.''

''पण...''

''मी तुमचेच हात घेतलेत असं समजू नका. अनेक पॅसेंजर्सनी तेच केलंय. ज्याप्रमाणे फोटो काढताना हात कसे ठेवावेत कळत नाही, त्याप्रमाणे प्रवासातही तोच प्रॉब्लेम पडतो. जस्ट हॅव अ लुक!''

दिवाणांनी पाहिलं तर खरोखरच गँगवेमध्ये लावलेल्या एका क्रोमियम प्लेटेड बारला तीस-चाळीस हात लटकत होते. लोकलमध्ये उभ्याने प्रवास करणाऱ्यांसाठी जशा लोखंडाच्या कड्या ठेवतात, तसे ते हात लटकत होते. बसच्या वेगामुळे आणि मध्येच बसणाऱ्या धक्क्यामुळे ते हात झोके घेत होते. लेखक, व्यासंगी, टीकाकार आणि त्याहीपेक्षा निर्भीड, सडेतोड वक्ता म्हणून नाना अनुभवांतून गेलेल्या दिवाणांना हा विलक्षण अनुभव प्रथमच येत होता. न राहवून ते उभे राहिले. त्यांनी पाहिलं तर ज्या-ज्या प्रवाशांनी आपले हात काढून ठेवले होते, ते सगळे प्रवासी अत्यंत आरामात झोपले होते.

दिवाण परत खाली बसले. स्टुअर्डचे आभार मानून त्यांनी व्यवस्थित पोझ घेतली आणि डोळे मिटले. त्यांच्या सुखात ह्या क्षणी कोणतीही कमतरता नव्हती. 'एकमेव ट्रॅव्हल कंपनी' खऱ्या अर्थाने एकमेव होती.

दिवाणांना जाग आली तेव्हा तांबडं फुटत होतं. बसमध्ये मंद आवाजात बिस्मिल्ला स्वरांना कुरवाळीत होता. दिवाणांना पुरती जाग आली. आळस झटकण्यासाठी त्यांनी हात लांब करायचा प्रयत्न केला तेव्हा फक्त खांद्यातल्या खांद्यात काही स्नायूंची हालचाल झाली. मग ते भानावर आले. त्यांना खुर्ची सरळ करायची होती, पण हातांचा पत्ता नाही. स्टुअर्डचं त्यांच्याकडे लक्ष होतंच. त्याने पटकन दिवाणांचे हात त्यांच्यासमोर धरले. दिवाणांनी क्षणभर डोळे मिटले. जादूची कांडी फिरवावी तसा पुन्हा एक चमत्कार घडला.

दिवाणांना त्यांचे हात परत मिळाले. कोल्हापूर यायला अजून अर्धा-पाऊण तास अवधी होता. दिवाणांनी पुन्हा एकदा डुलकी घ्यायची ठरवलं. त्यांनी डोळे मिटले. संध्याकाळच्या भाषणाची वाक्यं त्यांच्यासमोर उभी राहू लागली.

कोल्हापूरला येईतो दिवाणांची भाषणाची संपूर्ण रंगीत तालीम आटोपली होती. कोल्हापूरला संयोजकांनी स्टॅण्डवर हार घालून दिवाणांचं स्वागत केलं. दिवाण गाडीतून लॉजवर आले. चहा-कॉफी-नाश्ता झाल्यावर संयोजक निरोप घेऊन गेले. ते गेल्याबरोबर दिवाणांची कामं सुरू झाली. त्यांची दाढी आटोपली. नोकराने पाणी

काढून देताच ते बाथरूममध्ये गेले.
त्यांनी अंगावरचे सगळे कपडे उतरवले आणि त्यांना दरदरून घाम फुटला. त्यांनी पुन्हा पुन्हा हातांकडे बघायला सुरुवात केली. सत्यस्थितीत फरक पडणार नव्हता. दिवाणांचे हात बदलले गेले होते. गडबडीत भलत्याच व्यक्तीचे हात आले होते. कातडीच्या रंगांमुळे त्यांना फरक जाणवला.
अंघोळ झाल्यावर तातडीने 'एकमेव' कंपनीला गाठलं पाहिजे.
अत्यंत विषण्ण मन:स्थितीत त्यांनी अंघोळ आटोपली.
दिवाणांनी कंपनीचं ऑफिस गाठलं. माणसं चांगली होती, नम्र होती. त्यांनी दिवाणांची तक्रार लिहून घेतली, दिवाणांचे हात शोधून देण्याची हमी घेतली आणि त्याशिवाय कंपनीच्या हेड ऑफिसात हीच तक्रार नोंदविण्याची विनंती केली.

श्रोते नेहमीसारखे भान हरपून बसले होते. योग्य ठिकाणी प्रतिसाद देत होते. टाळ्यांचा गजर होत होता. हास्याचे धबधबे कोसळत होते, पण तरीही दिवाणांच्या अंगावर नेहमीसारखा काटा फुलत नव्हता.
दिवाणांच्या हस्ते, सोव्हेनिअरचं प्रकाशन होणार होतं. परिचयकारांनी जाहीर केलं की, 'आता श्री. दिवाणांच्या शुभहस्ते आपल्या स्मरणिकेचं प्रकाशन होईल.' तेव्हा रिबीन सोडताना त्यांच्या मनात आलं,
'शुभहस्ते म्हणायचं ते रीत म्हणून, पण खरोखरच कुणाच्या हस्ते हे आजचं प्रकाशन झालं? ह्या हातांच्या मालकाला त्याचा पत्ता तरी असेल का?' दिवाणांच्या बदललेल्या हातावर, घरी गेल्याबरोबर दीर्घ चर्चा झाली. मुंबईच्या ऑफिसात त्यांनी तक्रार नोंदवली तेव्हा ते कमालीचे अस्वस्थ झाले होते.
कंपनीचे मॅनेजिंग डायरेक्टर खन्ना एक चांगला माणूस होता.
''जशी तुम्ही तक्रार केलीत तशीच तक्रार ज्यांनी तुमचे हात चुकून नेले, तोही करीलच.''
''पोलिसांत वर्दी देऊ का?''
''तशी तक्रार आम्हीच करणार आहोत. दॅट इज अवर रिस्पॉन्सिबिलिटी.''
दिवाण घरी परतले.
मन रमवायचं म्हणून त्यांनी एक नवीन लेख लिहायला घेतला. पण त्यांचं मन लिखाणात लागेना. हाताकडे लक्ष गेलं रे गेलं की ते कासावीस होऊ लागले. त्यांना एकही शब्द लिहवेना.
विरंगुळा म्हणून त्यांनी रात्री बायकोला बाहुपाशात घेतलं तर विजेचा झटका बसल्याप्रमाणे बायको दूर झाली.
''काय गं? काय झालं?''

''मला दुसरंच कुणीतरी मिठी मारतंय असं वाटतं.''
दिवाणांची इथं खरी कुचंबणा झाली.
छे! स्वत:चे हात परत मिळवायलाच हवेत.
कंपनीच्या तक्रारीव्यतिरिक्त आपल्या नावाने पोलिसांत तक्रार नोंदवणं जरुरीचं आहे असं त्यांना वाटलं, पण ह्या जगावेगळ्या तक्रारीवर विश्वास कोण ठेवणार? त्यांनी मग परत 'एकमेव'कडे धाव घेतली.
त्या दिवशी जितके प्रवासी त्या गाडीमध्ये होते, त्या सर्व प्रवाशांना कंपनीकडून पत्रं गेली होती. त्या सर्व पत्रांच्या ऑफिस कॉपीज मॅनेजरनी दिवाणांना दाखवल्या. त्या सर्व पॅसेंजर्सचे पत्ते दिवाणांनी लिहून घेतले.
घरी परत आल्यावर त्यांनी एक सायक्लोस्टाईल पत्र स्वत:च्या खास शैलीत लिहून काढलं. नंतर ती सगळी पत्रं रजिस्टर ए.डी.ने पाठवण्यात त्यांचा खूप पैसा आणि बराचसा वेळ खर्च झाला. पण तसं करण्याशिवाय गत्यंतर नव्हतं. सगळीच्या सगळी पत्रं पोहोचली. त्यांच्या पावत्याही सहीसह उलट टपाली मिळाल्या.
अपवाद फक्त एकाच पत्राचा. 'कृष्णचंद्र' नावाचा तो इसम कुणी निराळाच होता. नावापासून पत्त्यापर्यंत सगळं बनावट होतं.
ह्या सर्व धडपडीतून बदलून आलेले हात हे कोणातरी लबाड, उपद्व्यापी आणि कदाचित एखाद्या समाजकंटकाचे असावेत, एवढाच शोध लागला.

बदललेल्या हातांनी आपला हातगुण दाखवायला अचानक प्रारंभ केला. एके दिवशी दिवाणांना त्यांच्या बायकोने ब्रेकफास्टच्या वेळी सांगितलं,
''आज बँकेत जायला हवं. तुम्ही कॉलेजजवळच्या तुमच्या बँकेतून पैसे काढता की मी इथल्या इथं...''
''मी काढतो.''
हातांची अदलाबदल झाल्यापासून दिवाणांचा खेळकर स्वभाव पार बदलला होता. घरात सतत हास्याची करंजी फुलायची, पण आता ते घर पाणी संपलेल्या कोरड्या हौदासारखं झालं होतं.
नेहमीच्या वेळी दिवाण कॉलेजात जायला निघाले. नेहमीच्या बसस्टॉपवर ते उभे राहिले. बसमध्ये पुष्कळदा उभं राहावं लागत असे. तसे ते आजही उभे राहिले. उभ्या-उभ्याच त्यांनी तोल सावरीत तिकीट काढलं. उभ्यानेच प्रवास करणाऱ्या त्यांच्या पुढ्यातील माणसाने तिकीट काढलं आणि पैशाचं पाकीट पँटच्या हिप पॉकेटमध्ये ठेवून दिलं.
ह्या तऱ्हेची घटना रोजच घडायची. पण आजचा दिवस वेगळ्याच पावलांनी उगवला. दिवाणांच्या हातांची एकाएकी चाळवाचाळव सुरू झाली. त्यांचा हात

समोरच्या गृहस्थाच्या हिप-पॉकेटकडे सरकू लागला. आपल्याला हे असं का होतंय, हे त्यांना समजेना. ते कावरेबावरे झाले. त्यांना दरदरून घाम सुटायला लागला आणि तरीही मनातली प्रबळ इच्छा त्यांना दाबूनही ठेवता येईना. शेवटी त्यांच्या स्वत:च्याही नकळत त्या पाहुण्या हातांनी समोरचं पाकीट लीलया पळवलं. त्यानंतरच्या स्टॉपवर तो समोरचा गृहस्थ उतरून गेला. हातून घडलेल्या कृतीचं दिवाणांवर इतकं जबरदस्त दडपण आलं की त्याच्या पुढच्या स्टॉपवर ते स्वत: खाली उतरले आणि कॉलेजात न जाता ते सरळ टॅक्सी करून घरी आले. समोर आलेल्या बायकोला म्हणाले,

''मला एकाएकी कसर वाटायला लागली. बँकेचं काम केलं आणि आलो.''

''किती काढलेत?''

ह्याच्यावर उत्तर तयार नव्हतं.

''सांगतो, पाणी आण.''

पाणी येईपर्यंत दिवाण सरळ बाथरूममध्ये गेले.

पळवलेलं पाकीट त्यांनी बाहेर काढलं. पाकिटात तीन-चार व्हिजिटिंग कार्डस्, एक-दोन पावत्या आणि रोख साडेतीनशे रुपये होते.

बायकोच्या हातात सगळी रक्कम ठेवून दिवाण त्यांच्या टेबलापाशी गेले. त्यांनी ड्रॉवरमधून कागदाचं पॅड काढलं.

''तुम्हांला बरं वाटत नाही म्हणता, मग जरा पडून राहा.''

''पडणार आहे. जितका वेळ बसवेल तितका वेळ प्रयत्न करतो.''

पण दिवाणांना एकही ओळ लिहायची इच्छा होईना. हात बदलल्यामुळेच हे असं होत असेल का?

दिवाणांना काही सुचेना.

दुपारपर्यंतचा वेळ त्यांनी केवळ लोळण्यात घालवला. तीन-साडेतीनच्या सुमारास दिवाणांच्या बायकोकडे तिची एक मैत्रीण आली.

''मी ओळख करून देते. ही माझी मैत्रीण प्रियंवदा. स्टेट बँकेत पी. आर.ओ. आहे आणि प्रिया, हे मिस्टर दिवाण.''

नमस्कार करीत प्रियंवदा म्हणाली,

''खूप दिवस बघायची इच्छा होती, आज योग आला.''

''अगं, तेही हे अचानक घरी आले म्हणून.''

''मी डिस्टर्ब केलं का?''

''छे छे! प्रकृती बरी नाही म्हणून आलो.''

अवांतर गप्पा मारून दोघी आत गेल्या. दिवाण पुन्हा तिथं लवंडले आणि तेवढ्यात

त्यांचं लक्ष समोरच पडलेल्या प्रियंवदेच्या पर्सकडे गेलं.
ते पलंगावर उठून बसले. त्यांच्या मनाची पुन्हा घालमेल व्हायला लागली. हात शिवशिवायला लागले. खोलीतल्या खोलीत त्यांच्या येरझारा सुरू झाल्या. त्यांनी मधल्या दारात उभं राहून कानोसा घेतला. त्या दोघी गप्पांत दंग झाल्या होत्या. त्यानंतरच्या हालचाली दिवाणांनी झटपट केल्या. त्यांनी प्रियंवदेची पर्स उघडली. त्यात पैसे नाममात्रच होते, पण एक अत्यंत मौल्यवान, टपोऱ्या मोत्यांचा हार होता. मागचा-पुढचा विचार न करता त्यांनी तो काढून घेतला आणि तिथेच गादीखाली तो ठेवून दिला.
काहीच घडलं नाही, असा चेहरा करून त्यांनी एका पुस्तकात डोकं खुपसलं. बसल्या-बसल्या त्यांना डुलकी कशी आली हेही समजलं नाही.

त्यांना जाग आली ती प्रियंवदेच्या किंकाळीने. तिने सगळी पर्स पलंगावर उलटी केली होती. त्यातल्या वस्तू ती वेड लागल्याप्रमाणे खाली-वर करीत होती. पर्समधल्या निरनिराळ्या कप्प्यांत ती पुन्हापुन्हा हात घालीत होती. तपास संपला तेव्हा ती डोक्याला हात लावून बसली. दिवाणांच्या बायकोने प्रियंवदेला फ्रीजमधलं पाणी आणून दिलं. तिने ते एका दमात संपवलं.
''तो 'सर' तू नक्की पर्समध्ये ठेवला होतास?''
''अर्थात! त्यात चूक होणं शक्यच नाही. तुझ्या घरी येईपर्यंत मी तो गळ्यातच घातला होता. तुला चकित करायचं म्हणून मी गळ्यातून काढून पर्समध्ये ठेवला आणि मगच तुझ्या घराची बेल वाजवली.''
ही हकिकत ऐकल्यावर, ही चोरी पचणं शक्य नाही हे जाणून दिवाण हाः हाः हाः असं मोठ्यांदा हसले. दोघींनी त्यांच्याकडे चमकून पाहिल्यावर ते म्हणाले, ''एक मिनिट उभ्या राहा आणि ज्या जागी बसला होतात तिथंच गादीखाली हात घाला.''
मोत्यांचा सर मिळाल्यावर प्रियंवदेला फक्त हर्षवायू झाला नाही. दिवाणांच्या बायकोने संशयाने विचारलं,
''तुम्हांला पण...''
''सांगतो! मघाशी पर्समधून रुमाल काढताना तो सर खाली गालिच्यावर कधी पडला हे तुम्हांला समजलंपण नाही. मी मुद्दाम गप्प बसलो. कळलं?''

तेवढ्या निवेदनावर दिवाणांनी वेळ मारून नेली खरी, पण ते आता विलक्षण अस्वस्थ झाले होते. हातून जे जे प्रकार घडताहेत त्याचा कुठेही उच्चार करणं शक्य नव्हतं आणि जे घडतंय ते तसंच घडू देणंपण योग्य नव्हतं.
काय करावं?

रात्री बायकोनं विचारलं.
''तुम्ही फार म्हणजे फारच बेचैन दिसता आहात.''
''होय, मी फार रेस्टलेस आहे.''
''तुमचे हात बदलले आहेत, कबूल आहे. पण तुमच्यात तसा काही फरक पडला नाही ना?''
''म्हणजे काय?''
''हातांची कामं तर तशीच्या तशी होताहेत ना? मग एवढं बेचैन होऊन कसं चालेल?''
''तुला नुसती मिठी मारायचा प्रयत्न केला तर तुझ्या अंगावर शहारे आले. मला तर आता हेच माझे हात मानायचे म्हणजे भयंकर शिक्षा आहे.''
''पण...''
''तुला कळायचं नाही. ह्या हातांपायी माझं संपूर्ण जीवन बदलून जाण्याची शक्यता आहे.''
''मग तर फारच चांगलं होईल. नाही तरी ह्या आयुष्याचा तुम्हांला कंटाळा आलेलाच आहे, एकदम नवीन तऱ्हेचं जीवन जगायला मिळालं पाहिजे असं तुम्ही म्हणता. मग आता...''
''एकदम म्हणजे, एकदम नवं आयुष्य मी जगू?''
''अवश्य! तुमच्या लेखनातला तोचतोचपणाही आपोआप बदलेल.''
''बदललेल्या जीवनापायी उद्या तुरुंगात जावं लागलं तर?''
''तुरुंगात जायची पाळी कशाला येईल?''
''तू म्हणतेस तसं जर माझं आयुष्य बदललं तर त्या बदललेल्या आयुष्याची वाट तुरुंगातच संपते.''
''म्हणजे काय? तुम्ही काय बोलता ते...''
दिवाणांनी बायकोला विश्वासात घेऊन सगळा प्रकार सांगितला. तिचीही त्यापायी झोप उडाली.
दिवाण दुसऱ्या दिवशी कॉलेजला गेले नाहीत. त्यांनी फोनवरून प्रकृती ठीक नसल्याचं कळवलं. सबंध दिवस त्यांनी घरात लोळूनच काढला.
दुपारच्या चहाच्या वेळेला बायकोने आठवण केली,
''आज पंचवीस तारीख आहे. लक्षात आहे ना?''
''काय आहे आज?''
''डॉ. पंडितांकडे आज कॉकटेल पार्टी आहे. पंडितांचे सगळे डॉक्टर मित्र आणि तुमचे चाहते तिथे जमणार आहेत.''
''मी येऊ शकत नाही म्हणून कळव.''

''कारण काय सांगू?''
''सांग प्रकृती बरी नाही म्हणून!''
''वा! डॉक्टरांनाच प्रकृतीचं कारण सांगायचं म्हणजे कठीणच आहे.''
''असू दे.''
''तुम्ही जाणार का नाही पण?''
''तिथं पुन्हा हातून काही घडलं तर?''
''मी येणारच आहे तुमच्या बरोबर. मी सांभाळीन तुम्हांला. डोण्ट वरी!''
''मग नो प्रॉब्लेम!''
दिवाण बायकोसह गेले म्हणूनच काही फरक पडला नाही. तिचं बारीक लक्ष असूनही, तीन-चार पेग्ज प्रत्येकाच्या पोटाने रिचवल्यावर दिवाणांनी आपला हात व्यवस्थित चालवून घेतला.
आपली कमाई त्यांनी घरी येताच बायकोसमोर टाकली. साडेनऊशे रुपयांची प्राप्ती! केवळ तीन तासांत! तिची वाचाच गेली.
आपल्याच हातून घडलेल्या त्या कृत्याकडे दिवाणही चकित होऊन बघत राहिले.

दिवस जात होते. पैसे नको त्या मार्गाने मिळत होते. म्हणूनच दिवाण बेचैन झाले होते. 'एकमेव ट्रॅव्हल कंपनी'ची माणसंही हवालदिल झाली होती. दिवाण कंपनीत वारंवार खेपा घालीत राहिले. उपयोग काहीच झाला नाही.
दु:खात सुख इतकंच की, 'एकमेव ट्रॅव्हल कंपनी'चे चालक, मालक, पालक अतिशय नम्र होते. दिवाणांपेक्षा त्यांना ह्या घटनेचं जास्त दु:ख होत होतं. एकमेव ट्रॅव्हलच्या पराडकरांना त्यांनी हे बोलून दाखवलं.
पराडकर म्हणाले, ''असं कसं म्हणता? पॅसेंजरच्या संदर्भातल्या कोणत्याही दुर्घटनेला आम्हीच जबाबदार आहोत.''
''असं मानणारी माणसं फार कमी आहेत. तुम्ही काही काही दुकानांतल्या पाट्या वाचा.''
''काही काही म्हणजे कोणत्या?''
''विशेषत: चष्म्यांची दुकानं. गिऱ्हाईकांनी स्वत:च्या जबाबदारीवर चष्मे दुरुस्तीला द्यायचे असतात. आता कल्पना करा, कस्टमर बाहेरच्या काउंटरजवळ धृतराष्ट्र झालेला. दुकानदाराने त्यांच्या दुकानाच्या आतल्या दालनात काचा किंवा फ्रेम, काहीतरी बसवायला नेलेलं. तेव्हा त्यांच्या माणसांच्या हातून काही घडलं तरी जबाबदार कस्टमर. मजा आहे ना?''
''तुम्ही अशा पाट्या कुठे पाहिल्यात?''
''अगदी शिरोडकरांपासून शिंद्यांच्या दुकानांपर्यंत, प्रत्येक दुकानात!''

पराडकर खांदे उडवीत म्हणाले, ''कस्टमर आहेत म्हणून आम्ही आहोत. महात्मा गांधींचं कस्टमर ह्या विषयावर एक वक्तव्य...''
''तो पॅराग्राफ प्रसिद्ध आहे. किती दुकानदारांना तो फलक आपल्या दुकानात लावायचा अधिकार आहे?''
दिवाणांच्या ह्या प्रश्नावर पराडकर म्हणाले, ''कस्टमरला जे दुकानदार कस्पटासमान लेखतात त्यांच्याच दुकानात बोधवचनांची गरज असते.'' पराडकरांच्या सहानुभूतीने दिवाणांचा प्रश्न सुटणार नव्हता. आपल्या दुःखात अनेक जण सहभागी असले तरी मूळ दुःख ज्याचं त्यालाच पेलावं लागतं. जिथं दुःखाचा उगम होतो तिथंच सांत्वनाचा मंत्र गवसावा लागतो. पोलीसखात्याने तर दिवाणांची केस, 'टू बट अनडिटेक्टेड' सदरात कधीच जमा केलेली होती. इतकंच नव्हे तर 'त्याच्यावरच एक कथा लिहा हा: हा: हा:' असं एक नेहमीचं वाक्यपण फेकलं होतं.

आणि एके दिवशी सकाळी चमत्कार घडला. फोन वाजला. दिवाणांनी नेहमी आपण फोन घेतो तसाच घेतला, पण पलीकडचं नाव ऐकून ते उडालेच.
''कृष्णचंद्र...?''
''होय. तोच मी. तुम्हांला हवा असलेला पॅसेंजर.''
''कुठून बोलताय?''
''सबूर, सबूर, दोस्त, शांती से काम ले लो!''
''अरे शांती से काय... हराम...''
''गालीयाँ दोगे तो फोन बंद हो जायेगा.''
''नाही बाबा, माफ करना.''
''तुम्हांला एक महत्त्वाची गोष्ट द्यायची आहे, म्हणून फोन केला.''
''लवकर भेटा, कुठे येऊ सांगा.''
''मीच संध्याकाळी तुमच्या घरी येणार आहे.''
''खरं... हॅलो... हॅलो...''
फोन बंद झाला.

दिवाण घरभर अक्षरशः नाचत सुटले.
''काय झालं?''
''माझे हात मला परत मिळणार.''
''कशावरून?''
''कृष्णचंद्राचाच फोन आला होता. एक महत्त्वाची गोष्ट द्यायला तो संध्याकाळी

येणार आहे.''
''खरंच येणार आहे?''
''त्याचाच फोन होता.''
दिवाणांची बायको एकदम गंभीर झाली.
''का, काय झालं?''
''इथं बसा.''
दिवाण बायकोच्या पुढ्यात बसले.
''बोल.''
''तुम्हांला तुमचे हात खरोखरच परत हवेत?''
''मग काय? आयुष्यभर पिकपॉकेटिंग करू?''
''समजा केलंत, काय बिघडलं?''
''तुझं काय डोकं वगैरे फिरलंय का?''
''चिडू नका. शांतपणे विचार करा. नाही पटला तर सोडून द्या. पण ऐकायला काय घ्याल?''
''बोला!'' दिवाणांनी नांगी टाकली.
''कृष्णचंद्र जर आज तुमचे हात घेऊन आलाच तर ते तुमचे हात आहेत हे मान्य करू नका.''
''का पण?''
''त्या दिवशी पार्टीत, पिकपॉकेटिंग केलंत. किती पैसे मिळाले?''
''साडेनऊशे.''
''गेल्या तीन महिन्यांतील प्राप्ती किती?''
''जवळजवळ साडेसहा हजार...''
''लेखनावर इतके पैसे मिळवायचं ठरवलं तर...''
''तुलनाच करू नकोस. दोन कादंबऱ्या, बावीस कथा, आठ टीकालेख...''
''आता तुम्हीच विचार करा, ह्या हमालीत काय अर्थ आहे का? आठ दिवस गोष्टीत घालवायचे. त्याचे संपादक टिकवणार दीडशे टिकल्या! यापेक्षा पाकीट मारलं तर...''
''अगं, पण आतापर्यंत मी वाङ्मयचौर्यसुद्धा केलं नाही, मग...''
''म्हणूनच ओरिजिनल रायटर असा लौकिक झाला. तो तसा टिकवायचा असेल तर लेखन बंद करा.''
''मला मागणी आहे...''
''तोपर्यंत थांबा. शिखरावर पोहोचल्यावर थांबायचंच असतं. तुमच्या ह्या संयमाचं पण कौतुक होईल. नाहीतरी नवं काही सुचत नाही म्हणून डोकं खाताच आल्या-

गेल्याचं...''

''हे बघ...''

''मी ऐकायची नाही. तुम्हीच ऐका. आजवर जे नाव कमावलंत तेवढ्या पुण्याईवर उरलेलं आयुष्य खपेल. आता निर्मिती पुरे! व्यवहार बघा. थोरामोठ्यांच्यात तुमची ऊठबस आहे. म्हणूनच पिकपॉकेटिंगबद्दल तुमचा संशयपण कुणी घेणार नाही.''

''तुझं खरंच डोकं फिरलंय. लेखक-कादंबरीकार म्हणून मिरवता येणं...''

''त्या लौकिकात फरक होत नाही. पैसा मिळवलात का? आता पैसा हवा.''

''माझं कादंबरीचं नवं कथानक असं जबरदस्त आहे की साहित्य अकादमीचं बक्षीस...''

''पुरे पुरे! ऐन वेळी मध्ये कोण उपटेल, सांगता येईल का?''

''अगं पण...''

''चित्रपटासाठी कथा लिहिलीत, काय झालं? चित्रपटाला सात ॲवॉर्डस् मिळाली. कथेला बक्षीस नाही. का? तर महाराष्ट्र सरकारकडे कथेला बक्षीस द्यायची तेव्हा म्हणे तरतूदच नव्हती. सचिवालयात खेपा घालून कंटाळलात तेव्हा ती प्रोव्हिजन झाली, त्याचा फायदा पुढील वर्षी त्या तोंडवळकरला मिळाला. कथा चोरलेली असून पारितोषिक मिळालं. एक इसाक मुजावर वगळले तर एक पत्रकार पाठीशी उभा राहिला का?''

''माझं ऐक जरा...''

''मुळीच ऐकणार नाही. विनोदी कथासंग्रह लिहिलात तर तेव्हाही म्हणे विनोदी वाङ्मयासाठी वेगळ्या बक्षिसाची तरतूद नव्हती. त्यापेक्षा पिकपॉकेटिंग परवडलं. कौशल्य सिद्ध केलं की कॅश प्राईझ!''

कृष्णचंद्र येईपर्यंत हाच वाद चालला होता.

संध्याकाळी दिवाणांच्या दारासमोर मर्सिडीज उभी राहिली. श्री. व सौ. दिवाणांचे डोळेच फिरले. आतून एक सुटाबुटातील रुबाबदार व्यक्ती उतरली. चिरुटाच्या भारदस्त वासासहित त्या माणसाने दिवाणांच्या घरात प्रवेश केला.

''मी कृष्णचंद्र''

''मी दिवाण, ह्या मिसेस.''

नमस्कार चमत्कार झाले. अवांतर गप्पा संपल्यावर दोघांनी मूळ विषयाला हात घातला.

कृष्णचंद्रांनी विचारले,

''बोला, आपण दोघांनी आता काय करायचं?''

''काही करण्याचा प्रश्नच उद्भवत नाही. एकमेकांचे हात परत करायचे.'' दिवाण उतावीळपणे म्हणाले,

''त्याच्यावर आपण बोलूच. प्रथम मला सांगा, गेले काही महिने कसे गेले?''

''भयानक.''

''का? प्राप्ती झाली नाही?''

''प्राप्ती झाली, पण ती प्राप्ती पटत नाही.''

''प्रारंभी त्रास होईल.''

''प्रारंभी...''

''किती मिळाले?''

दिवाणांनी आकडा सांगितला.

कृष्णचंद्र निर्विकारपणे म्हणाले,

''माझी एका दिवसाची कमाई एवढी असायची.''

दिवाणांनी 'आ' वासला.

कृष्णचंद्र म्हणाले,

''मिस्टर दिवाण, तुमचं नाव अख्ख्या महाराष्ट्राला माहीत आहे. माझं नाव संपूर्ण भारताला माहीत आहे.''

''मग मला कसं माहीत नाही?''

''मी वेगवेगळी नावं धारण करतो. पॉश लोकॅलिटीत राहतो. विमानाने प्रवास करतो. फाईव्ह स्टार्समधून उतरतो. फॉरेनला केव्हाही जातो-येतो.''

''व्यवसाय?''

''फक्त पिकपॉकेटिंग?''

''काय सांगता?''

''सगळ्या फॅक्टस् सांगतोय. म्हणूनच हात बदलले गेले म्हटल्यावर मला धक्काच बसला.''

''मलाही. तुम्ही उतरलात कुठे?''

''कऱ्हाडला.''

''मग काय केलंत?''

''स्पेशल टॅक्सी करून तुमचा पाठलाग केला.''

''माझा?''

''म्हणजेच त्या बसचा.''

''कोल्हापूरला आलात?''

''कोल्हापूरच कशाला, तुमच्या हॉटेलपर्यंत आलो. फंक्शनला पण आलो.''

''मग?''

''तुमची लोकप्रियता पाहिली. भाषण ऐकलं. वैभव पाहिलं. तुम्ही राजरोस वावरता ह्याचा हेवा वाटला आणि...''

''आणि काय?''
''ठरवलं, असं जगायचं.''
''म्हणजे?''
''पैसा मुबलक मिळाला. आता नाव कमवायचं.''
''म्हणजे काय?''
''डोण्ट गेट एक्साइटेड. माझी योजना ऐका; आणि त्यापूर्वी ही फाईल बघा.''
कृष्णचंद्राने सॅमसोनेट ब्रीफकेसमधून एक फाईल काढली. दिवाणांना दिली. दिवाण अवाक झाले. ज्या कथानकाच्या जोरावर त्यांना साहित्य अकादमीच्या गौरवाची अपेक्षा होती, तेच कथानक समोरच्या फाईलमध्ये अवतरलेलं. कथानक तेच पण त्यात सफाई नाही.
दिवाण थरथरत उभे राहिले.
''ह्याचा अर्थ काय? हे माझं कथानक. साहित्य अकादमीचं बक्षीस...''
कृष्णचंद्र हसत म्हणाला,
''आयुष्यात मी हातात पेन धरलं नाही, पण आपोआप सगळं सुचायला लागलं. तुमच्याइतकी सफाई नाही, पण सरावाने कदाचित...''
''नो, नेव्हर, नॉट ॲट ऑल! बापजन्मी तुला ते साधणार नाही. मी पोलीस...''
''गेल्या पंचवीस वर्षांत मी सापडलो नाही कुणाला तुम्हांला आंतरराष्ट्रीय कीर्तीच्या पॉकिटमारचे हात लाभले आहेत हे लक्षात घ्या. त्याप्रमाणे साहित्य अकादमीच्या पैशातून मर्सिडीज घेता येत नाही हेही लक्षात ठेवा.''
''मर्सिडीज गेली जहान्नममध्ये.''
तेवढ्यात सौ. दिवाण बाहेर आल्या. नको तेव्हा मध्ये बोलण्यात तिची हयात गेलेली. त्याचप्रमाणे नवऱ्याच्या लौकिकापेक्षा, प्रतिमेपेक्षा पैसा प्यारा असलेली सामान्य स्त्री. तिने केवळ नजरेनेच कृष्णचंद्राच्या बाजूने कौल दिला.
कृष्णचंद्र पुढे आला आणि दिवाणांना म्हणाला,
''मला उजळमाथ्याने वावरायचं आहे, तुम्हांला पैसा हवाय.''
''मला पैसा नकोय.''
''तुमच्या बायकोला हवाय.''
''मी तिला मानत नाही.''
''हे कसं शक्य आहे? बायकोचा आवाज बंद करायचा असेल तर लेखणी चालवून ते जमत नाही. सुरी, चाकू, कात्री चालवायची हिंमत पाहिजे. जाना देव! दिवाणजी, प्रथम त्रास होईल, पण दारात गाडी येईल.''
दिवाण ओरडून म्हणाले, ''मला गाडी नको, लेखणी परत हवी. तू चालायला लाग.''

''काम झालं की जाईन.''

''बोल एकदा आणि काळं कर.''

कृष्णचंद्र शांतपणे म्हणाला, ''तुमच्यासाठी आलो. माझ्यासाठी नाही.'' असं म्हणत त्याने दुसरी ब्रीफकेस दिवाणांसमोर ठेवली.

''काय आहे?''

''हात बदललेच आहेत, पण नुसतं तेवढं पुरेसं नाही. ह्यात माझी सगळी इम्पॉर्टंट किटस् आहेत. टूलबॉक्स. ओ.के?''

✧

टक्कल पे शक्कल

आटपाटनगर होतं. तिथं राजा होता. आटपाट नगराच्या राजाजवळ नेहमीच एक हुशार, कर्तव्यदक्ष प्रधान असावा लागतो. तसा तो ह्या राजाच्या पदरीपण होता. त्याशिवाय नगरीचा राज्यकारभार केलाच पाहिजे असं त्या राजावर मुळीच बंधन नव्हतं. त्या नगराचा कारभार आपोआपच चालत असे.

तो कसा?

तर त्या नगराची लोकसंख्या इतकी अफाट होती, की केवळ संख्येच्या शक्तीवरच कारभार आपोआप चालायचा. त्याशिवाय दरवर्षीच्या बजेटमध्ये किती नवीन-नवीन वस्तूंवर कर बसवता येतील, ह्याच्या आकर्षक योजना प्रधानजींच्या डोक्यात तयार असत.

ते नगर शेतीप्रधान म्हणून ओळखलं जात होतं. ज्या कारणासाठी आपण ओळखले जातो, ती गुणवत्ता आपल्याजवळ असायलाच पाहिजे असा दंडक नव्हता. जनतेला जो धान्यपुरवठा करायचा, ते धान्य नगराच्या हद्दीतच उगवलं पाहिजे हा संकुचित विचार त्या नगराला कधीच शिवला नव्हता. शेती करणाऱ्या माणसाला ज्या सवलती जाहीर केल्या होत्या, त्यात मुख्य सवलत शेती केलीच पाहिजे असं नाही, हीच होती. धान्यपुरवठा करण्यासाठी अनेक देश सज्ज असताना, स्वत:च्या शेतकऱ्यांच्या मागे उत्पादनाचा लकडा लावण्याचा छळ राजाला मंजूर नव्हता. दूरदर्शनवर शेतकरी शेतीबद्दल बोलला की तेवढं पुरेसं होतं. शेतकऱ्यांना आणखीन बऱ्याच सवलती होत्या. विहिरी खणण्यापासून खणलेल्या विहिरी बुजवण्यापर्यंत सगळ्या कामांसाठी मजुरांची सोय होती. पण त्याच वेळेला विहीर खणली वा बुजवली पाहिजे असं जीवघेणं बंधन नव्हतं. केव्हातरी, कुठल्यातरी पोटनिवडणुकीत दिलेलं कर्ज माफ होत असे.

पुढाऱ्यांची पोटं निवडणुकीत मतं दिली की भरत होती आणि मतं देणाऱ्यांची पोटं भरायची कशी, हे निवडून आल्यावर पुढारी ठरवत होते.

धान्य लागतंच कशाला?

निसर्गालाही हे मंजूर होतं. कारण एका वर्षी बेदम पावसापायी ओला दुष्काळ तर पुढच्या वर्षी कोरडा दुष्काळ. तरीही नगर प्रगतिपथावर होतं.

पूर्वी दूरदर्शनवर, कृष्णधवल रंगात दुष्काळ बघावा लागत होता. पण आता टीव्हीवर रंगीत दुष्काळदृश्यं बघायला मिळत होती. राजाने प्रजेसाठी आणखीन काय करायचं?

औद्योगिक भरभराट तर वेड्यासारखी चालली होती. त्यापायी हवेत प्रदूषण वाढत्या प्रमाणात झालेलं रोज जाणवत होतं, पण त्यामुळेच नागरिकांची सहनशक्ती, प्रतिकारशक्ती वाढत होती. त्यांना कोणतीही हवा मानवत होती. शुद्ध हवेचे चोचले पुरवण्याची मुळीच गरज नव्हती.

गोगलगाईला आपण फार घाई करतो आणि चंचल आहोत असं वाटावं इतक्या संथ गतीने सरकारी कचेऱ्यांतील कामं चालत. घाई झाल्यामुळे किंवा वेगाने कामाचा फडशा पाडायला निघाला आणि म्हणून काम बिघडलं, असा एकही कलंक लागेल असं राज्यात घडलं नव्हतं.

कोर्ट दरबारातही म्हणूनच हजारो खटले, पंचवीस-पंचवीस वर्षं निकालाशिवाय कुजत पडले होते. निर्णयाची वाट पाहून, अशिलांनी आपण होऊन एकमेकांत कंटाळून समझोता करावा, हाच त्यामागे शुद्ध हेतू होता.

कृती काय, घडून जाते. ती कधी चांगली असते, कधी वाईट असते. हेतू महत्त्वाचा. असंख्य नागरिकांत प्रत्यक्ष कृती करणारे काही उतावीळ नागरिक असण्याची शक्यता डावलता येत नाही.

उतावीळ माणूस योग्यच कृती कशावरून करील? - म्हणून हेतू महत्त्वाचा! एवढ्यासाठीच एखाद्या माणसाने घरंदाज, सुविद्य माणसाचा खून केला तर त्याच्या कृतीवरून हेतू ठरविण्याची चूक कोर्टाकडून होऊ नये ह्याबद्दल शासन जागरूक होतं.

ह्याचं चालतं बोलतं उदाहरण म्हणजे मानसिंगचा खटला. युनिव्हर्सिटीच्या कुलगुरूचा त्याने चुकून खून केला. सव्वासहा फूट उंचीचा, पावणेदोनशे पौंड वजनाचा माणूस, बॉलपेनच्या झाकणाच्या आकाराएवढ्या किरकोळ काडतुसाने मरू शकतो ह्यावर मानसिंगचा विश्वासच बसेना. मानसिंगने कुतूहल शमविण्यासाठी गोळी झाडली. तेवढ्याचं निमित्त करून कुलगुरूने मरायचं कारण नव्हतं. ह्याला काय मॅच्युरिटी म्हणतात?

मानसिंगला फाशीची शिक्षा झाली. हायकोर्टात ती जन्मठेपेवर आली; तर सुप्रीम कोर्टात मानसिंगला फक्त एक हजार चाबकाचे फटके मारावेत असं ठरलं. गुन्हा किंवा खून अजाणतेपणी होतो. न्याय विचार करून द्यायचा असतो. तिथं शिक्षा ठरवून दिली जाते. शिक्षा करणं हाही गुन्हाच नाही का? स्वत:ला कायदेपंडित

म्हणवणाऱ्यांनी क्रूर शिक्षा सांगणं हाच एक गुन्हा आहे; असा युक्तिवाद करून मानसिंगने राष्ट्रपतींकडे अर्ज केला. त्यात आसुडासाठी दोरी वापरणं क्रौर्य आहे हा युक्तिवाद मान्य झाला आणि मानसिंगला रोज दोन तास ह्याप्रमाणे पाच वर्षं गुदगुल्या करून हैराण करावं असं ठरलं. शास्त्रोक्त पद्धतीने, परदेशात गुदगुल्या कशा करतात ह्याचं प्रशिक्षण घेण्यासाठी आठ पोलीस ऑफिसर्स जर्मनीला तीन वर्षांच्या कोर्ससाठी रवाना झाले. ते अधिकारी परत येईपर्यंत मानसिंगला कच्च्या कैदेत ठेवण्यात आलं. मग कुणीतरी पुन्हा राष्ट्रपतींवर वजन आणलं तेव्हा मानसिंगला पॅरोलवर सोडण्यात आलं.

आटपाटनगर असं सतत प्रगतिपथावर होतं. विचार पक्के असल्याशिवाय प्रगती होत नाही. पूर्वी 'पाचामुखी परमेश्वर' असं म्हणत असत. परमेश्वर म्हणजेच काय? तर परमेश्वर म्हणजे 'परफेक्शन'. पाच मुखं म्हणजे काय? - तर प्रगतीच्या शिखरावर पोहोचलेली पाच राष्ट्रं. थोडक्यात म्हणजे 'पाचादेशी परफेक्शन'. म्हणूनच आटपाट नगरातले मंत्री सातत्याने जपान, जर्मनी, अमेरिका, रशिया, फ्रान्स ह्यांसारख्या परराष्ट्रांत विचारविनिमय करण्यासाठी जात असत.

शहराचा पाणीपुरवठा, वीजपुरवठा, रॉकेलपुरवठा सुधारायचा कसा हे परराष्ट्रात गेल्याशिवाय समजायचंच नाही. नंतर नंतर तर नुसतंच 'पुरवठा' सुधारण्यासाठी काही मंत्र्यांना अमेरिकेला पाठवण्यात आलं. कोणत्या वस्तूचा पुरवठा, ते मागाहून जाहीर करण्यात येईल असं सांगण्यात आलं. शेवटी पुरवठा, पुरवठा म्हणजे तरी काय?- टंचाईचा नाश म्हणजे पुरवठा!

परदेशी जाण्यासाठी नगराने सतत मंत्र्यांचा पुरवठा करायचा आणि परदेशांनी विचार पुरवायचे. अर्थात ह्यासाठी फार खर्च करावा लागत असे. सरकारी तिजोरीवर पडणारा ताण विलक्षण होता. नवे कर बसवण्यासाठी आता वस्तूही शिल्लक राहिल्या नव्हत्या. पण राजाचा आपल्या मंत्रिमंडळावर आणि प्रधानजींवर फार विश्वास होता.

कर बसवता येईल अशी नवी वस्तू आगामी वर्षाच्या बजेटसाठी प्रधानजी नक्की सुचवतील अशी राजाला खात्री होती. 'तातडीने भेटावे' असा खलिता राजाने प्रधानजींना सकाळी-सकाळीच पाठवला होता.
प्रधानजी आले. राजा आणि प्रधानजी एका खास दालनात गेले.
हातातील फाईल समोर ठेवीत प्रधानजी म्हणाले, ''महाराज, योजना तयार आहे.''

राजाने हुरूपाने विचारलं, ''नवी वस्तू सापडली?''
''हो महाराज!''
''कुठं होती?''
''हाताच्या अंतरावर.''
''म्हणजे?''
''महाराज, विचार करण्यासाठी आम्ही डोकं खाजवीत होतो...''
महाराज मंद हसले.
प्रधानजी म्हणाले, ''आम्ही सरदारजी म्हणून...''
''तसं असतं तर आम्ही तुम्हांला मुख्य प्रधान केलं असतं का? आपलं आटपाटनगर अजूनही टिकून आहे, त्याचं कारण हे निधर्मी राज्य आहे. ह्याला एकमेव पुरावा आपलं मंत्रिमंडळ, महाराष्ट्रातील मराठी माणूस वगळून सर्व प्रांतातले, सर्वधर्मीय नागरिक आपण मंत्रिमंडळात घेतले आहेत. आपला राष्ट्रपती परप्रांतीय. मेयर, शेरीफ, न्यायाधीश सगळेच परप्रांतीय.''
''पण म्हणूनच महाराज, मराठी माणूस...''
''वा, प्रधानजी, मराठी माणूस हे आपल्या नगराचं वैभव आहे. मराठी माणूस जेव्हा अशिक्षित किंवा कमी शिकलेला असतो, तेव्हा तो वकूब ओळखून गप्प बसतो आणि तो जेव्हा विद्वान, मोठा पदवीधर होतो तेव्हा भोवतालचं अराजक पाहून उदासीन होतो, निष्क्रीय बनतो आणि उत्तम टीकाकार होतो. अधूनमधून अनुदानं, पारितोषिकं देत राहिलं की तेवढ्यावर खूश राहतो. राजसत्तेपासून विद्वानांनी लांबच राहण्यात विद्वत्ता आहे असं ते मानतात. ह्यातून जे उरतात ते आयुष्यभर एकमेकांचे पाय ओढतात. म्हणून आम्हांला तुम्ही जवळचे वाटता. तेव्हा नवी योजना सांगा.''
प्रधानजी म्हणाले, ''महाराज, जे उत्पन्न लपवता येत नाही, नाकारता येणार नाही, अशी एक चीज आम्ही शोधून काढली आहे.''
''काय सांगता?''
''महाराज, ह्या योजनेतून स्वत: इन्कमटॅक्स कन्सल्टंटपण सुटणार नाहीत.''
''वा!''
''इतकंच नव्हे तर सगळ्या कन्सल्टंट्सना त्यांची ऑफिसं बंद करावी लागतील.''
''ती का?''
''कोणत्याही नागरिकाला जर उत्पन्न लपवताच आलं नाही तर इन्कमटॅक्स कन्सल्टंट काय करणार ते सांगा.''
''प्रधानजी, स्वत:ची सगळी प्रॉपर्टी माणूस आपल्याबरोबर सतत बाळगतो काय?''
''ही प्रॉपर्टी अशीच आहे.''

राजा उतावीळपणे म्हणाला, ''आम्हांला तातडीने सांगून टाका तुमची योजना.''
प्रधानजी म्हणाले, ''महाराज, आम्ही माणसांना पडणाऱ्या टकलावरच यंदा करआकारणी सुचवीत आहोत.''
राजा विलक्षण प्रसन्न होत म्हणाला, ''वा प्रधानजी! आम्ही तुम्हांला मानतो ते उगीच नाही.''
राजा असं म्हणाला खरं, पण पुढच्याच क्षणी तो भानावर येत म्हणाला, ''प्रधानजी, तुम्हांला डोकं नाही. खुद्द माझाच गळा कापला काय?''
''का? काय झालं?''
''आम्हांलाच भरघोस टक्कल आहे हे विसरलात काय?''
''टॅक्स भरण्याच्या बाबतीत महाराजांवर कसलं बंधन आलंय?''
''असं कसं म्हणता?''
''महाराज, कोणत्या तरी एका नगराचा राष्ट्रपती पाच-दहा वर्षं टॅक्स भरायला विसरला होता. त्या सवलतीचा तुम्हांलाही फायदा घ्यायला काही हरकत नाही.''
राजा म्हणाला, ''कोणत्या तरी देशात असं घडलं की त्याचा किती मॉरल सपोर्ट वाटतो नाही का?''
''तेव्हा महाराजांनी स्वत:च्या टकलाचा विचार करू नये. माझी योजना कशी वाटली ते सांगावं.''
''प्रधानजी, ह्या योजनेचे फायदे, त्यातल्या उणिवा, जमेची बाजू ह्या सगळ्या बाबी आमच्यासमोर सादर करा. राज्ययंत्रणेवर कोणीही पळवाटा शोधून 'केस' करता कामा नये.''
प्रधानजी म्हणाले, ''केसांशीच डायरेक्ट संबंध असल्यामुळे ह्याबाबतीत कमजोर 'केस' उभीच राहणार नाही.''
''तुम्ही सर्वांगीण विचार केलात ना?''
प्रधानजी म्हणाले, ''महाराजांनी ऐकावं. टकलांवर टॅक्स सुचवण्यापूर्वी मी मूलभूत विचार केलेला आहे.''
''मला त्याची खात्री आहे.''
''कोणताही नवा कर लादला किंवा जुन्या करामध्ये वाढ सुचवली की नगरातली मूर्ख जनता एक वेडगळ अपेक्षा बाळगते.''
''उदाहरणार्थ?''
''महाराज, टेलिफोनवर टॅक्स वाढवला की नागरिकांना वाटतं आता टेलिफोन खातं सुधारायला हवं. राँग नंबर्स येता कामा नयेत. ट्रंककॉल्स झटपट लागले पाहिजेत. टेलिफोन ऑपरेटर्सनी माणुसकीने आणि मार्दवतेने वागलं पाहिजे. टेलिफोन बिघडता कामा नये, महिनो न् महिने बंद असलेल्या फोनची बिलं भरायची पाळी

येता कामा नये, टेलिफोन दुरुस्त करायचं नाटक करणाऱ्या कर्मचाऱ्यांना लाच देण्याची पाळी येता कामा नये, असल्या अवास्तव आणि अमानुष अपेक्षा नागरिक करतात.''

राजा चिडून म्हणाला, ''प्रधानजी, अशा सगळ्या राजद्रोह्यांना त्यांचे टेलिफोन्स परत करायला सांगा.''

''ते संबंधित मंत्र्यांनी सांगितलंच आहे.''

''छान झालं. पुढे सांगा.''

''महाराज, याच पद्धतीने, व्हील टॅक्स वाढवला की रस्त्यावर एकही खड्डा दिसता कामा नये अशी मूर्ख अपेक्षा नागरिक करतात.''

राजा आणखीन चिडून म्हणाला, ''माणसांच्या अपेक्षा दिवसेंदिवस वाढतच आहेत. आज हे नागरिक 'रस्त्यावर एकही खड्डा दिसता कामा नये' असं म्हणतात, उद्या हीच माणसं 'शेतातही खाचखळगे दिसता कामा नयेत' असली बेशरम मागणी करतील.''

''शक्यता आहे.''

''मग काय करायचं?''

''महाराजांनी घाबरू नये. ज्याप्रमाणे 'टेलिफोन वापरू नका' असं एका मंत्र्याने सांगितलं त्याप्रमाणे पुन्हा एका मंत्र्याला 'रस्तेही वापरू नका' असं सांगायला लावायचं.''

राजा म्हणाला, ''ही घोषणा तातडीने करायला लावा.''

''लावतो.''

''आणखीन काही सूचना एकदमच करायला सांगा. तेही तातडीने.''

''महाराजांनी हुकूम करावा.''

''ज्या नागरिकांची अपेक्षा अशी असेल, की प्रत्येक स्टेशनवरून प्रत्येक गाडी वेळेवर सुटावी, स्टेशन्स स्वच्छ असावीत, गाडीतल्या कंडक्टर्सनी पैसे खाऊन बर्थ्स विकू नयेत, त्या नागरिकांनी रेल्वेचा प्रवास सोडून द्यावा. एस.टी. वर राग आहे त्यांनी एस.टी. वापरू नये. घरात चोवीस तास पाणी हवं असं ज्यांना वाटतं, त्यांनी मालकीच्या विहिरी खणाव्यात. हाउसिंग बोर्डाच्या इमारतींच्या बांधकामाचा दर्जा सुधारावा असं वाटतं, त्यांनी जंगलात जाऊन पर्णकुटी बांधावी किंवा सरळ झोपडपट्टीत राहायला जावं. प्रत्येक गोष्टीचं खापर आमच्या डोक्यावर फोडलेलं आम्ही सहन करणार नाही. त्याचप्रमाणे...''

''ही नवी करयोजना अमलात आली की सरकारच्या डोक्यावर खापर फुटणारच नाही. कारण प्रत्येक नागरिक स्वतःच्या टकलाला त्याचा तोच जबाबदार राहील. स्वतःच्या टकलाचं खापर दुसऱ्यावर फोडून काय फायदा?''

''प्रधानजी, ह्या योजनेबद्दल खरोखरच आम्ही तुमचा सत्कार करू. मुळातच तुम्हांला हे असं काही सुचणं हा आम्हांला एक चमत्कार वाटतो.''

''त्याचं असं झालं, आम्ही असा विचार केला की कर बसविण्यासाठी नव्या योजना शोधून काढणारा मेंदू माणसाचाच असतो आणि त्यातून सुटका करवून देणारा मेंदू माणसाचाच असतो. पण टकलाचा आणि मेंदूचा इतका घनिष्ट संबंध आहे की टकलापासून म्हणजेच टॅक्सपासून मेंदूला पळवाट शोधता येणार नाही.''

प्रधानजी आणि राजा ह्यांची चर्चा चालू असतानाच राजाचा आचारी नेहमीप्रमाणे ग्लासभर दूध घेऊन आला. त्याच्याकडे लक्ष जाताच राजा गडबडला. ग्लास ठेवून आचारी निघून गेला. त्याबरोबर राजा म्हणाला, ''प्रधानजी, तुमच्या योजनेत काही अर्थ नाही. ती बजेटची फाईल जाळून टाका.''

प्रधानजी गोंधळले.

''महाराज...''

''एक अक्षर बोलू नका. ही योजना तयार करताना तुम्ही माझ्या गरीब, निष्पाप प्रजेचा मुळीच विचार केला नाही.''

''मी त्याचाच विचार अगोदर केला. कुटुंबनियोजनाची योजना जाहीर केल्यापासून विचारवंतांनी, बुद्धिवंतांनी कधीच त्याचं पालन करायला सुरुवात केली आहे. अत्यंत हुशार, कर्तबगार नागरिक देशाला देण्याची ज्यांची क्षमता आहे ते प्लॅनिंग करत आहेत, ज्यांना आणखीन एक अपत्य सहज परवडलं असतं त्यांनी संयम पाळला आहे आणि झोपडपट्टीतली अडाणी प्रजा झुरळासारखी वाढत आहे. म्हणूनच आम्ही सर्व कर माफ करून फक्त बाळंतकर नावाचा नवीन पण एकच कर सुचवणार होतो. मूल जन्माला आल्याबरोबर एक हजार रुपये बाळंतकर भरायचा अशी ती योजना होती. एका मिनिटाला एक मूल इतका जरी कमीतकमी वेग धरला तरी महाराज, बावन्न कोटींच्या वर वार्षिक उत्पन्न होतं, पण केवळ गरिबांचाच विचार करून...''

''प्रधानजी, ही इतर वटवट बंद करा. माझ्या एकाच प्रश्नाचं मला उत्तर द्या. आम्हांला टक्कल आहे आणि इथं आता येऊन गेलेल्या आचाऱ्यालाही आहे. आम्ही दोघांनी आता सारखाच कर भरावयाचा काय?''

प्रधानजी म्हणाले, ''त्याच्यावर आम्ही प्रथमच विचार केला आहे. टकलामध्ये पण मी अनेक सवलती जाहीर केल्या आहेत. मागासलेलं टक्कल, वीकर सेक्शन टक्कल, दलित टक्कल, ग्रामीण टक्कल ह्या सवलतीप्रमाणे अनेकांना करमुक्त करण्यात येईल.''

''तेवढ्याने धोका टळत नाही.''

''कसला धोका?''

''प्रधानजी, ए टू झेड सगळे छोटे-मोठे उद्योगपती...''
''नावं सांगा.''
''अगदी आपले ते झारपकर, ह्यात मफतलाल, सारडा, टाटा, बिर्ला सगळे आले. हे सगळे आपलं नगर सोडून जातील. कारण त्या सगळ्यांपैकी अनेकांना टक्कल...''
''तसं होणार नाही. कारण एकच, पूर्वी टक्कल हा चेष्टेचा विषय होता. पण टकलावर टॅक्स बसवला असल्यामुळे टक्कल हा प्रतिष्ठेचा विषय होणार आहे.''
प्रधानजीने एवढं सांगितलं, तरीही राजाच्या चेहऱ्यावर समाधान दिसत नव्हतं. जरा वेळ थांबून राजा म्हणाला, ''मला विचार करू दे, मग सांगतो.''
''काही शंका...''
''गावात शिरगणती झाली?''
''होय महाराज.''
''झोपडपट्टीला संरक्षण मिळालं?''
''कधीच! अमुक एक झोपडी जरी कालच बांधलेली असली तरी कोणत्याही जे.पी. चं झोपडी इथं गेली पाच वर्षं आहे असं सर्टिफिकीट...''
''तरीही शिरगणती करा.''
''म्हणजे...''
''म्हणजे टक्कलगणती.''
''का पण?''
''भरपूर केसवाल्यांची संख्या टक्कलवाल्यांपेक्षा जास्त भरली तरच निवडणुकीत आपल्याला यश मिळेल, हे विसरता.''
''त्यासाठी दुसरा ठराव पास करून घेतोय महाराज. ज्याप्रमाणे मतदान करण्याचा अधिकार अठरा वयापूर्वी कुणाला मिळत नाही, त्याचप्रमाणे साठी उलटल्यावरही तो अधिकार कुणाला राहणार नाही.''
''का?''
''साठी बुद्धी नाठी अशी मराठीत म्हण आहे आणि हिंदू धर्माप्रमाणे ते वय वानप्रस्थाश्रमात जाण्याचं आहे. त्या धर्माचा हा संकेत जर आपण सांभाळला तर ह्या निधर्मी राज्यातही आपली रूढी सांभाळली गेली ह्याच्या आनंदात अधिकार गमावल्याचं दुःख कुणाला जाणवणार नाही!''
''आलं लक्षात!''
राजाची कळी खुलली.
''असं केलं की केसवाल्या नागरिकांचं प्रमाण आपोआप वाढेल की नाही?''
राजाने प्रधानजींना टाळी दिली आणि म्हणाले, ''आठ तज्ज्ञांचं मंडळ जिनिव्हाला

पाठवा. तिघांना आफ्रीकेला पाठवा. तुम्ही स्वत: मादागास्करला जा आणि आमची स्वत:ची, आमच्या नऊ राण्यांसह जपानला जाण्याची सिद्धता करा.''

''कशासाठी?''

''काही माणसांना पुढून मागे टक्कल पडत जातं तर काहींना मागून पुढे. त्या सर्व प्रकारांचा अभ्यास करण्यासाठी जगातल्या वेगवेगळ्या ठिकाणी जायला हवं. पुढच्या महिन्यात आपल्याच नगरात शिखर परिषदेप्रमाणे 'टक्कल परिषद' भरवा. विमानतळापासून परिषदेच्या हॉलपर्यंत, दुतर्फा सलामी देण्यासाठी संपूर्ण टक्कल पडलेले पाच हजार नागरिक निवडून काढा.''

''खर्च फार येईल.''

''बचत रोखे योजनेच्या धर्तीवर 'टक्कल रोखे' विकायला काढा. ज्यांना भरपूर केस आहेत अशांचे विमे उतरवा आणि उद्याच्या उद्या सगळ्या योजनेसहित पुन्हा ह्याच वेळेला भेटायला या.''

''महाराज, उद्या बकरी-ईदची सुट्टी आहे.''

''अरे हो, सांगायचं राहिलंच, उद्याची सार्वजनिक सुट्टी कॅन्सल करा.''

प्रधानजी लगेच म्हणाले, ''महाराज, पुष्कळ दिवस सांगायचं राहून गेलं होतं ते सांगतो, जाहीर केलेली सुट्टी शासनाने तडकाफडकी रद्द करू नये.''

''का?''

''रविवारला जोडून सुट्टी आली की महिनो न् महिने नागरिकांनी काही कार्यक्रम ठरवलेले असतात. तास न् तास रांगेत उभं राहून नाटका-सिनेमाची आणि त्याहीपेक्षा रेल्वेची, एस.टी.ची तिकिटे मिळवलेली असतात. त्यांचं जीवन फार विस्कळीत होतं. ज्या जमातीचा तो सण आहे त्यांना आपण हव्या तेवढ्या सुट्ट्या देऊ, पण इतरांचं फ्रस्ट्रेशन वाढवू नका.''

राजा म्हणाला, ''जनतेची काळजी करू नका. बकरी-ईदच्या सुट्टीवर अवलंबूनच राहायचं नाही, असं अनुभवाने जनता शिकेलच आणि म्हणूनच पाच मंत्र्यांची एक तुकडी तातडीने मिडल ईस्टला पाठवा. बकरी-ईदचा दिवस मागंपुढं का होतो, ह्याचा त्यांनी अभ्यास करावा.''

टकलावर टॅक्स जाहीर झाल्याबरोबर नगरात प्रचंड गोंधळ उडाल्यास नवल नव्हतं. सर्वांत प्रथम एक प्रचंड मोर्चा निघाला तो टक्कलवाल्यांचाच. ऐन माध्यान्ही तो मोर्चा निघाल्यामुळे हजारो सूर्य पृथ्वीतलावर अवतरल्यासारखं वाटलं. त्या मोर्चाच्या अग्रभागी 'केसाने गळा कापला, प्रधानजींनी खिसा कापला' असा फलक होता. टक्कलवाले संपावर गेले. कारखाने बंद पडले. दुकानांची रोलिंग शटर्स उघडलीच नाहीत. टक्कल असून प्राप्ती नसलेल्या नागरिकांच्या झुंडीच्या झुंडी नगराबाहेर

जाऊ लागल्या. सवलती जाहीर झाल्या, पण त्याचं स्वरूप अतिशय किचकट होतं. फायनान्शियली वीकर टक्कलवाल्यांची अर्ज करण्यासाठी झुंबड उडाली. करमुक्त होण्यासाठी एकूण नऊ वेगवेगळे अर्ज होते. त्या प्रत्येक अर्जाच्या पाच-पाच प्रती कराव्या लागत असत. एक कलेक्टर ऑफिसात, एक इन्कमटॅक्स ऑफिसात, एक कॉर्पोरेशनमध्ये, एक एल.आय.सी आणि एक स्थळप्रत. ज्यांना जन्मत:च केस कमी होते, त्यांना तशा मजकुराचं एक सर्टिफिकेट शाळेच्या मुख्याध्यापकांकडून, तीन सर्टिफिकेटस् शहरातल्या तीन नामवंत हेअर कटिंग सलून्सच्या चालकांकडून, अर्जदाराच्या वडिलांचं डोमेसाईल सर्टिफिकेट ह्यासहित करमाफीसाठी अर्ज करावा लागणार होता. प्रत्येक अर्जाबरोबर अर्जदाराचे पाच फोटो जोडावे लागत. एक फोटो समोरून, एक मागून, दोन फोटो डावी-उजवी बाजू दाखवणारे आणि एक वरून. त्याशिवाय प्रत्येक अर्जदाराला स्वत:च्या रक्तगटाचं सर्टिफिकेट जोडावं लागत असे. कोणत्या ब्लड ग्रुपच्या माणसांत टकलांचं प्रमाण जास्त आहे, ह्याचा नंतर अभ्यास करायचा होता. सलूनवाल्यांच्या सर्टिफिकेटस्साठी सरकारमान्य सलून्स उघडण्यात आली.

आटपाट नगरीचे नागरिकदेखील कमी हुशार नव्हते. त्यांनी दाढीमिशा ठेवायला सुरुवात केली आणि पंजाबी माणसाप्रमाणे फेटे वापरायला प्रारंभ केला. त्यामुळे टक्कलवाले पंजाबी कुठले, शक्कलवाले कुठले पत्ता लागेना. नागरिकांत पंजाबी जमातीची माणसं एकदम कशी वाढली, हे प्रधानजींना कळेना. एकमेकांना टोप्या घालणारी माणसं स्वत:च टोप्या वापरू लागली. ब्युटी पार्लरकडे बायकांपेक्षा पुरुषांची रांग वाढू लागली. माणसं केसांचे टोप वापरायला लागले. खरे केस कुणाचे ते कळेना.

केशवर्धक औषधांचा सुळसुळाट झाला. फोटोग्राफर्सचा धंदा तेजीत आला. प्रत्येक माणसाला पाच-पाच फोटो काढून घ्यावे लागत होते. त्यातून काहींनी पळवाटा शोधल्या. काही माणसं तीनच फोटो काढायला सांगत. मागचा आणि पुढचा काढावाच लागे. पण डाव्या फोटोची निगेटिव्ह उलटी वापरून एका फोटोची बचत सुरू झाली. वरून सगळ्यांची टकलं सारखीच दिसत. एकच फोटो मग बऱ्याचजणांना उपयोगी पडू लागला.

आणि थोड्याच दिवसांत नगरात प्रचंड आंदोलन माजलं. टक्कलवाले आणि केसवाले ह्यांच्यात दुफळी माजली. टोप वापरणाऱ्या टक्कलवाल्यांचे टोप तरुणांनी पळवले आणि हुतात्मा चौकात त्या केसांची होळी पेटवण्यात आली. ज्यांना खरेखुरे केस होते त्यांच्या खरेपणाची टक्कलवाल्यांना शंका येऊन ते त्यांचे केस मुळासकट उपटून बघायला लागले. अनेक डोकी रक्तबंबाळ व्हायला लागली.

राजाने तातडीने प्रधानजींना बोलावलं.

''प्रधानजी, असला बिनडोक सल्ला तुम्ही द्याल असं आम्हांला वाटलं नव्हतं. ह्या योजनेतून तुम्हांला काय सांगायचं होतं?''

प्रधानजी एकदम गंभीर झाले आणि म्हणाले, ''महाराज, सांगायची गोष्ट फार वेगळी आहे. नागरिक टॅक्स भरावा लागतो म्हणून हैराण झालेले नाहीत. नगराची सुधारणा आणि भरभराट व्हायला हवी असेल तर कोणता ना कोणता कर भरावा लागणारच हे तत्त्व सगळ्यांना मान्य आहे. प्रत्येक गोष्टीचा अतिरेक झाला की कुणाचीही सहनशक्ती संपते.''

''नागरिकांना नक्की काय हवंय?''

''त्यांच्यावर कुणी तरी, आणि कुणी तरी म्हणजेच शासनाने विश्वास ठेवायला हवाय. इथं प्रत्येक नागरिकाकडे संशयाने पाहिलं जातं. एव्हरी सिटीजन इज ट्रीटेड अ‍ॅज अ स्काउंड्रल, अनलेस ही प्रूव्हज् अदरवाइज. सगळीकडे हे चाललंय. 'अ' काम करणार नाही म्हणून त्याच्यावर लक्ष ठेवायला 'ब' ची योजना. नेमून दिलेलं काम 'ब' नीट करणार नाही म्हणून त्याच्यावर 'क' ची देखरेख, 'ब' आणि 'क' एकत्र आले तर काय करायचं? मग 'ड' हा स्पेशल ऑफिसर ऑन ड्यूटी. तरी ह्या सगळ्या माणसांचा भरवसा काय? एकीकडे एकमेकांत संगनमत करायला लागले तर? मग 'इ' नावाची व्हिजिलन्स यंत्रणा. चालले मनोऱ्यावर मनोरे. माणसांच्या ह्या मनोऱ्याखाली पहिला बळी नेमून दिलेल्या कामाचाच पडतो. माणसावरचा विश्वास उडाला की कागद जवळचे वाटतात. मग त्यासाठी शंभर फॉर्म्स भरायचे. त्याच्या दोनशे प्रती करायच्या.''

''मग आता प्रधानजी, संशयाचं निराकरण कसं करतात ते सांगा.''

''संशयाचं निराकरण प्रत्यक्ष कृती करून होतं. नागरिकांना आता कृती हवी आहे. देश कृषिप्रधान असेल वा नसेल. तो 'कृतिप्रधान' व्हायला हवा. प्रत्यक्ष कृती करणाऱ्या माणसाला इतरांचा संशय घ्यायला सवडच सापडत नाही, नाही तर मग निसर्गदत्त गोष्टीकडेही माणसं वेगवेगळ्या नजरेने बघतात. टक्कलवाल्यांना केस असलेल्यांची शंका येते किंवा...''

''समजलो प्रधानजी, पुढे बोला.''

''पुढे काय महाराज? हेच सांगायचंय. आश्वासनांच्या खतावर वाढणारी कागदी रोपं अवर्षणात जळण्यासाठी किंवा अतिवर्षावात वाहून जाण्यासाठीच पिकतात.''

''उपाय सांगा. परदेशात असं का घडत नाही? - ते सांगा.''

''परदेशातील यंत्रणा विश्वासावरच चालते. त्या राज्यात एव्हरी सिटीजन इज अ जंटलमन अनलेस ही बिहेव्ज अदरवाईज असं मानतात.''

राजा क्षणभर विचारात पडला. विश्वासाने जास्त कामं होतात हे त्याला प्रथमच

समजत होतं. पण आता हे सगळं साधायचं कसं?

पण तोही प्रश्न सुटला.

परराष्ट्र आहेत तोवर चिंता कसली?

टाळी वाजवून राजा म्हणाला, ''प्रधानजी, पाच मंत्र्यांची एक कमिटी स्थापन करा आणि त्यांना जगप्रवासाला पाठवा. देशोदेशीचा कारभार विश्वासावर चालतो ना?''

''होय.''

''मग ह्या कमिटीला दुसऱ्या माणसावर विश्वास कसा ठेवायचा, ह्याची पाहणी करून यायला सांगा. तोपर्यंत नगरातल्या सगळ्या टकलांना संरक्षण द्या.''

✧

हसतंय कोण?

कुणीतरी हसलं.
मी मागे वळून पाहिलं. हसणारी व्यक्ती दिसली नाही. मला भास झाला का?
नाही! - हसणारी व्यक्ती कानाजवळच बसली होती.
एस.टी.चा परिसर कोंडवाड्यासारखा.
माणसं, माणसं, माणसं!
कुठेही बसणारी, कुठेही थुंकणारी. बेसुमार सामान प्रवासात बाळगणारी. सारखी कुठून तरी कुठंतरी जाणारी. प्रत्येकाचं काम तो स्वत: गेल्याशिवाय होणार नाही असंच. ह्याच्याऐवजी तो चालेल अशी परिस्थिती नाही.
पण हसलं कोण? अगदी कानाशी?
हा भास नक्कीच नाही.
डार्क निळ्या बुशशर्टमधला तो तरुण पोरगा हसला काय? शक्य आहे. किती डार्क रंगाचे कपडे वापरणं बरं दिसेल हे ज्याला कळत नाही, त्याच माणसाला किती मोठ्यांदा हसायचं नसतं हेही कळणार नाही. समोरच्या माणसाला तो तावातावाने सांगतोय. स्वत:च्या बोलण्यावर स्वत:च हसतोय.
''मी त्याला लोळवतो बघ.''
''कसा?''
''आपल्याला काही कमी नाही बघ. आपला बाप तसा येडपटच आहे. पैसे पाठव म्हटलं की पाठवतो. परवाच त्याने मोटारसायकलसाठी बारा हजार दिले.''
''काय सांगतोस?''
''अरे टाळकं लागतं पैसे काढायला! बाबा आले होते कॉलेज बघायला. प्रथम आले होस्टेलवर. मग म्हणाले, मला तुझं कॉलेज दाखव. मी म्हणालो, खूप चालावं लागेल.''
''काय साल्या बंडल फेकतोस? मागच्या गल्लीत तर कॉलेज.''
''बंडल फेकल्याशिवाय आमचे बाबामहाराज नोटांची बंडलं सोडतात काय

हातातून? बघतोस काय असा? बापाकडून मोटारसायकल मिळवली कशी ते विचार.''

''सांग.''

''होस्टेलच्या मागच्या फाटकातून बापाला रस्त्यावर आणलं. रिक्षा केली. त्याला डोळा मारला आणि कॉलेजकडे ने म्हटलं. रिक्षावाल्याने दहा मिनिटं घुमवलं आणि पुढच्या फाटकातून आम्हांला कॉलेजवर सोडलं. बाबांनी विचारलं, रोज इतकं चालावं लागतं?''

मी म्हणालो, तर काय?- पुढच्या महिन्यात बारा हजार कॅश मिळाली कॅश!''

''मध्या, धिस इज बॅड.''

''तू पैशांची फिकीर करू नको रे! इलेक्शन्स जवळ आल्यात. प्रचाराचं काम आमच्याच पार्टीकडे. माझा बाप पुन्हा पाच-दहा लाख जोडतो की नाही बघ!''

''तरी सांभाळ.''

''तू काळजी करू नकोस. मी यंदा कॉलेज जिमखान्याचा सेक्रेटरी होणार म्हणजे होणार. निवडणूक हा आमच्या बापाचा विक पॉइंट. तो आपल्या कॉलेज इलेक्शनलापण पैसा ओतेल. क्लासमेटस्ना दारू पाजायची तीन-चार हजार खर्च केला तरी खूप झालं. त्याशिवाय जो विरुद्ध जाईल त्याला लंबे करायला आपली गँग आहेच.''

''मध्या, तुला भीती वाटत नाही का रे?''

''कशाची?''

''समज उद्या गंगाराम शिंगरेने तुझ्याविरुद्ध पेपरला काही कमी-जास्त मजकूर दिला आणि तो छापून आला तर...''

''पाच लाखांची अब्रुनुकसानीची फिर्याद ठोकीन. सिव्हिल सूट. म्हणजे खटला चालेल दहा वर्षं. तोपर्यंत गंगारामचे जे पैसे आमच्याकडे शेअर्समध्ये अडकलेत तेही त्याला परत मिळायचे नाहीत. गावोगावच्या वर्तमानपत्रांतून गॅरेंटेड स्पेसवर त्याला दिलगिरी प्रदर्शित करायला लावेन; नंतर फिर्याद काढून घेईन.''

''तू ग्रेट आहेस बाबा!''

तेवढ्यात कुणीतरी पुन्हा हसलं.

कोण हसलं कळलं नाही. मागे वळून पाहिलं तर कुणीच दिसलं नाही.

पाठोपाठ एस.टी. स्टँड झाडायचं नाटक करणारा भंगी झाडू फिरवीत आला. जेमतेम निम्माच कचरा लोटत तो जवळ आला. मी मागं मागं सरकत गेलो.

''इतक्या तडकाफडकी का चाललास?''

''पलीकडे बघ.''

''काय बघ?''

''मंदा, साली भावखाऊ- ह्याच बसमध्ये आहे.''
''तुझं पुढच्या गाडीचं तिकीट?''
''त्या समोरच्या माणसाला विकलं.''
''त्याने कसं घेतलं?''
''त्याला रात्रीच निघायचं होतं. माझं काम आपोआपच झालं.''
''मंदा कुठं जाणार आहे?''
''कऱ्हाडला.''
''तुझी गाडी सांगलीची ना?''
''ओळख काढली. आज रिझर्वेशनवर सुर्वे आहे. मंदाची बातमी त्यानेच दिली. त्याने मंदाच्या सीटवरचं, शेजारचं तिकीट दिलं.''
''अरे पण सांगली...''
''कऱ्हाडला उतरीन. तिथून मिळेल त्या एस.टी.ने सांगली गाठेन.''
''पण एवढा आटापिटा कशासाठी?''
''झक मारीत चार तास शेजारी बसावं लागेल. आज कशी पळेल? तिला आज सगळं ऐकवतो.''
''ऐकव, पण विलासचा विषय काढू नकोस.''
''भले! ते बोलायचं नसेल तर अर्थ काय? विलासची लफडी तिला ऐकवून मी तिला वाचवणार. इट इज माय ड्यूटी टू सेव्ह हर.''
''तुला काय वाटतं, तेवढं ऐकलं की लगेच तुझ्यावर ती प्रेम करायला लागेल काय?''
''आपण आपलं कर्तव्य करायचं.''

पुन्हा हसण्याचा आवाज.
मला तो का ऐकू यावा? एस.टी स्टॅण्डवर बोअर करणाऱ्या गोष्टी कमी असतात काय? मंदा पण चिडल्यासारखी वाटत आहे.
''डॉक्टर काय म्हणतात?''
''अॅपेंडिसायटीस असेल असं वाटलं होतं. ऑपरेशन झालं. पण नंतर डॉक्टरांना शंका आली म्हणून त्यांनी बायोप्सीसाठी सॅंपल पाठवलं.''
''मग?''
''बिनाईन असेल असं वाटलं पण मॅलिग्नंट ठरला.''
''आता?''
''आता वाट पाहायची. दुसरं काय करणार?''
''तुमची आता पळापळ.''

''काय करणार? पळापळ आली म्हणजे श्रीधरमामा आठवतो सगळ्यांना. सविताच्या लग्नात ह्याच बाईने आम्हांला कसं वागवलं होतं त्याच्या आठवणी बुजलेल्या नाहीत.''

''श्रीधर, तुझ्या जागी जर मी असतो तर ह्या माणसाचं मी उभ्या आयुष्यात तोंड पाहिलं नसतं.''

''मी चाललोय ते केवळ अप्पा पोतनीसांकडे पाहून. स्वत:ची बायको आणि पोटची मुलगी एखाद्याला जिणं नकोसं करीत असेल ह्यावर एरवी मी विश्वास ठेवला नसता.''

''त्या मायलेकींना काय हवंय?''

''फक्त पैसा! पोतनीसांचा सगळा इम्पोर्ट-एक्सपोर्ट बिझनेस! फॅक्टरीची मालकी.''

''ती शेवटी त्यांनाच मिळणार ना? ती प्रेम करून मिळवता येत नाही का?''

''गुरुनाथ, माणसाच्या वागण्यापुढे मानसशास्त्र, तर्कशास्त्र आणि आमचा परमार्थ, भक्तियोग कशाचाही पाड लागत नाही. पण तरीही वाटतं...''

''बोल की!''

''देव जागा असतो. नाहीतर ह्या बाईचा साधा ॲपेंडिसायटिसचा विकार कॅन्सरपर्यंत का जावा?''

''तिचीच सेवा करायला तू जाणार?''

''आम्ही प्रवचन, कीर्तनकार ना! आमचा व्यवसाय आम्हांला नडतो. कीर्तनांतून, प्रवचनांतून मन मोठं करायला सांगायचं, म्हणजे मी जाता-येता सांगतो. मग प्रत्यक्षात आम्हीच तसं न वागून कसं चालेल? - जावंसं मुळीच वाटत नाही. जायला हवं, पण खऱ्या अर्थाने आपण साधुत्वाला पोहोचत नाही ह्याचे क्लेश.''

''श्रीधर, तसं असेल तर मुळीच जाऊ नकोस. गेला नाहीस तर कुणी काही म्हणणार नाही.''

''आपल्याच सदसद्विवेक बुद्धीला पटत नाही. कॉन्शन्स स्वस्थ बसू देत नाही.''

''कॉन्शन्स म्हणजे तरी नक्की काय रे?''

''भोवतालच्या माणसांचा आपल्या मनात चाललेला वावर म्हणजे कॉन्शन्स.''

''श्रीधर...''

''गुरू, जाऊ दे रे! माझ्यापेक्षा तूच जास्त विचार करतोयस. मला एक सांग. आपल्या सगळ्या नातेवाइकांत हा प्रसंग निभावून नेण्याची धमक आणखी कुणात आहे का?''

पुन्हा कोणीतरी हसलं. पण कोण हसलं ह्याचा मी मुळीच शोध घेणार नाही.

''अरे डॉक्टरसाहेब, तुम्ही? एस.टी. स्टँडवर? कोण येणार आहे?''
''मीच चाललोय.''
''एस.टी.ने? नवल आहे. गाडीचं काय झालं?''
''गाडी आहे. पण का कुणास ठाऊक, आज गाडी घ्यावीशी वाटतच नाही. नवल म्हणजे मी गॅरेजमधून गाडी काढली. दारापर्यंत आणली. तेवढ्यात बाईसाहेबांनी विचारलं, 'आजचा दिवस एस.टी.ने गेलात तर बिघडेल का?' मग विचार केला की, खरं आहे. केव्हातरी माय-बाप सरकारच्या गाडीने जायला काय हरकत आहे? - निघालो. तिकीट मिळतं का बघायचं, नाही मिळालं तर प्रवास कॅन्सल.''
''का?''
''सांगितलं ना, आज प्रायव्हेट कारने जावंसंच वाटत नाही. जाईन तर एस.टी.नेच असं का वाटतंय सांगता येत नाही.''

''विल यू काइंडली स्टॉप लाफिंग? व्हॉट मेक्स यू लाफ?''
मी चिडलोच आता. पण तरीही कुणीतरी हसतच राहिलं.
''का रे धापा टाकत आलास? नानांनी पिटाळलं वाटतं? घरी बोलावलं असेल. च्यायला, नीट जगू देणार नाहीत.''
''संपलं तुझं सगळं? -यूसलेस.''
''वामन्या, डोकं भडकवू नकोस माझं.''
''तुम्ही पैजा मारा आणि आमच्या डोक्याला कहर. मी तडफडत आलो ते पैशाचं पाकीट द्यायला.''
''ओ, सो सॉरी! वामन अॅपॉलॉजी मागतो मी.''
''नानांच्या पायाचं तीर्थ घे. अॅपॉलॉजी मागतोय इथं. विशा, काय अडलंय आता पुण्याला जायचं?''
''त्याचं काय...''
''एका सिनेमासाठी मरतोयस. त्यासाठी घरात भांडलास. विजूला रडवलंस. नानांच्या नावाने शंख करतोच आहेस. फक्त एका पैजेसाठी. पैज कसली? तर पुण्याला जायचं पिक्चर बघायचा. काय अर्थ ह्या सगळ्या धावपळीत?''
''वामन...''
''आणि येणार कधी?''
''रातोरात.''
आता तर चक्क खिदळणं. म्हणजे हसण्याची वरची पायरी. का हा छळवाद? का?

माझ्या कानाशी कुणी हसतंय की अनेकांना असे भास होताहेत?

समोरचा माणूस तर सरळसरळ आपल्याकडे बघून हसतोय.
''काय, एस.टी सुटणार का वेळेवर?''
''अशी अपेक्षा करायची.''
त्याला काहीतरी खूप सांगायचं होतं. कुणालाही. तो एकटाच आला होता स्टॅण्डवर. मीही एकटाच होतो. त्याने श्रवणभक्तीसाठी मला निवडलं. तो म्हणाला,
''अपेक्षा वगैरे म्हणू नका हो, सुटणारच असं म्हणा.''
मी नुसता हसणार होतो, पण का कोण जाणे, मला हसण्याचीच भीती वाटायला लागली. केव्हापासून मी कानाशी कुणाचे ना कुणाचे हसण्याचे आवाज ऐकतोय. जसं हसणाऱ्या माणसाला शोधतोय त्याचप्रमाणे हसण्याचा अर्थही शोधतोय. समोरच्या माणसाच्या हसण्यामागचा अर्थ जोपर्यंत उलगडत नाही, तोपर्यंत आपल्याला हसता नाही येत. अर्थात त्याला कशाचीही गरज नव्हती. तो सांगायला लागला,
''लास्ट समर, आय वॉज इन जॅपॅन. तीनशे मिनिटांत तीनशे मैल धावणारी गाडी, यू नो, थ्रिलिंग! आय वॉज ब्रोक. का? जॅपॅन इज द कॉस्टलिएस्ट टाऊन. पण तिथं डिक्लेअर करतात. गाडी दोन मिनिटं जरी लेट झाली तर प्रवासाचे पैसे परत. आय वॉज हॅपी दॅट द लास्ट होप. पण छे! बया दोन मिनिटं बिफोर टाइम पोहोचली.''
मी गप्प.
''इंडियात जर हे झालं तर एव्हाना महाराष्ट्र परिवहन बंद झालं असतं आणि एस. टी. च्या गाड्या वजनावर विकल्या असत्या. काय?''
मी गप्प.
''आय मस्ट रीच पूना बाय थ्री थर्टी. नंतरची फ्लाईट पकडून मुंबई. आय शॅल स्पेण्ड अ नाइट ॲट सेण्टॉर. उद्या दिल्ली.''
''झकास!'' मी अकारण दाद दिली.
''इट हॅज टू बी दॅट वे. मी माझं हे शेड्यूल काटेकोरपणे सांभाळतो. यू नो, नो वन कॅन स्टॉप मी.''

ह्या वेळेला तर कुणीतरी इतक्या जोरात हसलं की मी कावराबावराच झालो. त्याला जे सांगायचं होतं तेही सांगून झालं होतं. काहीतरी निमित्त करून त्याला आता सटकायचं होतं. ह्याचं कारण मी थंड होतो. माझ्या चेहऱ्यावर काहीच सापडलं नाही. ना कुतूहल, ना उत्सुकता किंवा आश्चर्य वा काहीतरी ऐकत आहोत असा भाव. मग त्याचा माझ्यातला इंटरेस्ट संपलाच.

आणि मला मला ते नव्हतंच.
हसतंय कोण? का? ती व्यक्ती दिसायला हवी.

''काका, नमस्कार करतो.''
''एका देवाला नमस्कार केला की कुणालाही करावा लागत नाही, तेव्हा...''
''तुम्हीच मला देवासारखे आहात.''
''महिनाभर राहिलास, पण समाधान नाही झालं बघ.''
''मीही आता महिन्याने कामावर जातोय. एक महिन्याची रजा कशी संपली समजलं नाही.''
''आणखी पाचच दिवस रजा वाढव म्हटलं तर...''
''ऑफिसात वाट लागेल.''
''एवढ्या मोठ्या त्या यंत्रणेत तू आलास काय आणि गेलास काय, पत्ता तरी लागतो का?''
''काका, माणूस यंत्रणेवरच रागावलेला असतो, कायम. आपण जातो ते आपल्या वरच्या माणसासाठी. साहेबाला आपला अभिमान पाहिजे आणि हाताखालच्या माणसांना किंवा बरोबरीच्या माणसांना आपल्याबद्दल प्रेम पाहिजे. मग कामावर जाण्यासारखा आनंद नाही. माझा एक लेखक मित्र आहे. माझ्याच ऑफिसात आहे. तो म्हणतो, आपण नोकरी करतो ती एखाद्या यंत्रणेची, पण काम करतो ते आपल्या साहेबाचं. मी तसा दोन्ही बाबतीत भाग्यवान आहे. आपल्यावाचून कुणाचं तरी अडतं ह्यात गंमत आहे की नाही?''

कोण हसतंय ते आत्ता समजलं.
हसणारी व्यक्ती आता तिथं नव्हती. तिचा फक्त आवाज इथवर येत होता. इथवरच का? ध्वनिलहरी जिथं थकतील तिथवर तो जाणार. आता तो आवाज पलीकडच्या माणसाच्या खांद्याला लटकलेल्या ट्रॅन्झिस्टरवर आहे. जाहिरात कोणत्या उत्पादनाची ते समजलं नाही. हसणं इथवर आलं.
मघापासून हे जाहिरातीतलं हसणं होतं तर! तरीच त्यात कोणती आत्मीयता नव्हती. जाहिरातीत जाहिरातीसाठी हसणारी बाई ही हसणाऱ्या बाईची जाहिरात नव्हे.

''चेहरा जरा गंभीर वाटतो. पण एवढ्या कारणासाठी सदानंद ही मुलगी नाकारू नकोस. एकीकडे तुझं वय होत चाललंय हे विसरतोस.''
''आई, बत्तीस वय म्हणजे काही फार नव्हे.''

''हेच तुझ्या डोक्यातून कसं काढायचं मला कळत नाही. तुझं वय बत्तीस म्हणजे तुला पंचविशीच्या वरची मुलगी बघायला हवी. आता चांगल्या मुली इतकी वर्षं लग्नाच्या राहतात का? आणि दुसरं म्हणजे, प्रत्येकात काही ना काही कमी-जास्त असतंच. एक परमेश्वर वगळला तर निर्दोष असं काय असतं बरं?''

''बोलते केवढ्यांदा?''

''आता काय करणार? चांगल्या शिकलेल्या सवरलेल्या माणसांनाही केवढ्या मोठ्या आवाजात बोलायची सवय असते. तिला तयार करायची हळूहळू.''

''वा! म्हणजे आणखी दहा वर्षं शिकण्यात वाया घालवायची ना?''

''मग घालव आयुष्य नावं ठेवण्यात. माझे डोळे मिटले की होशील शांत.''

''आई...''

''सदा, लक्षात ठेव माझे शब्द. चांगल्या-चांगल्या मुलींत खोड्या काढत बसलाएस. शेवटी अशी एखादी सामान्य मुलगी पत्करावी लागेल की...''

''त्याला काय करणार? तुझा तो परफेक्ट-परफेक्ट म्हणतेस तो परमेश्वर आहे ना, त्याला एकही माणूस परफेक्ट बनवता आला नाही. तू डोळे मिटलेस ना की पहिला प्रश्न त्याला विचारून टाक.''

''माझा त्याच्या योजनेवर पूर्ण विश्वास आहे. मी भलतंसलतं त्याला विचारायची नाही.''

''ठीक, हम पूछेंगे.''

''त्याला अवकाश आहे पुष्कळ वर्षं...''

हसलात?

कमाल आहे. पण आत्ताचं हसणं मघाच्या जाहिरातीसारखं वाटलं नाही. हसा-हसा! हसण्यासाठी जन्म आपुला! स्वत:वर खूश होऊन हसत असाल तर काही म्हणणं नाही. कुणाला तरी हसत असाल तर बरं नाही. जनावरांना हसता येत नाही. माणसांना येतं. मग वाटतं...

''अरे, रमणभाई, क्यां चाल्या?''

''मुंबई.''

''आज अचानक?''

''मारा पिताजी देवलोक पाम्या.''

''क्या रे?''

''पंधरा दिवस थई गया. शूटिंग छोडीने जवू पड्यू.''

''क्या रे गया, क्या रे आव्या, कई खबर नही?''

''तेच दिवसे गयो. बे दिवस पछी पाछो आव्यो मे हमणां चाल्यो.''
''कई खास काम छे?''
''सॉलिसिटरनो फोन आव्यो हतो. भाईयो वुइलनो वाचन करवाना छे! हूं आवानू नथी एम ए लोकोने लागे छे. हूं अचानक जईश. साला बारोबार कारभार करशे. हूं पै न पै वसूल करीश.''
हे असं हसणं...
जाऊ दे! आमचे अण्णा सांगायचे,
'हाथी चाले आपनी चाल से
कुत्ता भुकत है, भुकवानू दे.'
ह्यात फरक करून म्हणावं, 'कोई हसत है हसवानु दे.'
'आपण बरं, आपलं काम बरं' असं अण्णा सतत सांगायचे. आपलं काय काम? तर मावशीच्या एस.टी.ची वाट पाहणं. तेव्हा वाट पाहू. हसणाऱ्या व्यक्तीला शोधत-शोधत स्टॅण्डवर चकरा मारल्या. वेळ बरा गेला.
माणसं प्रवास करताहेत आपली!
प्रत्येकाला त्यासाठी कारण आहे. पण मावशीच्या एस.टी.ला काय झालं? चौकशी करायला हवी. खिडकीवरची माणसं सरळ बोलतात का अंगावर धावून येतात ते पाहू.
''साहेब, पुण्यावरून एस.टी. केव्हा येणार?''
''यायला हवी.''
''पण केव्हा?''
''आता तुम्ही स्टॅण्डवर, मीही स्टॅण्डवर. काय सांगणार हो, गाडीचं?''
''अरे, तुमची ही नोकरी तेच सांगण्यासाठी आहे.''
''साहेब, रस्त्यावरून पळणारं वाहन. त्याचा काय भरवसा? विमानंसुद्धा वेळेवर येत नाहीत तिथं एस.टी.चं काय?''
तेवढ्यात आणखी एका 'अडकलेल्या हरी'ने त्याला विचारलं,
''बेळगावची एस.टी. केव्हा सुटणार हो?''
''जाईल दहा मिनिटांनी.''
''असं पाऊण तास सांगताय...''
''जाईल, जाईल. ती गाडी स्टॅण्डवर राहायला आली नाही.''

''मंदे, तुझं काही खरं नाही.''
''का?''
''मध्या तुझ्याच गाडीला आहे.''

''मला समजलंय. सुर्वेनेच मला सांगितलं मघाशी. त्याला सांगलीला जायचंय तरी तो कऱ्हाडला येतोय. माझ्याशेजारी बसणार आहे. त्याला विलासबद्दल शंख करायचा असेल.''

''तू बोअर होणार.''

''मुळीच नाही.''

''म्हणजे तुला तो हवाय?''

''काहीतरी काय बोलतोस? माझ्या शेजारच्या सीटवर मध्या असेल, पण शेजारी मीच असेन म्हणून कुणी सांगितलं?''

''म्हणजे?''

''स्टॅण्डच्या बाहेर एस.टी. पडली की मी उतरणार.''

''आणि मग?''

''बाहेर विलासची गाडी उभी असेल. तो मला सांगलीपर्यंत सोडणार आहे.'' अरे, आता हसा की!

कुणीच हसेना. मग मीच हसलो.

''कंटाळलास ना वाट पाहून?'' गाडीतून उतरल्याबरोबर मावशीने विचारलं.

''विशेष नाही.''

''तूच उशिरा आलेला दिसतोयस.''

''एक तास झाला.''

''पंक्चर झाली रे घाटात. मग काय करणार? - काय केलंस तासभर स्टॅण्डवर? पायाचे तुकडे पडले असतील!''

''निरनिराळे पॅसेंजर्स प्रवासाला का चालले होते ते ऐकत होतो.''

''चोरून?''

''चोरून ऐकायची वेळच येत नाही एवढा प्रत्येक जण बोंबलत असतो. आपण स्टॅण्डवर आहोत ह्याचंही भान...''

''अनेकांना नसतं बघ.'' मावशी 'ना' वर जोर देत म्हणाली.

''त्यामुळेच वेळ बरा गेला. कुणी घटस्फोटासाठी निघालाय, कुणी बारसं, कुणाचा नोकरीवरचा पहिला दिवस, कुणी वास्तुशांतीला. एकाच गावाला जातात पण प्रत्येकाचं कारण...''

''फक्त भाच्याला भेटायचं म्हणून जाणारी कुणी मावशी त्यात होती का?''

''ती माझ्यासमोर आहे.''

मावशीसहित मी घरी आलो. सगळ्या घराने स्वागत केलं. रात्री बारापर्यंत गप्पा रंगल्या. नेहमीसारखं झोपलो.

जाग आली तेव्हा उठलो. चहा घेत असतानाच पेपर आला. पहिल्या पानावर जाड टाइपातली बातमी पाहिली आणि उडालोच.

चाळीस प्रवाशांना नेणारी एस.टी. कड्यावरून कोसळली होती. एकही पॅसेंजर वाचला नव्हता. सोळा वर्षांत रजा न घेतलेला पवार नावाचा ड्रायव्हर त्याच दिवशी आला नव्हता म्हणून वाचला होता; आणि मंदा घैसास नावाची मुलगी, ऐन वेळी प्रायव्हेट गाडीने गेली म्हणून...

पुढचं वृत्त मी वाचलं नाही.

काल सारखं कानाशी कोण हसत होतं त्याचा उलगडा झाला होता.

तारतम्य

जाग येताक्षणी आज वाटलं, आजची सकाळ ही नेहमीची सकाळ नव्हे. ठराविक गतीने, ठराविक अंशातून सूर्याभोवती भ्रमण पूर्ण केल्यामुळे, पृथ्वीवर पडणारी ही नेहमीची कोवळी किरणं नव्हेत. आज काहीतरी घडणार. आज श्रुती काश्मीरचं काम संपवून येणार. येत्या दिवाळी अंकासाठी तिने एक प्रचंड काम मिळवलं आहे. श्रुती ॲडव्हर्टायझिंगच्या कलावंतांची ह्या कामापायी श्रुतीने झोप उडवली आहे. ती स्वत:ही गेला महिनाभर शांतपणे झोपलेली नाही.

काश्मीरच्या निसर्गदत्त सौंदर्याच्या पार्श्वभूमीवर यंदा निरनिराळ्या कंपन्यांच्या जाहिराती देण्याची योजना आहे. गेले पंधरा दिवस श्रुतीचा मुक्काम त्यासाठी काश्मीरमध्ये आहे. श्रुतीने स्वत:च्या बुद्धीच्या आणि कल्पकतेच्या जोरावर जाहिरातीचं विश्व पार बदलून टाकलंय. आजच आता जास्तीचं काम नको आणि पैसाही नको, असं म्हणायची वेळ आली आहे. श्रुती ॲडव्हर्टायझिंगचा तळमजल्यावरचा वातानुकूलित स्टुडिओ, स्टुडिओच्या वरच्या मजल्यावरचा हा आमचा बत्तीसशे स्क्वेअर फुटांचा फ्लॅट, हे सर्व ऐश्वर्य श्रुतीच्या अविश्रांत कष्टाचं फळ!

माझे मित्र दर वेळी विचारतात, 'गेल्या जन्मी कोणता वड पुजला होतास?' मी सांगतो, 'एका वडाने काय होतंय? जसं वेळूचं बन असतं तशी एक वडांची अख्खी बाग होती. ती अख्खी बागच्या बाग पुजत होतो.'

आळस देत-देत उठलो आणि दात घासण्यासाठी वॉश बेसिन गाठलं. तेवढ्यात बाथरूममधून उर्वशीला लाजवील अशी एक युवती बाहेर आली आणि जाहिरातीत हसतात तसं हसून म्हणाली, ''नेहमी कोलगेट वापरा.''

हातातला ब्रश गळून पडला. विजेच्या चापल्याने खाली वाकून तिने तो उचलला. माझ्या हातात ब्रश देताना ती म्हणाली,

''कोलगेट वापरा, ब्रश खाली पडणार नाही.''

''अहो पण, तुम्ही...''

पट्टेवाल्यासारखा घातलेला पट्टा दाखवीत ती म्हणाली,
''मी मिस कोलगेट.''
''तुम्ही कुठून आलात?''
''कंपनीने पाठवलं.''
''म्हणजे...''
''आमची नवी कॅम्पेन आहे ही! जाहिरातींवर लाखो रुपये खर्च करण्यापेक्षा काही मोजक्या घरी, प्रॉडक्टबरोबर मॉडेल्सही पाठवली...''
''म्हणजे...?''
''म्हणजे काही नाही. तुम्ही नुसते बसून राहा. आज मी तुमचे दात घासणार.''
मिस कोलगेटने अक्षरशः मला ढकलायला सुरुवात केली. मी तिला थांबवलं. माझे दात मीच घासू लागलो. पण माझे दात घासून होईतो ती माझ्याकडे प्रेमाने बघत उभी होती. दात घासून झाल्याबरोबर ती जवळ आली. बाई जवळ आली रे आली की लगेच जाणिवा जाग्या होतात असं नाही आणि त्या जर जाग्या झाल्या नाहीत तर प्रत्यक्ष उर्वशी आली तरी ती न्युइसन्स वाटेल. 'एक मिनिट हं!' - असं म्हणत मी बेडरूममध्ये आलो आणि चक्क दार लावून घेतलं तर बेडरूमला लागून असलेल्या टेरेसवरून नायलॉनचा जाळीचा पडदा दूर करून, आणखी एक तरुण, देखणी मुलगी आत आली आणि जवळ येत म्हणाली, ''तुमच्या सकाळचा प्रारंभ दर दिवशी 'क्लोजअप'ने होऊ दे.''
माझ्या चेहऱ्याकडे पाहूनच ती म्हणाली, ''चला, तुमचे दात आज मी घासणार.'' असं म्हणत तिने बेडरूमचा दरवाजा उघडून मला पुन्हा बाहेर आणलं आणि डोकं फिरायचीच पाळी आली.
बाहेर आणखी तिघीजणी उभ्या होत्या. तिघींच्या गळ्यात त्यांच्या नावांचे फलक होते. एक होती 'कोप्रान,' दुसरी 'पेप्सोडेंट' आणि तिसरी होती 'विको वज्रदंती.' तिघी जणी हातातली टूथपेस्ट हलवीत आणि इतर गोष्टी झुलवीत सामोऱ्या आल्या. पाचही अप्सरांनी मला अक्षरशः घेराव घातला. मग पाच निरनिराळ्या टूथपेस्टस्नी त्यांनी दात घासायला लावले. मी पुरता गोंधळलेला. तेवढ्यात डोळ्यांसमोर लख्खकन वीज चमकली. भानावर आलो तेव्हा कळलं, समोर आणखीन एक युवती. तिच्या गळ्यात कॅमेरा. तिच्याकडे पाहिल्याबरोबर ती पुढे येत म्हणाली,
''कलर्ड फोटोग्राफीसाठी 'ऑरवो' फिल्म वापरा.''
मी मटकन खाली बसलो. दोन्ही हातांच्या ओंजळीत डोकं घट्ट धरलं. तोच कुणीतरी अत्यंत जिव्हाळ्याने केसांतून हात फिरवला. मी वर पाहिलं; तर एक सहावी लावण्यवती हातात पेला घेऊन उभी!

''तरतरी टिकवण्यासाठी कॉम्प्लान घ्या!''
तिचं वाक्य पुरं व्हायच्या आत किचनमधून आणखी तिघीजणी बाहेर आल्या. एकीच्या हातात नेसकॅफे, दुसरीच्या ताजमहाल चहा, तिसरीच्या बोर्नव्हिटा. पुन्हा मी गोंधळेकर. चौघीही हातातल्या ग्लाससकट खेटून उभ्या आणि तेवढ्यात एक फोटो.
''अरे, हा काय चावटपणा आहे?'' मी ओरडलो.
तेवढ्यात कॅमेऱ्यासहित आणखी एक पोरटी पुढे येत म्हणाली,
''फोटोग्राफीत यशस्वी होण्यासाठी 'कोडॅक' वापरा.''
मला दरदरून घाम फुटला. घशाला कोरड पडली. कुठे जावं हे कळेना. जिथं कुणीही येणार नाही, अशी एकच जागा होती. मी तिकडेच धाव घेतली. त्याचाही उपयोग झाला नाही. माझ्या टॉयलेटमधून एक यौवनसंपन्ना पुढे होत म्हणाली,
''भारतीय पद्धत असो वा पाश्चिमात्य असो, टॉयलेट स्वच्छ ठेवण्यासाठी 'सनिफ्रेश' वापरा.''
मग मी धाडस करून बोललो, ''तुम्ही सांगाल ते वापरतो. तुम्ही फक्त दहा मिनिटं बाहेर...''
''ओह, शुअरली!'' - असं म्हणत ती बाहेर पडली.
हा हुकमी एकांत. बाहेर जमलेल्या टिकल्या खऱ्या की खोट्या? हे सत्य की भास? भास असेल तर चिंता नाही. चिंताच नाही म्हटल्यावर आव्हान नाही. खऱ्या आहेत असं धरून चालू. तसं असलं तर एकूण किती झाल्या? टूथपेस्टवाल्या पाच. काय प्यावं हे सांगणाऱ्या चार आणि फोटो काढणाऱ्या दोन. एवढ्या तबकड्यांचं काय करायचं? त्यात ती 'सनिफ्रेश'वाली राहिलीच. पण ह्या सगळ्या भवान्या आल्या कुठून? - आणि थेट घरापर्यंत? ह्यांना सकाळी सकाळी दार कुणी उघडलं? -हा प्रश्न विचारण्यात काहीही अर्थ नाही. श्रुतीच्या स्टुडिओतून एक जिना सरळ-सरळ बेडरूममध्ये येतो. ह्या सगळ्या टिकल्या तिथून आल्या. ह्या सगळ्या टिकल्यांचं आपण काय करायचं?
देहधर्म आटोपून सरळ शॉवरखाली येऊन उभा राहिलो. पण नाहीच. आज सगळे फासे उलटेच होते. बाथरूमचं दार उघडत आणखीन एक टवळी म्हणाली,
''नेहमी लक्स वापरा.''
तेवढ्यात दुसरीने बाथरूमसकट माझा ताबा घेतला. अगदी बेळगावसकट संयुक्त महाराष्ट्र म्हणतात तसं, 'लिरिलसारखा साबण नाही.' असं म्हणत तिने केवळ माझ्या अंगाभोवतीच फेसांचा ढग निर्माण केला नाही, तर माझ्या तोंडालाही फेस आणला. मी मग तहाचं निशाणच दाखवलं. तेवढ्यात आणखी दोघी अवतरल्या. चौघी जणींनी मग माझा ताबा घेतला. अनेक वर्षांत बायकोने दिवाळीच्या

पाडव्यालाही अंघोळ घातली नव्हती तो हिशेब पुरा होत होता. पण त्याचाही फोटो कशासाठी?

मी चिडून विचारलं, ''फोटो काढण्यापूर्वी कमीतकमी मला विचाराल की नाही?''

एवढ्यावर मी सुटेनं असं मला वाटलं. पण नाही. पत्रिकेतला शुक्र आज सगळ्या 'ॲरिअर्स' चुकत्या करण्यासाठी आला होता. बॉम्बे डाईंगचा भलामोठा टर्किश टॉवेल घेऊन आणखी एक मदालसा मला 'टिपायला' तयार होती. ह्या सगळ्या धावपळीत दाढी राहिली होती. ती तरी सुखाने करायला मिळेल का? अर्थात, मी थोडासा आता इरेलाच पेटलो होतो. भरल्या गाड्याला सुपाचं काय ओझं? होऊन-होऊन काय होईल? आणखीन दोन झांजा अवतीर्ण होतील.

साबणाच्या फेसाचा दाट थर लावून क्षणभर थांबलो. तेवढ्यात दोन म्हाळसाकाकू आल्या.

''नेहमी टोपाझ वापरा.''

दुसरी म्हणाली, ''भलतंच? - नेहमी सुपरमॅक्स वापरा.''

मी म्हणालो, ''मला दोनच गाल आहेत. मी एक-एक गाल तुम्हा दोघींना देतो. टोपाझपण वापरतो आणि सुपरमॅक्सपण वापरतो.''

माझ्या छातीवर डोकं घुसळत त्यातली एक जण म्हणाली, ''तोपर्यंत आम्ही काय करायचं?''

मी वैतागून म्हणालो, ''तिसरी घूस आत येऊ देऊ नका.''

माझी दाढी संपल्याबरोबर दोघी मला बिलगल्या. त्यांनी त्यांचे गाल माझ्या गालावर दोन्हीकडून घासायला प्रारंभ केला. आमच्या कंपनीचीच ब्लेडस् चांगली असं दोघीही किंचाळू लागल्या. मी मध्ये, दोघी मला गाल चिकटवून आणि पुन्हा एक फोटो.

बाहेर बैठकीच्या खोलीत आता एकवीस पुतळ्या. घरबसल्या एक सौंदर्यस्पर्धा आयोजित केल्यासारखं वाटत होतं. पण ह्या सगळ्यांचं काय करायचं? ह्या सगळ्या जणी इथं दिवसभर थांबणार आहेत का? मग चांगलेच वांधे! इतक्या जणींचं एकदम आगतस्वागत, पाहुणचार कसा करायचा? चहा-कॉफी करणं तर अशक्यच. कोल्ड्रिंकवर भागवावं काय?

मी मग इंटरकॉम उचलला. स्टुडिओतल्या बबनने फोन घेतला, ''साहेब, काय हवंय?''

''बबन, माझ्याकडे चिकार गेस्टस् आले आहेत. काहीतरी कोल्ड्रिंक पाठवतोस का समोरच्या हॉटेलातून?''

''काय पाठवू?''

''पाठव थम्स अप.''
मी बाहेरच्या खोलीत आलो. खरोखरच अद्भुत आणि रम्य नगरीत मी प्रवेश करतोय असं मला वाटून गेलं. माझा हा नेहमीचाच दिवाणखाना. पण त्या अप्सरांच्या स्पर्शाने त्याला आज पालवी फुटली. जाहिरातींच्या जगात सगळीकडे, प्रत्येक दैनिकाचं वा मासिकाचं बायकांशिवाय पान का हलत नाही, ह्याचा अर्थ आज समजत होता.
''तुम्ही सगळ्या जणी काय घेणार?''
एकवीस जणी एकदम म्हणाल्या, ''तुम्ही द्याल ते.''
आणि तेवढ्यात पाठीमागच्या बाजूला सहा जणी हजर.
''थम्स अप, हॅपी डेज आर हियर अगेन थम्स अप.''
''भलतंच, गोल्ड स्पॉटसारखं पेय नाही.''
तेवढ्यात तिसरी म्हणाली, ''भूक असो वा तहान, एनर्जीची कीर्ती महान.''
एनर्जीच्या मागे लिम्का, तिच्या खांद्याला खांदा लावून मँगोवाली आणि दोघींच्या मागून जी डोकावत होती तिच्या हातात होती 'थ्रिल'ची बाटली.
कुणाकुणाला काय काय पाजायचं, ह्याचा विचार करीत असतानाच स्वयंपाकघरातून आरडाओरडा ऐकू येऊ लागला. मी तिकडे धावलो, तर स्वयंपाकघरातल्या स्वयंपाकीणबाईंना सात-आठ बायकांनी असाच घेराव घातलेला. त्यांपैकी तिघी-चौघी होत्या मिक्सरवाल्या. निरनिराळ्या कंपन्यांचे मिक्सर आणि कोणता कुकर वापरायचा, ह्याबद्दल या सगळ्या छबेल्यांनी स्वयंपाकीणबाईंना सळो की पळो करून सोडलेलं.
संध्याकाळ होईतो घरात जवळपास सत्त्याहत्तर ते अठ्ठ्याहत्तर साळकाया-माळकाया जमलेल्या. त्या दिवसभर महिला मंडळाप्रमाणे वटवट करीत होत्या. जाता-येता कुणी ना कुणी तरी टॉयलेटला जात होती. एकमेकींच्या टवाळ्या करीत होत्या. दुसरीच्या प्रॉडक्ट्सना नावं ठेवत होत्या. मग त्यांची कचाकचा भांडणं होत होती. जाहिरातीत गोंडस हसणाऱ्या बायका कुठल्यातरी क्षणी कैकेयी-मंथरा-पुतनामावशीच्या घराण्यात जात होत्या, ह्याची मला मौज वाटत होती.
आता ह्या सगळ्यांना कसं हाकलायचं? झुरळांसाठी वापरायचा पॉयशॉ घेऊन त्यांचा समाचार घ्यावा तर तेवढ्यात एखादी बया 'बेगॉन वापरा' असं म्हणत अवतीर्ण व्हायची. काय करू?
इतक्या बायकांचं करायचं काय, हा प्रश्न अखेरीस श्रुतीनेच सोडवला. संध्याकाळी सात वाजता तिच्या मोटारीचा नुसता हॉर्न वाजायचा अवकाश, बंदुकीच्या नुसत्या वायबाराने कबुतरांचा थवा आकाशात झेपावतो त्याप्रमाणे

सगळ्या भवान्या चारही दिशांना पळत सुटल्या.

आल्या-आल्या श्रुती जाम तडकली आणि तसं तिने का भडकू नये? बाहेरच्या खोलीत गालिचाभर निरनिराळ्या पेयांच्या बाटल्यांची झाकणं पसरलेली होती. सेंटर टेबलवर पाच टाल्कम पावडरचे डबे, निरनिराळे ट्रान्झिस्टर सेल्स, तीन थर्मास, पाच टूथपेस्ट्स, ब्लेड्सचे डबे, वॉशिंग पावडरचा मोठा खोका, चार कॅमेरे, बुटांचे आठ जोड-पॉलिशच्या डब्यांसकट, पेप्सीच्या बाटल्या, कॉम्प्लान, ऑस्टर मिल्क आणि सर्वांत कहर म्हणजे नऊ कंपन्यांच्या ब्रा आणि अंडरवेअर्स आणि त्याच्या पलीकडे एक केअर फ्रीचा डबा!

वाक्‌ताडन हा शब्द आजवर केवळ ऐकून होतो. ते कसं असतं ह्याचा अनुभव आज घेतला. श्रुतीला गप्प करण्याचा निष्फळ प्रयत्न करण्याऐवजी ती बोलेल तितकं तिला बोलू देणं हेच योग्य होतं हे एक आणि दुसरं म्हणजे घडलेल्या प्रकारावर माझ्याजवळ कोणतंही स्पष्टीकरण नव्हतं. झाला एवढा गोळीबार पुरे झाला असं तिचं तिला वाटलं तेव्हा ती थांबली आणि 'मला रात्री जेवायची इच्छा नाही' असं सांगून खाली स्टुडिओत कामाला निघून गेली.

पहाटे मला जाग आली ती साक्षात श्रुतीच्या स्पर्शाने. ती अक्षरशः माझ्या कुशीत शिरली होती. एकाही जाहिरातीमधलं तेल न वापरूनही गुडघ्यापर्यंत लांबसडक असलेल्या केसांचं मुलायम पांघरूण तिने माझ्यावर पसरलेलं होतं.

''रागावलास?''

''कोण, मी का तू?''

''आय ॲम एक्स्ट्रीमली सॉरी निरंजन. पण काय झालं सांगू का?''

''जरूर! ज्याला काय झालं ते सांगता येतं तो भाग्यवान.''

''म्हणजे काय?''

''काल सकाळपासून ह्या घरात जो प्रकार चालला होता, त्याच्याबद्दल मला काहीही सांगता येणार नाही म्हणून म्हणालो तसं.''

''सांगता येत नसेल तर मुळीच काही सांगू नकोस. पण अरेबियन नाइट्सप्रमाणे आपण शहेनशहा-जहांपन्हा झाल्यासारखं वाटलं नाही?''

''माय गुडनेस, शहेनशहा कसलं...''

''का बरं? एकीपेक्षा एक वरचढ अशी होती.''

''म्हणजे ह्याचा अर्थ तुला सगळं माहीत आहे.''

''मला काहीही माहीत नाही, स्वयंपाकीणबाईकडून सगळं समजलं इतकंच.''

मग मी उठून बसलो.

''नो नो, श्रुती हा सगळा तुझा डाव आहे. तुला सगळं माहीत आहे.''

श्रुती हसत सुटली. मी मग दिवा लावला. पाहिलं तर श्रुतीच्या हातात फोटो.

प्रत्येक फोटो अस्मादिकांचा. नुसते अस्मादिक नव्हेत, तर भोवती सगळ्या त्या कालच्या भवान्या! फोटोत त्या सगळ्या खिदळताहेत आणि मी प्रत्येक ठिकाणी गोंधळलेला, बावरलेला, वैतागलेला आणि बावळटासारखा उभा.

''श्रुती, हा काय चावटपणा आहे?''

''तू एकदा म्हणाला होतास ना, की ती व्हिक्स वापरा म्हणणारी बाई घरी येऊन स्वत: व्हिक्स लावणार असेल तर आपण ते दिवसातून दहा वेळा कुठेही लावून घ्यायला तयार आहोत...''

''ऑफकोर्स!''

''म्हणूनच काल सगळ्यांना घरी यायला सांगितलं होतं. काय वाटलं?''

हा श्रुतीचा प्लॅन होता म्हटल्यावर माझे ताण सैल झाले. तिला जवळ घेत मी म्हणालो, ''एकाच वेळी शे-दीडशे बायकांच्या सहवासात काही मजा नसते. त्यापेक्षा त्यातल्या एकाच बाईच्या सहवासात शे-दीडशे वेळा राहावं.''

''असं का?''

''हं! म्हणजे त्याचं काय होतं, एकदम इतक्या बायका जवळ आल्या म्हणजे-''

समोरच्या फोटोंपैकी एक उचलत श्रुती म्हणाली, ''चेहरा असा पडतो.''

''पडू दे, अगोदर सगळं काय त्रांगडं आहे सांग.''

सगळं व्यवस्थित सांगायच्या पावित्र्यात श्रुती बसली, तोच फोन वाजला.

''आत्ता फोन?''

''नाइट शिफ्ट चालू आहे खाली.''

फोनवर बोलून श्रुती जवळ आली. माझ्या छातीवर ती डोकं टेकून पडून राहिली.

''सांगतेस ना?''

''येस! यंदा मी दोन सेरीज करत आहे. त्यांपैकी एक कलर्ड आणि दुसरी ब्लॅक अ‍ॅण्ड व्हाईट. कलर्डसाठी मी गेले होते...''

''काश्मीरला. एकटी. नवऱ्याला इथे टाकून.''

''माझ्या राजा, मी मजा करायला गेले होते का? काश्मीरकडे नुसतं काश्मीर म्हणून बघायचं असलं तर ते नंदनवन आहे, पण काश्मीरला जेव्हा कॅमेऱ्यात पकडून आणायचं असतं तेव्हा...''

''ओके! डोण्ट टेक इट सीरियसली.''

''तर, ब्लॅक अ‍ॅण्ड व्हाईट सेरीजसाठी मला एक अत्यंत बावळट चेहऱ्याचा माणूस मॉडेल म्हणून हवा होता, तेव्हा मी...''

''मी, मी, मी बावळट?'' मी ओरडलोच.

''फोटो दाखवू?''

''फोटोत आलो असेन तसा...''

''कॅमेरा प्रामाणिक असतो. फोटो जशी व्यक्ती असते तसा...''
''ओके! मी बावळट. मग आता काय? हे फोटो तू प्रसिद्ध करणार?''
''प्रकाशित करणार. लोकांना आवडले तर त्यांना प्रसिद्धी मिळणार.''
''तेच ते.''
''प्रसिद्धी आणि प्रकाशन ह्यात...''
''मला व्याकरण शिकायचं नाही.''
श्रुती एकदम प्रेमात येत म्हणाली, ''रागावू नकोस, माझी कल्पना ऐक.''
''बोला.''
''तुमचे काल सकाळपासून मी जितके फोटो काढले...''
''जस्ट अ मिनिट! प्रथम एक सांग, तू हे जमवलंस कसं?''
''सोपं होतं. सगळ्या मॉडेल्सना खाली स्टुडिओतच मुक्कामाला बोलावलं होतं. तिघींजवळ फ्लॅटच्या किल्ल्या देऊन ठेवल्या होत्या. शिवाय स्टुडिओतून वर यायला एक शिडी...''
''करेक्ट, करेक्ट!''
''आता डिस्टर्ब करायचं नाही, तर तुझे कालपासून जितके फोटो काढले, त्या सगळ्या फोटोचं आठ ते सोळा पानांचं एक आर्टिकल तयार करणार. प्रत्येक फोटोत एक गोंधळून गेलेला, जाहिरातींनी हैराण झालेला आणि निरनिराळ्या प्रॉडक्टसमुळे कावराबावरा झालेला कॉमन मॅन म्हणजे तू दाखवायचा.''
''फॅण्टॅस्टिक!''
''आणि ह्या सेरीजमध्ये कोलगेट चांगली की वज्रदंती चांगली, प्रेस्टीज चांगला की हॉकिन्स चांगला असं न म्हणता मी म्हणणार आहे, सगळीच प्रॉडक्ट्स चांगली असतात.''
''असं कसं?''
''ते तसंच आहे. बाबा रे, हे स्पर्धेचं युग आहे आणि स्पर्धेत टिकायचं असेल तर गुणवत्ता असावीच लागते. इतकंच नव्हे, स्पर्धा आहे म्हणून प्रत्येक कंपनी नवं-नवं देण्याचा प्रयत्न करीत आहे, आकर्षून घेण्याची धडपड करीत आहे. ह्यातूनच सौंदर्याची, देखणेपणाची जोपासना होत आहे. माणसांना चांगलं राहावसं वाटायला लागलं आहे. सिनेमे रंगीत व्हायला लागले, साधी बाटल्यांची बुचंही आता सुंदर व्हायला लागली आहेत. ह्यातूनच कदाचित माणसाची विध्वंसक वृत्ती कमी होईल म्हणून ह्यावेळच्या जाहिरातीच्या तंत्रात थोडा बदल करून मी म्हणणार आहे, सगळीच प्रॉडक्ट्स चांगली आहेत. सोळा पानांच्या स्कीममध्ये सकाळपासून रात्रीपर्यंत काय काय वापरू? कोणती वस्तू वापरू? हे दाखवत दाखवत सांगायचं, काहीच टाकाऊ नाही.''

मी मध्येच विचारलं, ''सगळ्याच टूथपेस्ट्स चांगल्या? सगळे साबण चांगले... असं सगळंच चांगलं चांगलं, मग कस्टमर्सनी वापरायचं काय?''
श्रुती गळ्याला मिठी मारीत म्हणाली, ''ते मी शेवटच्या पानावर एका शब्दात सांगणार आहे. कस्टमर्सनी फक्त 'तारतम्य' वापरायचं!''

✧

एक हातसे ताली बजाव

''दिसायला देखणी आहे ह्यात वादच नाही, पण 'डॉक्टरीण' हे डिसक्वॉलिफिकेशन!''

''का रे बाबा, असं का?''

''स्वानुभव! बायकोचं शिक्षण कोणत्याही प्रांतातलं चालेल, पण वैद्यकीय प्रांत नको. आधी डॉक्टरीण आणि त्यात गायनॅकॉलि...''

''गायनॅकॉलॉजिस्ट...''

''तेच म्हणायचं होतं. जरा स्लिप ऑफ टंग...''

''एका बीअरमध्ये?''

''थांबा रे! त्याचा पॉइंट ऐकू या.''

''पॉइंट वगैरे खास काही नाही. बायको डॉक्टरीण नसावी, इतकंच!''

''का?''

''त्यांना कधी इमर्जन्सी कॉल येईल ह्याचा भरवसा नाही.''

''करेक्ट! आय ॲग्री वुइथ पंडित आणि तमाम बायकांची पोटात दुखायची वेळ नेमकी रात्री एक ते पहाटे चार कशी असते हेच कळत नाही.''

''म्हणूनच सांगतोय, बायको गायनॅकॉलॉजिस्ट असली की त्यांची इमर्जन्सी महत्त्वाची. नवऱ्याच्या इमर्जन्सीला महत्त्व नाही. तेही एक वेळ चालेल, पण दिवसभर त्या म्हणतील ते खरं!''

''पंडित, त्याच्यासाठी बाई डॉक्टरीणच व्हावी लागते असं नाही. ती 'बाई' आहे इतकंच कारण खूप झालं.''

''आता सांग, अगोदरच बाई, त्यात डॉक्टरीण, मग काय होईल? ती म्हणेल ती पूर्वदिशा.''

''असं कसं होईल?''

''बाबा रे, मी अनुभवाशिवाय बोलत नाही. आता आमच्या ड्रॉइंग हॉलची खिडकी कोणत्या दिशेला आहे ह्यावर एक दिवस आमचा वाद.''

''काय सांगतोस काय?''

''घडलं ते सांगतोय. त्या वर्षी मी बायकोला चक्क एक होकायंत्र घेऊन दिलं वाढदिवसाला.''

''आज काही खरं नाही. पंडित भलताच कावलेला दिसतोय वहिनींवर!''

''त्याचं कारण मला माहीत आहे.''

''वाल्या, इथं बोललास तर दोस्ती खलास!''

''अरे मग ऐकलंच पाहिजे.''

''दोस्ती...''

''पंडितची काय हिंमत आहे? त्याने तुझ्याशी दोस्ती सोडली, तर आज आपल्या ॲडव्हायझरी बोर्डातले जितके मेंबर्स इथं जमले आहेत ते सगळे पंडितला 'चळीत वा' टाकतील तेव्हा सांग, व्हॉट्स द चटर मॅ?''

''अरे परवा हा पंडित जरा खुशीत आला होता. बायका ते ताबडतोब ओळखतात. नवरा पिसारा फुलवायला लागला जाता-येता की बायका ते समजतात! पंडितच्या बायकोने ते ओळखलं. तिने काय करावं? झोपण्यापूर्वी पंडितला दुधाबरोबर व्हिटॅमिनची गोळी देण्याऐवजी चक्क झोपेची गोळी दिली. श्री. पंडित पिसाऱ्यासकट झोपून गेले.''

''तेव्हा तात्पर्य, डॉक्टरीण बायको नसावी.''

एवढी चर्चा झाल्याबरोबर, मॅरेज ॲडव्हायझरी बोर्डाच्या चेअरमनने दर्शनला सांगितलं,

''दर्शन, तुला सांगून आलेल्या पाच मुलींपैकी डॉक्टर झालेल्या मुलीशी तू लग्न करू नयेस असा बोर्डाचा तुला सल्ला आहे.''

मध्येच एक मेंबर म्हणाला,

''त्यातून तुला रोज रात्री झोपेची गोळी घेऊन गाढ झोपायचं असेल-अगदी पहिल्या रात्रीसुद्धा-तर बोर्डाची हरकत नाही.''

तिकडे दुर्लक्ष करीत चेअरमन म्हणाले,

''नेक्स्ट प्रपोजल!''

चेअरमनसाहेबांना पाकिटातून आणखी एका मुलीचा फोटो दाखवण्यात आला.

''ही मुलगी काय करते?''

''आता लग्न करणार आहे.''

''चूप रे! 'स्वराज्य'टाईप जोक्स करू नकोस.''

''चेअरमनसाहेब, ती वकील आहे.''

''वकील? विचारच करू नका कसलाही! मी एकटा जन्मठेप भोगतो तेवढं पुरे झालं.''

''मोघम बोलायचं नाही. संकटाची पूर्ण कल्पना देता आली पाहिजे.''

''सांगतो, सविस्तर सांगतो. बायको वकील असली म्हणजे नवरा कायम माफीचा साक्षीदार!''

''गुन्हेगार नाही ना?''

''गुन्हेगार म्हटलं तरी परवडलं. एकदा पाच वर्षं कारावास अशी शिक्षा झाली की पाच वर्षं वकिलाचं, मॅजिस्ट्रेटचं तोंड दिसायला नको. पण माफीचा साक्षीदार म्हटलं की काही लपवता येत नाही. चुका कबूल करीत राहायचं आणि त्यांनी आव आणून क्षमा करीत राहायचं. आपण कायम पिंजऱ्यात. कुठे एकटं फिरायचं ठरवलं तर 'संचारबंदी!' घरी मित्रांना गोळा करावं तर 'जमावबंदी!' माळ्यावरचं सामान काढण्यापासून साडीला फॉल लावून आणायच्या कामापर्यंत सक्तमजुरी. क्वचित केव्हातरी 'बेल'वर सुटका. कधीकधी स्वत:च्या आईला राहायला बोलवायचं आणि मग नवऱ्याला नजरकैदेत ठेवायचं आणि त्याहीपेक्षा भयानक म्हणजे, नवरा मूडमध्ये आला तर लगेच 'स्टे ऑर्डर! साली, झोपेची गोळी परवडली, झोप तरी पदरात पडते. 'स्टे' ऑर्डर भयानक! 'मिलॉर्ड-मिलॉर्ड' करीत रात्र जागवायची.''

''ओ.के.! तेव्हा दर्शन, ॲडव्हायझरी बोर्डाच्या वतीने मी तुला वकील मुलीशी लग्न करण्याची कायद्याने बंदी करीत आहे.''

''चेअरमनसाहेब मी पुन्हा एक मुद्दा मांडायची परवानगी मागतो.''

''गो अहेड!''

''ही जादूगार मुलगी तुम्ही का लांब ठेवलीत ते मला तर कळतच नाही. चीन, जपान, जर्मनी करून आली आहे आणि मुख्य म्हणजे आपल्या सगळ्या सर्कलमध्ये एकाचीही बायको जादूगार नाही.''

''मला वाटतं केव्हातरी मी त्यांचे प्रयोग पाहिले आहेत. त्या बाईने माझ्यादेखत एका फुटबॉलचे दोन फुटबॉल करून दाखवले.''

''त्यात काय विशेष? एकाचं दोन करायची त्यांना सवयच असते.''

''आणि शंभराची नोट डोळ्यांदेखत नाहीशी करून दाखवली.''

''मला ह्याचंही कौतुक वाटत नाही. आमच्या सगळ्यांच्या बायका पगारच्या पगार गायब करून दाखवतात.''

''तुम्ही जर प्रत्येक बाईत काही ना काही खोड काढून दाखवायला लागला तर दर्शनने लग्नच करायचं नाही का?''

''लग्न केलं की भल्या-भल्या पुरुषांचं काय होतं ह्याची अनेक उदाहरणं आपल्या रूपाने दर्शनसमोर आहेतच. तेव्हा शक्य झालं तर त्याने अविवाहित राहावं.''

''अशक्य! दर्शनच्या पत्रिकेत शुक्र एकदम पॉवरफुल आहे. ब्रह्मचारी राहून

शुक्राला संकटात टाकण्यात काही अर्थ...''
''स्त्रीसौख्याचा आणि लग्नाचा काही संबंध नाही!''
''ही अॅडव्हायझरी कमिटी लग्न लावण्यासाठी जमली आहे की मोडण्यासाठी?''
''येस! वाल्या, बी सिरीयस!''
''मला वाटतं ह्या जादूगार मुलीला होकार द्यावा. नजरबंदी, मास हिप्नॉटिझम, शब्दभ्रम, अवांतर जादूचे प्रयोग ह्यात तिचा हात धरणारा कोणी नाही. तिचा जुहूचा बंगला तर केवळ जादूच्या प्रयोगांवर बांधलेला आहे. आपल्यापैकी एकाचीही बायको जादूगार नाही. म्हणूनच आपल्यासारखं मोनोटोनस आयुष्य दर्शनच्या वाट्याला यायचं नाही. हिज लाईफ वुईल बी फुल ऑफ व्हरायटीज.''
''ठीक आहे. रचना कोल्हटकर, दि ग्रेट मॅजिशिअन इज गोइंग टु बी...''
''प्रपोज्ड टु बी अवर भाभी. दोस्त लोग, एक हात से ताली बजाव.''
पार्टीही जवळपास आटपत आली होती. प्रत्येक जण आपापलं वाहन घेऊन निघाला.
निघण्यापूर्वी वालावलकर दर्शनच्या जवळ आला. खांद्यावर हात ठेवीत तो म्हणाला,
''बायको, जादूगार असणं ह्यात गंमत नक्कीच आहे, पण तरीही एक तत्त्व सांगतो, जादूगार काहीही निर्माण करू शकत नाही. म्हणजे जे अस्तित्वातच नाही, ते तो निर्माण करू शकत नाही आणि जे-जे अस्तित्वात आहे, ते तो नष्ट करू शकत नाही. बाकी असते ती सगळी हातचलाखी!''
दर्शनने विचारलं,
''हातचलाखीलाही प्रचंड कौशल्य आणि जबरदस्त रियाज लागतो. तुला काय वाटतं?''
''मला चलाख हात आवडतात, हातचलाखी नाही.''

दर्शनच्या सुखात आता कोणतीही कमतरता नव्हती. त्याच्या मित्रमंडळाने त्याला योग्य सल्ला दिला होता. त्यानुसार रचना कोल्हटकरची निवड झाली होती. होकार कळवला गेला. देवाणघेवाणीच्या बाबतीत घासाघीस तर सोडाच चर्चाही झाली नव्हती.
दर्शनच्या वडिलांची सनमायकाची फॅक्टरी आणि रचना स्वत: आंतरराष्ट्रीय कीर्तीची जादूगार.
दर्शनचा वरपक्ष असूनही त्यांच्या कोणत्या अटीच नव्हत्या म्हणून 'पुढची बोलणी' करताना रचनाला हिप्नॉटिझमचा प्रयोग करावा लागला नाही. दर्शनच्या व्यक्तिमत्त्वामुळे तीच भारावल्यासारखी झाली होती.

जादू म्हणजे पोरखेळ किंवा काही काही कार्यक्रम केवळ मनोरंजनाचे, ज्यात बुद्धी चालवण्याचा प्रश्न संभवत नाही, असं दर्शनचं मत होतं. रिकाम्या डब्यातून कबुतर काढून दाखवणं वगैरे प्रकारचे प्रयोग त्याने आणि त्याच्या चौकडीने लहानपणी धावून धावून पाहिले होते. 'एक हात से ताली बजाव' असं आवाहन त्या काळातल्या जादूगाराने करताच, दोन्ही हात दुखेपर्यंत त्या सर्व मित्रांनी टाळ्यांचा वर्षावही केला होता. पण तो काळ कधीच मागं पडला होता. टाळी ही मागून मिळवायची चीज नसते हे समजण्याचा प्रौढ काळ आला होता. रचनासुद्धा आपले प्रयोग सादर करताना प्रेक्षकांकडे जोगवा मागितल्याप्रमाणे टाळ्या मागत असेल का, असा विचार त्याच्या मनात येऊन गेला. केव्हा तरी त्याने चेष्टेने विचारलंही,
''रचना, एखादा खाण्याचा पदार्थ चांगला झाला किंवा कोणतीही गोष्ट मनासारखी केलीस किंवा करावीस म्हणून, तर कधीतरी अगदी झकपक कपडे केलेस की मला लगेच टाळ्या वाजवायला लागणार का?''
''म्हणजे काय?''
''जादूगार मंडळींना जाता-येता 'जोर से ताली बजाव' असं म्हणायची सवय असते...''
त्याला थांबवत ती म्हणाली,
''हे कशासारखं झालं सांगू का? प्रत्येक लेखक भेटला की वाचक जसं एक वाक्य बोलून त्याला हैराण करतात तसं झालं. 'आमच्यावर लिहू नका' किंवा 'आता ह्याच्यावर लिहिणार का?' तसं.'
''तसं नाही गं!''
''तुम्ही तुमची टोळी घेऊन एकदा कार्यक्रमाला या.''
''जरूर.''
''त्यापूर्वी एक पैज मारायची.''
''किती हजारांची?''
''पैज पैशांची नाही. एकही टाळी वाजवायची नाही ही पैज.''
''मान्य!''
प्रयोगाच्या दिवशी पैज हरण्यात किती प्रचंड आनंद असतो, ह्याचा दर्शनला अनुभव आला. टाळ्यांच्या वर्षावात रचनाच्या बरोबरीने दर्शनही चिंब झाला.

आज रिसेप्शनला अर्धी मुंबई लोटली होती.
दर्शनचे वडील व्यापारात जादूसारखा पैसा कमावणारे, तर रचना जादूचाच व्यापार करणारी!
पैशाला काय तोटा?

पैसा हाच खरा जादूगार!
रचना आणि दर्शन डायसवर उभं राहून थकले. सातत्याने हसतमुख राहण्यानेही विलक्षण दमायला होतं याचा शोध आज लागत होता.
भेटवस्तू देणाऱ्यांची रांग डायसपासून फाटकापर्यंत गेली होती. प्रत्येकाबरोबर फोटो निघत होते. त्यातही कमी वेळ मोडत नव्हता.
रचनाचं सौंदर्य पाहून प्रत्येक जण घायाळ होत होता. थोडी उसंत मिळाल्यावर दर्शन म्हणाला,
''रचना, आत्ता ह्या क्षणी काय वाटतंय सांगू?''
''सांगा ना!''
''हे रिसेप्शन, हे फोटो, हे प्रत्येकाचं हसून स्वागत करणं, ह्यांपैकी काहीही नको.''
''मग काय हवंय?''
''तू साक्षात अप्सरेसारखी दिसत आहेस. ह्या क्षणी तुला एक कडकडून मिठी मारावीशी वाटतेय.''
''इतकंच ना? मग हे अगोदर सांगायचं नाही का?''
''म्हणजे काय झालं असतं?''
''मी 'मिठी मारा' असं म्हणाले असते.''
''नुसती तुझी परवानगी मिळून काय फायदा? समोरची जत्रा पाहिलीस ना?''
''त्या जत्रेचा नि आपला काय संबंध आहे? आपलं राज्य वेगळं आहे.''
''असं काय म्हणतेस? मी असं काही केलं तर माझा बाप मला इथून घालवून देईल. तुला माहीत नाही, आमचे नाना म्हणजे टेरर आहे टेरर-त्यांना जरा उल्लूगिरी खपत नाही.''
''तसला वावदूकपणा आमच्याही घरी खपत नाही. समजलं?''
''मग मिठी काय मारा?''
''तुम्ही मिठी मारलेली कुणाला समजलं तर हॅवॉक होईल ना?''
''पण...''
''कुणाला पत्ताच नाही लागला तर?''
''पण ते शक्य आहे?''
''असं काय? बच्चमजी, जादूगार बायकोशी उगीचच लग्न केलंत का?''
''रचना, तू काय म्हणतेस?''
''मी मास हिप्नॉटिझम करू शकते, माहीत आहे ना?''
''आहे, पण...पण...''
''ठीक आहे. तुमचं धाडस होत नाही ना? मग आता बघा!''
असं म्हणून रचनानेच पुढाकार घेतला आणि एकदम दर्शनला कडकडून मिठी

मारली. त्याच वेळेला नाना त्यांच्या एका व्यापारी मित्राला घेऊन दर्शनसमोर येऊन उभे राहिले. अजून दर्शन रचनाच्याच बाहुपाशात होता, पण तरीही नानांच्या किंवा त्यांच्या मित्राच्या चेहऱ्यावर दर्शनला काहीही फरक दिसला नाही. तेवढ्यात नानांचे मित्र म्हणाले,

''मनासारखी पोरगी पटकावल्यावर तुम्ही एकदम खुशीत हसायला पाहिजे, तर तुम्ही आपले...''

''नाही, तसं काही नाही. आय ॲम द हॅपिएस्ट पर्सन...''

''चला, मग एक फोटो काढू. नाही तर मी लग्नाला आलो नव्हतो असं म्हणाल.''

दर्शन लगेच रचनाला म्हणाला,

''फोटो काढताहेत. आता तरी व्यवस्थित उभी राहा. नाहीतर फोटोत...''

''चिंता करू नका. फोटो एकदम नॉर्मल येईल.''

तोपर्यंत फोटो काढला गेलासुद्धा! तरी दर्शन कापत होता.

''किती घाबरता? कमाल आहे!''

''लोक काय म्हणतील?''

''त्यांना काही कळणारच नाही. माझ्यावर, माझ्या कलेवर इतकाही विश्वास नाही का?''

''विश्वास आहे गं, पण...''

''आणि दुसरं असं, मी अशा प्रसंगी बेजबाबदारपणे वागले तर काय तुमचं एकट्याचंच नाव खराब होणार आहे का?''

''हे सगळं पटतं, पण काय आहे सांगू का? अनब्रेकेबल काचेचा ग्लास आहे हे सांगूनसुद्धा आपटून बघायचं धाडस होत नाही ना, तशातला प्रकार आहे.''

''मग माझा नाइलाज आहे. अशी माणसं समाजात असतात म्हणूनच जादूचे प्रयोग यशस्वी होतात.''

पुन्हा कुणीतरी मोठं प्रेझेंट घेऊन आलं. त्या क्षणी रचनाच्या मनात एक कल्पना आली. पण त्यापूर्वी ती दर्शनला म्हणाली,

''दर्शन, मी ओळख करून देते. ही माझी स्टुडण्ट विशाखा!''

दर्शनने तिला नमस्कार केला. त्याच क्षणी दोघींची आपापसांत नेत्रपल्लवी झाली. दोघींनी एकमेकींना कडकडून मिठी मारली.

विशाखा निघून गेली. मग रचनाने दर्शनला विचारलं,

''आत्ता आम्ही एकमेकींना कडकडून मिठी मारली. तुम्हांला कळलं?''

''रियली?''

''ऑफकोर्स!''

''रचना, यू आर रियली ग्रेट!''

''मला नुसते शब्द नकोत.''

''मग काय देऊ?''

''कृती हवी.''

''काय करू?''

''माझे बाबा त्यांच्या मित्राला घेऊन येताहेत. त्यांच्यासमोर मला मिठी मारा.''

''किस घेऊ?''

''मग काय मिठी मारल्यावर अथर्वशीर्ष म्हणायचं असतं का?''

रचनाने एवढं आव्हान दिल्यावर माघार घेणं दर्शनला शक्यच नव्हतं. त्याने आव्हानाला धैर्याने तोंड दिलं. रचनाच्या बाबांना आणि त्यांच्या मित्रांना कसलाच पत्ता लागला नाही.

आमंत्रित येतच होते.

मध्येच केव्हातरी दर्शन म्हणाला,

''रिसेप्शन दोन दिवस ठेवायला हवं होतं. एक दिवस फक्त तुमचे परिचित आणि दुसऱ्या दिवशी आमचे.''

रचना म्हणाली,

''म्हणजे काय झालं असतं?''

''दमायला झालं नसतं. आपण गेले पावणेचार तास उभे आहोत.''

''आपण नव्हे, तुम्ही एकटे.''

''म्हणजे?''

''मी दमले म्हणजे आरामात कोचावर जाऊन बसतेय. आठ प्लेट्स आइस्क्रीम खाल्लं.''

''खरं?''

''मग जपानमध्ये हिप्नॉटिझम शिकण्यात अकरा महिने उगीच घालवले का?''

''मग मला ही ट्रीक का नाही सांगितलीस?''

''तुमचा विश्वास...''

''बसला! परमेश्वरापेक्षा आजपासून तुला मानलं.''

''मग बसा तिथं आणि आइस्क्रीम खा.''

हा खरोखरच एक थरारून टाकणारा अनुभव होता. तो म्हणजे, आपण झकासपैकी आइस्क्रीम खात कोचावर बसलेले आहोत, शेजारच्याच कोचावर आपली पत्नी, उभ्या आयुष्याची जोडीदार, संपूर्ण भविष्यकाळाची आपली जिवाभावाची सखी बसलेली आहे आणि डिट्टो आपली आणि तिचीही प्रतिमा तशाच कपड्यात, जसे आपण उभे राहू, बोलू, अभ्यागतांचं स्वागत करू, तशा पद्धतीने स्वागत करताहेत, हास्यविनोद करताहेत, प्रेझेंट्स स्वीकारताहेत, फोटो काढून घेताहेत

आणि 'मी-मी' म्हणणाऱ्या डिप्लोमॅटिक मंडळींना त्याचा पत्ता लागत नाही, हा खरोखर मती गुंग करणारा अनुभव होता.

ह्यात फसवणूक होती, पण फसणाऱ्या माणसाचं त्यात कोणतंही नुकसान नव्हतं. म्हणूनच त्या क्षणाचा आनंद टोचणी न लागता उपभोगता येत होता. असे आनंद फार मोजके असतात.

लहान मुलांनी भीती दाखवल्यावर मोठी माणसं जेव्हा घाबरून गेल्याचा अभिनय करतात, तेव्हा जसा मुलांबरोबर मोठ्यांना आनंद मिळतो, तसा तो आनंद होता.

पण ह्या विचारापाठोपाठ दुसरा विचार मनात येऊन दर्शन कमालीचा चपापला.

तातडीने आइस्क्रीमची बशी बाजूला ठेवून त्याने त्याच्या प्रतिमेची जागा घेतली.

विश्रांती पुरेशी वाटून रचनाही दर्शनच्या शेजारी येऊन उभी राहिली.

दर्शनने विचारलं,

''तू, तूच आहेस की...''

''असं काय करता? तो कोच रिकामा नाही का दिसत?''

''दिसतोय. पण आता खरंच तो रिकामा आहे की...''

''असं का विचारता? मी तुमची दिशाभूल कधीही करणार नाही.''

''रचना, मला भीती वाटते.''

''भीती?''

''भीती म्हणजे भीती ह्याच अर्थाने नाही. तरीही एक शंका सांगू?''

''यू मस्ट.''

''हनीमूनला जाऊ तेव्हा तू स्वतः बरोबर येणार की...?''

रचना खट्याळपणे म्हणाली,

''काही सांगता येत नाही. एखाद्या वेळेस तुम्ही खरे, मी खोटी किंवा मी खरीखुरी आणि तुम्ही खोटे, कदाचित आपण दोघे खरे, नाहीतर दोघेही खोटे! काय आवडेल?''

रचनाने हा प्रश्न विचारला पण त्याच वेळी दर्शन कमालीचा गोंधळलेला दिसला.

त्याचा हात हातात घेत ती म्हणाली,

''असा बावचळून जाऊ नकोस. आपण दोघं जाऊ. खरेखुरे! कारण मलाही तो क्षण अनुभवून घ्यायचा आहे. प्रत्यक्षात जगायचा आहे.''

''रचना, खरं?''

''होय राजा, खरं सांगते. सगुण आकाराचे आनंद सगुण साकार होऊनच लुटायला हवेत. असे लुटायचे, असे लुटायचे की निराकार निर्गुणाला साकाराचा हेवा वाटायला पाहिजे.''

रचनाने खरोखरच निराकार निर्गुणाला हेवा वाटावा अशी दर्शनला साथ दिली. शृंगार हा सर्व रसांचा राजा कसा असतो, हे नाना प्रकारे दर्शनच्या निदर्शनाला आणून दिलं. संवाद करण्याचं सामर्थ्य शब्दांपेक्षा इतर माध्यमांजवळ किती अफाट असतं, हे तिने वेळोवेळी सिद्ध केलं.

मधुचंद्राहून परतलेल्या दर्शनचा जणू काही पुनर्जन्म झाला होता.

मुंबईला परत आल्यावर तो रचनाच्या बंगल्यावर जुहूलाच राहायला गेला. रचनाचा बदललेला पत्ता सगळ्यांना समजेपर्यंत काही दिवस तिच्या बंगल्यावर राहणं जरुरीचं होतं. आंतरराष्ट्रीय कीर्तीची ती जादूगार. तिचा पत्रव्यवहार तिच्या 'चमत्कार' बंगल्याच्या पत्त्यावरच होत असे. त्याशिवाय तिच्या विद्यार्थिनीही तिथंच जमत असत. जादूच्याही प्रांतात काही ना काही नित्य नवं पेश करावं लागत असे. जादूच्या प्रयोगासाठी नवे-नवे आकर्षक कपडे तर सारखे शिवावे लागत असत. कोणत्याही प्रांतातली निर्मिती असो, 'नवं काय?' -ह्या प्रश्नावर जादूच्या प्रांतातही 'छू मंतर' सापडला नव्हता, सापडणार नाही. पण.

जादू ही दीपवून टाकणारी कलाकृती, अस्वस्थ करून सोडणारी कला नव्हे. दीपवून टाकणाऱ्या सगळ्याच गोष्टींना फार काळ अस्तित्व नसतं. म्हणूनच 'नवं काय?' हा प्रश्न सतत रचनासमोर असतो. इतर जादूगारांप्रमाणेच!

तिने उभी केलेली 'चमत्कार' नावाची वास्तू मात्र नाव सार्थ करणारी होती. दर्शनने आजवर अनेक थोरामोठ्यांचे बंगले पाहिले होते, पण 'चमत्कार' बंगला हा खरंच चमत्कार होता. कौरव-पांडवांच्या काळात मयासूर आर्किटेक्टने बांधलेली वास्तू ह्याच स्वरूपाची असावी.

संध्याकाळच्या सुमारास दोघंही हनीमूनहून परतली. रात्रीची जेवणं आणि गप्पाटप्पा आटोपल्यावर दोघंही 'चमत्कार' बंगल्यावर मुक्कामाला आली. गडीमाणसांनी शय्यामंदिर सज्ज करून ठेवलं होतं. दर्शन वॉश घेऊन आला. त्याने नाईट सूट चढवला आणि तो बेडरूमचा दरवाजा लावायला निघाला तो काय? बेडरूमला दरवाजाच नव्हता.

क्षणभर तो हादरलाच. नंतर त्याला वाटलं, रचनाने कुठंतरी गुप्त कळ ठेवली असेल तिलाच मग विचारावं.

नंतर तो खिडक्यांपाशी गेला. पाहतो तो खिडक्यांनापण झडपा नाहीत.

त्याने मग रचनाला हाक मारली आणि विचारलं,

''काय गं, बंगल्याचं बांधकाम अजून व्हायचंय का?''

''असं कोण म्हणतं?''

''दरवाजे-खिडक्या कुठे आहेत?''

''कशाला हवेत?''

''कमाल करतेस! दारं कशासाठी असतात?''

''दारं-खिडक्या ह्यांच्यावर इतका खर्च करायचा तर जादू कशाला शिकायची?''

''पण?''

''तुम्ही ह्या चौकटीतून, जिथं दरवाजेच नाहीत त्या ह्या चौकटीतून मला पलीकडच्या खोलीत जाऊन दाखवा.''

दर्शन नेहमीच्या पद्धतीने, 'त्यात काय?' –असं म्हणत निघाला आणि एखाद्या भिंतीवर आपटावं असा आपटला.

पाठीमागून धावत जाऊन रचनाने, 'आय ॲम व्हेरी सॉरी' असं म्हणत त्याला मिठी मारली.

सकाळी-सकाळी दर्शनच्या ॲडव्हायझरी कमिटीच्या सतरा-अठरा मेंबर्सनी दर्शनला अंथरुणातच गाठलं.

''काय दोस्त, हाऊ इज लाइफ?''

''फाईन!''

''ॲण्ड वाईफ?''

''सुपरफाईन!''

''एव्हरीथिंग स्मूथ?''

तेवढ्यात कुणीतरी म्हणालं,

''अरे त्याला माणसांत येऊ दे, मग विचार काय वाटेल ते!''

दर्शन म्हणाला,

''सकाळी-सकाळी तुम्ही एवढे सैतान घरी आल्यावर मी माणसांत कसा येणार?''

''ठीक आहे. सैतानांत ये. तोपर्यंत चहा पाठव.''

''मला कॉफी.''

''हमको बोर्नव्हिटा.''

''मला लिंबू-पाणी.''

''मला नुसतं लिंबू.''

''खरोख्खर जातिवंत सैतान आहात सगळे!'' असं म्हणत दर्शन स्वयंपाकघरात गेला. स्वयंपाकघरात जनार्दन कूक नम्रपणे उभा होता.

''जनार्दन, आपल्याला वीस कप चहा हवा.''

''साहेब...''

''का रे, काय झालं?''

''दुधाची गाडी अजून आली नाही. घरात एकच बाटली दूध आहे, कालचं.''

''इतकंच ना, डोण्ट वरी! पाहुणे घरचेच आहेत. त्यांना मी सांगतो जे आहे ते.''

''साहेब, बाईंना उठवा ना!''
''नको.''
''पाहुण्यांना तसं दवडलेलं बाईंना खपायचं नाही. त्यांना उठवा.''
''अरे, पण एकच बाटली दूध आहे म्हटल्यावर ती तरी काय करणार?''
दारातून रचना म्हणाली,
''वीस कप चहा करणार.''
''रेल्वे स्टेशनसारखा?''
''बघाच कसा ते!''
जनार्दन निघून गेला.
रचनाने फक्त दोनच कप चहा केला आणि ट्रे दर्शनसमोर धरीत ती म्हणाली,
''घ्या.''
''दोनच कप?''
''येस!''
''मित्रांचं काय?''
''त्यांच्यासाठी हे अकरा कप गरम पाणी. हे द्या त्यांना. आपण चहा प्यायचा. ते पाणी पितील. पण त्यांना पत्ता लागायचा नाही.''
थरथरत्या हाताने दर्शनने सगळ्यांच्या हातात गरम पाण्याचे कप दिले. कप स्वीकारणाऱ्या मित्रांच्या चेहऱ्यांकडे बघण्याचं धाडस त्याला होत नव्हतं.
पण मित्रांना काहीच वाटलं नाही. उलट त्यांच्यापैकी एकाने पहिल्याच घोटाला 'फँटॅस्टिक' असं सर्टिफिकीटपण चहाला देऊन टाकलं. रचनाने नुसतं अर्थपूर्ण नजरेने दर्शनकडे पाहिलं आणि दर्शनने नजरेनेच, 'मी आज तुझ्यामुळे वाचलो' असं सांगितलं. तेवढ्यात आणखी एका मित्राने विचारलं,
''वहिनी, तुम्ही चहासाठी कोणती पावडर वापरता?''
''पिणाऱ्यावर जादू होईल अशी!''
''चूप रे!''
''चूप रे काय? आपण आंतरराष्ट्रीय कीर्तीच्या मॅजिशिअनकडे आलो आहोत. त्यांना चहा करण्यासाठी चहाची पावडर लागतच असेल असंसुद्धा नाही.''
आणखी एक मेंबर म्हणाले,
''कदाचित चहाऐवजी हे साधं उकळलेलं पाणीसुद्धा असेल. हो की नाही वहिनी?''
रचना म्हणाली,
''जादूगाराचंच घर! तेव्हा इथं अशक्य काहीच नाही.''
दर्शन गडबडून म्हणाला,

''रचना, माझी दोस्तमंडळी महाटारगट आहेत. तू लक्ष देऊ नकोस.''

''ओ दर्शनजी, आम्ही टारगट काय? पण लक्षात ठेवा, आमचा सल्ला मानलास म्हणूनच वहिनींची तुला प्राप्ती झाली आहे.''

''हो का हो?'' रचनाने विचारलं.

''तर काय! जादूगार बायकोला घाबरत होता. त्या म्हणे कशाचंही काहीही करतात.''

''हे मात्र खरं आहे. आत्ताच नाही का बिनचहाचा चहा केला.''

''वहिनी, रागावू नका बुवा! आम्ही आहो हे असे आहोत.''

''मला अशीच माणसं आवडतात.''

''भाभी खरंच?''

''येस.''

''मग एक रिक्वेस्ट करू?''

''जरूर!''

''एखादी जादू करून दाखवता?''

''ए मॅडकॅप, तुला जादू म्हणजे गाणं वगैरे वाटलं का?''

''का उखाणा?''

''आय ॲम सॉरी!''

रचना पटकन म्हणाली, ''असे नर्व्हस होऊ नका. जादू म्हणजे उखाणा नाही हे खरं आहे. तरी आज तुम्ही प्रथम आलात आणि तुमच्यामुळे दर्शनने मला बायको म्हणून पसंत केलं, तेव्हा गंमत म्हणून एकच प्रयोग दाखवते.''

''शुअरली!''

''दर्शन, तुझ्या ह्या सतरा-अठरा मित्रांपैकी आपल्या अगोदर, लेटेस्ट असं कुणाचं लग्न झालंय?''

दर्शनने एका मित्राकडे बोट करीत सांगितलं.

''हा माझा मित्र सोमण. आपल्या आधी दीडच वर्षं ह्याचं लग्न झालंय.''

''ह्यांना मूलबाळ?''

''अजून तरी नाही.''

''बायको प्रेग्नंट आहे का?''

सोमण पटकन म्हणाला, ''काल रात्रीपर्यंत तरी नव्हती.''

''ओ.के.!'' असं म्हणत रचना उठली. ती मध्यभागी जाऊन उभी राहिली. निष्णात आणि कसलेल्या व्यावसायिक जादूगाराप्रमाणे तिने त्या छोट्या ऑडियन्सवरून नजर फिरवली आणि तिने आपल्या निवेदनाला प्रारंभ केला – ''मित्रांनो, याने दोस्तो, याने फ्रेंडस् तुम्ही सगळे इथं आलात ह्याचा आनंद

वाटला. मी तुमचं स्वागत करते. हूं तमारू स्वागत करू छूं. मैं आप सब लोगों का स्वागत करती हूं. आय वेलकम यू ऑल! पण मित्रांनो, हे स्वागत करत असताना मला एका गोष्टीचं वाईट वाटतं आहे. तुम्ही सगळे आलात, पण इथून परत जाताना तुमच्यातला एक कुणीतरी कमी होणार आहे.''

ह्या वाक्यावर सगळ्यांनी एकमेकांकडे पाहिलं. तोपर्यंत रचना एकदम निराळी दिसायला लागली. तिने हातावर हात घासले. तीन वेळा त्या हातांचा वास घेतला आणि ती म्हणाली,

''इथं कुणी येताना आपल्याबरोबर पिवळा गुलाब आणलाय का?''

सगळे जण नाही म्हणाले.

''तुम्ही सगळे नुसते टारगट नाही आहात, तर लबाडपण आहात. मला टारगटपणा चालतो, लबाडी चालत नाही. मी आता पिवळा गुलाब आणणाऱ्याला शोधून काढते.''

प्रत्येकाच्या डोक्याचा वास घेत, त्याच्या डोक्यावर टिचकी मारत-मारत सोमणजवळ आली आणि टाळी वाजवून म्हणाली,

''सोमणसाहेब, बुशशर्टच्या खिशातली फुलं काढा आणि द्या मला.''

खरोखरच सोमणच्या खिशातून पिवळ्या गुलाबाची दोन फुलं बाहेर पडली. रचना पुन्हा मध्यभागी येऊन उभी राहिली. सगळे जण तटस्थ झाले होते. रचना म्हणाली,

''मित्रांनो, सोमणसाहेबांचा निरोप घ्या. त्यांना एकदा शेवटचं बघून घ्या. कारण...''

मग मात्र वातावरण जरा गंभीर झालं. कारण गुलाबाच्या फुलाच्या जादूने, रचनाने सभा जिंकली होती.

रचना बोलायला लागली,

''कारण तुमच्यापैकी एक जण परत जाणार नाही असं मी म्हणाले होते. ह्या माणसाने लबाडी केली, तेव्हा तो इथेच राहील. दर्शन...''

''येस...?''

''हनिमूनला आपण गेलो होतो तेव्हा तुला मोर फार आवडतो असं म्हणाला होतास, आठवतं?''

''आठवतं.''

''मग असंच करू या. मोर हा आपला राष्ट्रीय पक्षी आहे आणि तुलाही तो आवडतो. शासनाची आणि कॉमन मॅनची आवड एकच असावी ह्याचे हे एकमेव उदाहरण आहे. तेव्हा मित्रांनो, नाऊ, सोमण वुईल बी नो मोर! त्याचा मोर होईल.''

सगळ्यांनी टाळ्या वाजवल्या.

सोमण मात्र ढिम्म होता. त्याने विचारलं,

''माझा नक्की मोर करणार?''

''येस.''

''एक विनंती...''

''जरूर.''

''माझ्या बायकोला लांडोर करा.''

रचना पटकन म्हणाली,

''शुअरली!''

तेवढ्यात सोमणचे डोळे आणखी एका विचाराने चमकले. शंका विचारताना वर्गातली मुलं जसा हात वर करतात तसा त्याने हात वर केला.

''बोला काय हवंय आणखीन?''

सोमणने विचारलं,

''माझ्या शेजारी चक्रवर्ती नावाचा बंगाली गृहस्थ आहे. त्याच्या बायकोला लांडोर कराल? मी मग आयुष्यभर मोर राहायला तयार आहे.''

न सांगता इतरांनी टाळ्या वाजवल्या.

रचना म्हणाली,

''मी चक्रवर्तीच्या बायकोला लांडोर करीन, पण मग तुमच्या बायकोला चक्रवर्ती आवडायला लागला तर?''

सोमण चटकन म्हणाला,

''नको, नको, तसं नको! मला...''

पुढचं वाक्य टाळ्यांत विरून गेलं.

मित्रांच्या ॲडव्हायझरी बोर्डाने भाकित केल्याप्रमाणे खरोखरच दर्शनचं आयुष्य इतरांपेक्षा वेगळं, सतत एक्साइटमेंटने परिपूर्ण जाऊ लागलं. ज्या दिवशी सकाळी पंधरा-सोळा मित्र त्याच्या घरी येऊन गेले, त्याच दिवशीची गोष्ट. त्याला वडिलांच्या ऑफिसात जायला उशीर झाला. रचना म्हणाली, ''भ्यायचं नाही. तुम्ही कामावर जा. उशीर झाला म्हणून दांडी मारायची नाही, ऑफिसात जा आणि रिस्टवॉचवर फक्त एक फुंकर मारा. कुणाच्याही. चमत्कार बघा.''

दर्शन अर्थातच वेळेवर पोहोचला. नानांनी त्याला विचारलं,

''ही यायची वेळ का?''

''फार उशीर झाला का?''

नानांनी घड्याळ पाहिलं तर दर्शन तीन मिनिटं वेळेपूर्वीच पोहोचलेला.

आणि मग अशा चमत्कारांची रांगच्या रांग सुरू झाली.
आयुष्य सोपं झालं.
अंघोळ झाल्याबरोबर नैसर्गिक अवस्थेत बाहेर येताना किंवा घरात वावरताना त्याला आणि रचनाला कुणाचाच धोका नव्हता. दोघांपैकी कुणाचेही सासूसासरे राहायला आले तरी बिघडत नव्हतं.
प्रवासाला निघाल्यावर अर्ध्या वाटेत पेट्रोल संपलं तरी मुक्कामाला पोहोचतो. पेट्रोल लागत नाही. ट्रॅफिकमध्ये सिग्नलसाठी तर कधीच थांबावं लागलं नाही. विमानाप्रमाणे दर्शनची मोटार टेकऑफ घ्यायची आणि सिग्नल ओलांडून पलीकडच्या बाजूला उतरायची. अख्ख्या जुहू विभागातली एकाएकी वीज गेली तरी दर्शनच्या घरातले दिवे, पंखे चालत असायचे. फ्रीज तर कधीच डिफ्रॉस्ट करावा लागत नसे. गॅस संपायच्या बरोबर तीन ते पाच दिवस अगोदर रचनाला समजायचं. लग्न झाल्यापासून कधी टेलिफोन बिघडला नाही.
आयुष्यातला प्रत्येक क्षण असा थरारून टाकणारा होता. मग दर्शनच्या आयुष्यात कंटाळा या शब्दाला तरी जागा असेल का?
एकदा केव्हातरी अशाच काव्यमय दुपारी दर्शन म्हणाला,
''रचना, तुझ्या रूपाने साक्षात एखादी परी किंवा देवताच माझ्या आयुष्यात आली आहे. तू म्हणशील त्याप्रमाणे निराकार निर्गुणाने हेवा करावा, असं जगलो. आता केव्हातरी एकच गोष्ट करावीशी वाटतेय.''
''केव्हातरी का? आत्ता सांगा.''
''खूप खास असं काही नाही. तरीही चांदण्या रात्री, मस्तपैकी एक स्विमिंग पूल संपूर्ण बुक करायचा आणि आपण दोघांनीच त्यात मस्तपैकी डुंबायचं.''
''मग त्यासाठी तलाव भाड्याने घ्यायची गरज नाही.''
''मग काय करायचं?''
''आपल्या बागेत छोटं लिली पाँड आणि कारंजं आहे ना?''
''त्याचं काय?''
''रात्री चांदणं पडल्यानंतर बरोबर पस्तीस मिनिटांनी त्याचा मोठा तलाव झालेला असेल.''
''खरंच रचना?''
''अजून माझ्यावर विश्वास बसला नाही?''
''बसलाय! तरीही ह्या अशा शंका का येतात कळत नाही.''
दर्शनने असं म्हटल्यावर रचना पटकन निराळ्या मूडमध्ये गेली. ती एकदम विचारी, साक्षात्कारी, व्रतस्थ दिसू लागली. गंभीर आवाजात ती सांगू लागली, ''दर्शन, जवळपास सगळी माणसं तुझ्यासारखी असतात. शंकांचं निरसन होऊनही वारंवार

माणसाला हा भ्रम होतो. त्याची दोन कारणं! एक म्हणजे अज्ञान, दुसरं म्हणजे अतिस्नेह. वारंवार संकटातून काही ना काही मार्ग दाखवला तरी परमेश्वराच्या अस्तित्वाबद्दल आपल्या मनात शंकाच असतात. आपली सुटका झाली की आपण त्याला मानतो. नंतर पुन्हा शंका सुरूच.''

''रचना, तू स्वत: काहीही करू शकतेस, तरी देवाला मानतेस?''

''तो तर सर्वांत मोठा जादूगार! त्याच्याइतके चमत्कार कोण घडवणार? पण गंमत सांगू?''

''जरूर!''

''स्वत:च्या निर्मितीनेच, निर्मात्याचा पराभव घडवलाय असं कधी तू अनुभवलंस?''

''नाही.''

''मी सांगते. माणूस ह्या प्राण्याची निर्मिती हा सृष्टीतला सर्वांत मोठा चमत्कार आणि विधात्याची ही सर्वश्रेष्ठ कलाकृती. पण हा चमत्कारिक प्राणी आता विधात्यावरच उलटलाय. निव्वळ हातचलाखी करून श्रेष्ठ जादूगार ठरणाऱ्या माणसाला तो सलाम करतो आणि त्याहून मोठ्या शक्तीला तो विसरतो, हे नवल नाही का?''

''ते असंच आहे. तसबिरीतून भस्म काढणारा बाबा श्रेष्ठ! दाराशी गाड्या बाळगणाऱ्या माणसांना हवेतून रिस्टवॉच काढून देणारा आणखीन ग्रेट! ह्या तमाम बाबा लोकांना मुठीतून उदी काढता येते, पण अवर्षण पडल्यावर जमिनीतून पीक काढता येत नाही. तुझ्या प्रत्येक मित्राने मला दोनशे-दोनशे रुपयांच्या साड्या दिल्या. माणसांना हे असले चमत्कार हवे असतात. पण रोज आपण काय वाट्टेल ते खातो, त्याचं नेमकं रक्त कसं होतं, ह्या चमत्कारावर कुणीच विचार करीत नाही, त्याचं काय?''

दर्शन गंभीर झाला.

त्याचा चेहरा बघवेना. ती पुन्हा पहिल्यासारखी झाली आणि म्हणाली,

''ए वेड्या, एवढं गंभीर व्हायचं नाही.''

''मग काय करायचं?''

''चांदणं पडल्यावर पस्तिसाव्या मिनिटाची वाट बघायची.''

समोर खरंच तलाव झालेला. पाणी दिसत नव्हतं.

इतकं स्वच्छ, आरपार.

तलावातही चांदणंच सोडलेलं.

काठावर दर्शन आणि रचना.

''अगोदर तू!''

''अंहं, तू!''
''ओह, नो, लेडीज फर्स्ट!''
''असेल, पण ते इथे नाही.'' असं म्हणत रचनाने दर्शनला सरळ-सरळ पाण्यात ढकलून दिलं...

...आणि दर्शनला जाग आली.
च्यायला! म्हणजे हे सगळं स्वप्न होतं तर?
नुसत्या बीअरची इतकी किक?
अर्थात हेही चांगलं झालं.
ॲडव्हायझरी बोर्डाची मंडळी म्हणतच होती, जादूगार बाईशी लग्न कर, वेगळं आयुष्य जगशील.
खरं आहे.
आपण, किती वेगळं जगू शकतो, हे त्या स्वप्नाने सांगितलं.
त्या दिवशी दर्शनने नानांना सांगितलं,
''सगळ्या मुलींत मला रचना कोल्हटकर आवडली.''

आणि आज खरा स्वागत सोहळा. रिसेप्शनसाठी निम्मी मुंबई लोटलेली.
दर्शनच्या वडिलांनी व्यापारात जादूसारखा पैसा कमावलेला, तर रचना जादूचाच व्यापार करणारी!
स्वप्नातल्या पहिल्यावहिल्या प्रसंगाचा प्रत्यक्षात अनुभव कधी येईल असं दर्शनला झालेलं.
कारण इथूनच एका विलक्षण, जगावेगळ्या अनुभवपर्वाचा प्रारंभ होणार.
लग्नाला मुहूर्त बघितला त्याप्रमाणे खरं तर ह्या अनुभवपर्वासाठीही मुहूर्त पाहायला हवा होता.
धडधडणाऱ्या छातीवर हात ठेवीत, संधी साधून दर्शन म्हणाला,
''रचना, एक सांगू?''
''अवश्य!''
''असं वाटतंय, हे रिसेप्शन, हे फोटो, हे प्रत्येकाचं हसून स्वागत, ह्यात काही अर्थ नाही.''
''मग कशात अर्थ वाटतोय?''
''ह्या क्षणी तू इतकी विलक्षण देखणी दिसत आहेस की वाटतं...''
''काय?''
''इथल्या इथे तुला कडकडून मिठी मारावी.''

रचना म्हणाली,
''आत्ता? इथं? रिसेप्शन चालू असताना? एवढी आजूबाजूला 'जत्रा' असताना?... काय वेड लागलंय का?''

✧

एनारडी

पाय चेपता-चेपता लक्ष्मीने शेषशायींना सांगितलं,

''भगवान, मुनिराजांची स्वारी...''

श्रीविष्णूंनी मान वळवून पाहिलं.

''नारायण...नारा...''

''मुनिवर्य, सगळं क्षेम आहे ना?''

''होय.''

''आज प्रात:काळी आगमन...''

''तसंच प्रयोजन आहे भगवान.''

''मुनिवर्य, काही कपटनाट्य, एखादा कळलावेपणा...''

''छे छे! भगवंता, सौजन्यसंवत्सर चालू आहे. तेव्हा...''

''नारदा, हे माझ्या ध्यानात आलेलं नाही.''

''त्रैलोक्यराणा, पृथ्वीतलावर भारत नामक देश आहे. त्या देशातला एक पुढारी नुकताच स्वर्गात आला आहे. त्या लोकनेत्याने...''

''थांबा मुनिराज. आमच्या मनात एक शंका आहे.''

''सांगावी महाराज.''

''आजवर इतके पुढारी दिवंगत झाले, ते सगळे...''

''भगवान, स्वार्थी, गळेकापू पुढाऱ्यांना स्वर्गाची वाट मिळणं मुष्कील. हा पुढारी, पुढारी असून सत्शील आहे. त्याच्या आगमनापायीच सौजन्यसंवत्सर वगैरे गोष्टी समजल्या. भारत देशामध्ये सौजन्य सप्ताह, दारूबंदी सप्ताह ह्यांसारखे काही रिवाज आहेत.''

विष्णूंनी डावा पाय ओढून घेतला आणि उजवा पाय लक्ष्मीला चेपण्यासाठी दिला आणि नारदांना विचारलं,

''पण त्याचा अर्थ काय?''

''नागरिकांनी एक आठवडा सगळ्यांशी गोडीगुलाबीने वागायचं.''

''बस? फक्त आठच दिवस चांगलं वागायचं? आणि एरवी? खरं तर ज्यांना आपण बुद्धी दिली, मन दिलं त्यांनी आयुष्यभर सगळ्यांशी चांगलं वागायला हवं. हे असले सप्ताह साजरे करण्याची पाळी येणं ह्यातच कमीपणा आहे.''

''भगवान, जे आहे ते सांगितलं.''

''आणि तेच लोण थेट स्वर्गापर्यंत...''

''पण इथं सौजन्यसप्ताह नाही. इथं संपूर्ण संवत्सर सौजन्यात घालवायचं आहे.''

''म्हणून तुम्ही आज कळलावेपणा करणार नाही तर... ठीक. आता मनातला हेतू?''

''सांगतो भगवान! वाल्मिकींचा चार हजारावा वाढदिवस पुढच्याच महिन्यात येतोय. त्या निमित्ताने एखादा चांगला कार्यक्रम सादर करावा, वाल्मिकींचा सत्कार करावा अशी योजना...''

''मुनिवर्य, स्तुत्य कल्पना! ह्या सत्कारासाठी तुम्ही कोणत्याही अप्सरेचं सहकार्य घ्या.''

भगवंता, नृत्य-संगीत-नाट्य ह्या कार्यक्रमांचं मुनिवर्यांना आकर्षण नाही. दरबारी शिस्त मोडायची नाही म्हणून इंद्राने आमंत्रण केलं की वाल्मिकी येतात, पण ते खरं नाही. त्याच त्याच तऱ्हेचा नाच पाहून ते कंटाळले आहेत.''

''मग गंधर्वांचं गाणं?''

''त्यातही नावीन्य नाही.''

''मुनिराज, बालगंधर्वांचं गाणं का ठेवीत नाही?''

नारदमुनी म्हणाले,

''देवाधिदेवा, बालगंधर्व त्यांच्या ऐन उमेदीच्या काळात जर स्वर्गलोकी आले असते तर त्या गाण्याची गोडी अवीट होती. विकलांग अवस्थेतही पृथ्वीवरच्या माणसांनी त्यांना गायला लावलं. स्वर्ग लाभूनही त्यांचे इथे पृथ्वीसारखेच हाल झाले तर काय अर्थ? लाखो रसिकांचं मनोरंजन करणाऱ्या त्या पुण्यात्म्याला गाण्याचेही क्लेश नकोत.''

''मग काय करायचं?''

''माझ्या मनात एक कल्पना आहे.''

''सांगा.''

''वाल्याचा वाल्मिकी करून अनेक युगं लोटली. आता पुन्हा एकवार पृथ्वीवर जावं आणि आणखीन एखाद्या वाल्याचा वाल्मिकी करायची वेळ आली आहे का पाहावं. वाल्मिकीच्या वाढदिवसाला मतपरिवर्तन झालेली चालतीबोलती व्यक्तीच भेट देणं ह्यासारखा त्यांचा सत्कार नाही.''

''वा वा मुनिराज! कळलावेपणा सोडून तुम्ही भरीव कार्याकडे वळलात.''

लक्ष्मीला न राहवून ती म्हणाली,
''सौजन्यसंवत्सराचा परिणाम!''
नारदमुनींचा चेहरा पडला.
''मुनिवर्य उदास होऊ नका. आमचं तुम्हांला अभय आहे. यशस्वी व्हा!''

त्यानंतर चारच दिवसांनी श्रीविष्णूच्या द्वारपालाने श्रीविष्णूंना एक व्हिजिटिंग कार्ड आणून दिलं. इंग्रजी भाषेत, इंग्लिश लिपीत त्यावर जे नाव होतं, त्याचा विष्णूंना पत्ता लागला नाही.
''काय हवंय?''
''त्यांना भेटायची परवानगी हवी आहे.''
''मग तू शंखनाद करून बाहेरून वर्दी का दिली नाहीस?''
''अभ्यागताने सांगितलं, तसं करणं रानटीपणा आहे.''
भ्रूधनू उंचावीत श्रीविष्णू म्हणाले,
''त्यांना आत पाठव.''
संपूर्ण सुटाबुटातल्या व्यक्तीकडे श्रीविष्णू आणि लक्ष्मी बघतच राहिले. लक्ष्मीला तर क्षणभर पितांबर आणि उत्तरीय ह्या कपड्यांत काहीच चार्म नाही असं वाटून गेलं. ते विष्णूंच्या लगेच ध्यानात येऊन त्यांनी कंठातून खोकल्यासारखा आवाज केला. मोरपिसांच्या पंख्याने वारा घालणाऱ्या सेवकाने लगेच पंचामृताचा चांदीचा कलश पुढे केला.
अंतर्ज्ञानाच्या देवांच्या शक्तीचा लक्ष्मीला राग आला.
पण त्या रागाचाही तिला मनातल्या मनात उद्‌गार करता आला नाही. देवांपेक्षा मनाचा थांगपत्ता न लागू देणाऱ्या माणसांचा तिला हेवा वाटला. सुटाबुटातील रुबाबदार व्यक्ती आसनस्थ झाली. त्या व्यक्तीची केसांची रचना बघण्यासारखी होती. हातातली फेल्ट हॅट मुगुटाचा रुबाब उतरवणारी होती. त्या गृहस्थाने येताना एक विचित्र आकाराची पेटी आणली होती. श्रीविष्णूंनी क्षणभर त्यांचे विशाल नेत्र मिटून घेतले आणि मग सस्मित चेहरा करीत ते म्हणाले,
''बोला, नारदमुनी बोला.''
''देवाधिदेवा, आम्ही कामगिरीवर निघालो आहोत. आशीर्वाद हवेत.''
मग लक्ष्मी म्हणाली,
''मुनिवर्य तुम्ही कमालच केलीत.''
''आम्ही दिसतो कसे?''
विष्णू म्हणाले,
''ते आम्ही सांगतो. तुमच्या वेषभूषेपुढे आम्हांला ही आमची वस्त्रंही क:पदार्थ वाटू

लागली आहेत.''
तिकडे दुर्लक्ष करीत लक्ष्मीने विचारलं,
''मुनिराज, तुमचे केस तीन दिवसांत कसे वाढले?''
''राजकमल कलामंदिराचे बाबा वर्दम आणि गोवा हिंदू असोसिएशनचे सीताराम मराठे त्यांचं हे कौशल्य.''
''हे कोण?''
''हे दोघे निष्णात वेशभूषाकार आहेत,'' असं म्हणत नारदमुनींनी त्या दोघांनी करून दिलेला केसांचा टोप उतरवून ठेवला.
त्याबरोबर कायम उभ्या असलेल्या अवस्थेतली नारदांची शेंडी उभी राहिली.
''वा, काय हे कसब! आम्ही खूश आहोत. बरं, हा कागद कसला?''
असं म्हणत श्रीविष्णूंनी नारदाचं व्हिजिटिंग कार्ड त्यांच्या समोर धरलं.
''ह्याला व्हिजिटिंग कार्ड म्हणतात. पृथ्वीवर कुणालाही भेटायचं असलं की स्वतःचं नाव, आपण करतो तो व्यवसाय, हे सर्व कळण्यासाठी ह्याचा उपयोग करतात. आणि...''
''आम्हांला तर हे वाचायला पण आलं नाही.''
''हे इंग्रजीत आहे.''
''संस्कृतमध्ये का नाही?''
''ते कुणाला समजणार? तसं इंग्रजी पण सगळ्यांना समजतं असं नाही. अजून पुष्कळ पुढारी अंगठेबहाद्दर आणि लोळणारं धोतरवालेच आहेत. पण साहेबाची भाषा वापरली की जोर येतो. जसं संस्कृत उडवलं तसं इंग्रजी पण उडवायचं आहे.''
''मानवांचं ज्ञान देणाऱ्या ह्या भाषेशी वैर का?''
''हा प्रश्न ज्या मंत्र्याने इंग्रजी भाषा रद्द करून एक मुलांची पिढी बरबाद केली त्या बाळासाहेब खेरांना विचारा. मला विचारलं तर मी सांगेन. भगवान, एकदा खुर्चीशी दोस्ती केली की सगळ्या चांगल्या गोष्टींशी वैर करावंच लागतं.''
''बरं, मग तुमचं नाव आम्हांला वाचून दाखवा.''
नारदमुनींनी कार्ड हातात घेऊन वाचलं,
''आम्ही आता एन.आर.डी.''
''म्हणजे काय?''
''नारद, शब्दाला कोण विचारणार? म्हणून एनारडी म्हणायचं. जे.आर.डी.च्या जवळ जाणारं नाव आहे.''
''जे. आर. डी. कोण?''
''एक खूप मोठा माणूस. नुसतं जे. आर. डी. म्हटलं की मान लवावी असा माणूस.''

''बरं, तुम्ही तुमचा व्यवसाय काय सांगितला आहे?''

''पब्लिक रिलेशन्स ऑफिसर आणि सोशल वर्कर.''

''म्हणजे काय?''

''पब्लिक रिलेशन्स ऑफिसर म्हटलं की फटकून वागण्याचा अधिकार प्राप्त होतो आणि सोशल वर्करमधल्या 'सोशल' नावाखाली कोणतेही उपद्व्याप करता येतात.''

मध्येच लक्ष्मीने विचारलं, ''हा पेहराव घातल्यावर तुम्ही विणेचं काय करणार?''

नारदमुनींनी शेजारी ठेवलेली विचित्र आकाराची बॅग उघडून सांगितलं,

''ह्याला इलेक्ट्रिक गिटार म्हणतात. आम्ही वाद्य बदललं.''

हे ऐकल्याबरोबर विष्णूंचा चेहरा बदलला.

नारद गडबडून म्हणाले,

''भगवंताने रुष्ट होऊ नये. स्वार्थासाठी माणसं पक्ष बदलतात, टोप्या फिरवतात, दिलेली वचनं विसरतात. आम्ही फक्त वाद्य बदललं. खरं तर परमात्म्याचं चिंतन करणारी एकतारी अंत:करणात असली की हातातलं वाद्य निव्वळ उपचार असतो.''

विष्णूंनी ह्यावर फक्त आशीर्वादादाखल हात उंचावला.

''आम्ही यावं का?''

''अवतार कधी घेणार?''

''प्रथम कुठे?''

''सिंगापूरला.''

''सिंगापूरलाच का?''

''भगवान, स्वर्गासारखंच ते फ्री पोर्ट आहे.''

''म्हणजे?''

''इथं येताना माणसाला व्हिसा लागतो का? सरकारची परवानगी लागते का? पृथ्वीवर हे नियम फार कडक.''

''एकाच भूमीवर सर्व गावं असताना, माणसांना परवानगी लागते? ही पृथ्वी खरी कुणाची?''

तोही राजकारणाचाच भाग आहे. सिंगापुरात त्या मानाने हे निर्बंध कमी आहेत म्हणतात. मी अनुभव घेणार. त्यांनी माझ्या या वाद्याला हरकत घेतली नाही म्हणजे मिळवलं.''

''आम्हांला हेही समजत नाही.''

''बा भगवंता, ते फार मोठं नाट्य. ह्या भीषण नाट्यातल्या कलावंतांना कस्टम ऑफिसर म्हणतात. हजारो रुपये खर्च करून, हजारो मैलांवरून तुम्ही प्रवास करून आलात की चोर-दरोडेखोराप्रमाणे तुम्हांला तीन-चार तास थांबावं लागतं. तुमची

झडती घेण्यात येते, तुमचं अत्यंत मौल्यवान सामान फेकून दिलं जातं. तुमचा अपमान कधी केला जाईल, हे सांगता येत नाही आणि तुमचं जिवाच्या मोलाने जपलेलं सामान जप्त केलं जातं. तिथंही जे सुटतात ते सुटतात आणि एखादा पापभीरू भरडला जातो.''

''नारदमुनी, तुम्ही ह्यातून सुटणार कसे?''

''भगवद्भक्ताला भीती कसली?''

''पण म्हणजे ह्याचा अर्थ, विमानतळावरच तुम्हांला वाल्या सापडणार?''

नारदमुनी नुसते हसले.

सिंगापूर शहरात एनारडीला काहीही कुतूहल वाटलं नाही. ते सरळ एअरपोर्टवर आले. समोर जे विमान दिसलं त्यात ते घुसणार होते.

पण तसं करणं सोपं नव्हतं.

मग नाना ठिकाणी चौकशी करून त्यांनी भारताकडे येणारं विमान पकडलं. विमानात बसण्यापासून त्यांना जाणवलं की विमानतळावरचे एकूण एक अधिकारी त्यांच्या शेजारी बसलेल्या प्रवाशाची जातीने देखभाल करीत आहेत. त्याला हवं-नको बघत आहेत. विमानाने आभाळात झेप घेतल्यावरही कॅप्टन स्वत: येऊन लक्ष पुरवीत होते. मध्येच कॅप्टनने त्या माणसाला कॉकपिटमध्ये पण बोलावून घेतलं. इतकं सगळं झालं तरी एनारडी आपल्याकडे बघतही नाही, ह्याचं त्या माणसाला नवल वाटलं. त्याचा अहंकार एनारडीच्या तटस्थपणापायी जबर दुखावला गेला होता. शेवटी स्वत:कडे कमीपणा घेत त्याने एनारडीसमोर सिगारेटचं पाकीट धरलं. एनारडीने नम्रतेने आपण स्मोकिंग करत नसल्याचं सांगितलं.

''आप का शुभनाम?''

''एनारडी.''

खरोखरच नावात जादू असते. शेजारच्या माणसाने अदबीने नमस्कार केला.

''आप कहाँसे आये?''

एनारडीने तुटक उत्तर दिलं,

''स्पेस.''

शेजारच्या माणसाने ऐकलं, 'स्पेन.'

''आप हिंदी जानते हो?''

''मैं ग्यारह भाषाओं में बात कर सकता हूँ।''

शेजारचा माणूस कोलमडलाच.

''बम्बई में पहली बार?''

''जी हाँ!''

''ऐसे ही?''

''खुदा की मर्जी! उपर से संदेश आया, एनारडी बम्बई देखो, अच्छा शहर है, बस. हम निकल पडे.''

''कहाँ जाओगे? मतलब बाडबिस्तर कहाँ पे...''

''उपर से संदेश आयेगा.''

एनारडीचा हात पकडीत शेजारचा गृहस्थ म्हणाला,

''आप मेरे यहाँ ठहरो.''

''आपका शुभनाम?''

''कॅप्टन! बस इतना नाम काफी है.''

विमानतळावर विमान चालवणाऱ्या कॅप्टनपेक्षा एनारडीच्या कॅप्टनचाच जास्त रुबाब होता. डॅटसन नावाची इम्पोर्टेड, वातानुकूलित गाडी थेट रनवेपर्यंत एअरक्राफ्टजवळ येऊन उभी राहिली.

कस्टम्सच्या अक्राळविक्राळ जबड्याला चुकवून कॅप्टनबरोबर एनारडी एअरपोर्टच्या बाहेर पडले. चार-पाच ट्रॅफिक इन्स्पेक्टर्सनी खटाखट सलाम ठोकले. कॅप्टनने तिकडे लक्ष पण दिलं नाही.

कॅप्टनला असल्या किरकोळ गोष्टींकडे लक्ष द्यायला सवडच नव्हती. त्याच्या त्या एअरकंडिशण्ड गाडीत त्याची स्टेनो होती. तिला कॅप्टन, घर येईतो डिक्टेशन देत होता. स्वर्गातल्या प्रासादांना लाजवेल अशा हवेलीत, एनारडींनी कॅप्टनसहित प्रवेश केला. चारही बाजूंनी सेवक धावले. दरवाजामागून दरवाजे उघडले गेले. मध्येच एके ठिकाणी शिवाजीमहाराज, वल्लभभाई पटेल, महात्मा गांधी, नेहरू आणि शेवटी लालबहादूर शास्त्री ह्या सर्वांच्या तसबिरी लावलेल्या होत्या. सगळ्या तसबिरींना नमस्कार करीत कॅप्टन त्याच्या खास दालनात गेला. पाठोपाठ एनारडी.

कॅप्टनच्या खोलीत तीन फोन होते, वेगवेगळ्या रंगांचे. त्यांपैकी दोन फोन कॅप्टनची प्रतीक्षा करीत होते. एक फोन होता मंत्रालयाचा.

मोघम भाषेत काही बोलणं झालं.

कॅप्टनने बेल वाजवली.

''उपासनी, हे आपले नवे पाहुणे एनारडी. आजपासून तुम्ही त्यांचे पी.ए. ह्यांना काहीही कमी पडता कामा नये. काहीही म्हणजे काहीही. तुम्हांला काहीही ह्या शब्दाचा अर्थ माहीत आहे आणि नोकरी टिकवायची असली म्हणजे काहीही करावं लागतं, हे तुम्ही जाणता. ओ.के.?''

उपासनींनी मान हलवली.

''एनारडी, आप जा सकते हो.''

''मला मराठी समजतं कॅप्टनसाहेब.''

''वा, छान! तुम्ही आता रिलॅक्स व्हा. वाट्टेल ते मागा. उपासनी देईल. मध्ये

कमिशन न खाता देईल. त्यांचं उपासनी आडनाव सार्थ आहे, आयुष्यभर उपवास करतोय. का? तर स्वर्गात सगळं मिळावं म्हणून. तुम्हांला कळेलच आता! ओ.के.?''

उपासनींनी दाखवलेल्या दालनात एनारडींनी प्रवेश केला.

''एअरकंडिशनिंग चालतं?''

''चालतं!''

उपासनींनी खिडक्या-दरवाजे बंद केले. मशीन चालू केलं. अभावितपणे एनारडी म्हणाले,

''नारायण, नारायण!''

उपासनींनी चमकून पाहिलं.

''बसा, उपासनी बसा. मी तुमचा साहेब नाही. मला मित्र समजा.''

''छे, छे! असं कसं?''

''ते तसंच आहे.''

''नाही हो!''

''उपासनी, ह्या आपल्या वातानुकूलित खोलीतला प्राणवायू एकाएकी संपला तर तुम्ही मराल आणि तरीही मी जगेन, असं तुम्हांला म्हणायचं आहे का?''

''छे, असं कसं होईल? तसं जर घडलं तर आमचे कॅप्टनसाहेबही कोसळून पडतील.''

''हो ना? मग बसा. तुमच्या-माझ्यापेक्षा जेव्हा कॅप्टन मोठे ठरतात तेव्हा तुमचा-आमचा दर्जा एकच - तेव्हा बसा.''

''साहेब, बसत नाही, चहापाण्याची व्यवस्था प्रथम बघायला हवी. आपण काय घेणार?''

''तुम्ही-आम्ही मिळून घेऊ.''

''काय आणू?''

''एक ग्लास दुग्धरस मिळेल का?''

''जरूर.''

दुग्धपान झाल्यावर उपासनींनी विचारलं,

''आपण नॉनव्हेज खाणार का?''

''नाही, शुद्ध शाकाहार.''

''मद्यपान?''

''म्हणजे सोमरस? सोमरस चालेल, पण पंगतीला तुम्ही हवेत.''

''साहेब, मी तसं काही घेत नाही.''

''नारायण, नारायण! म्हणजे कॅप्टनसाहेब सांगत होते ते खरं म्हणायचं.''

उपासनी नुसते हसले.
''कॅप्टनसाहेबांनी तुम्हांला दीक्षा कशी दिली नाही?''
''मी घेतली नाही.''
''तुमचे कॅप्टन आता आम्हांला निवांतपणे कधी भेटतील, ते सांगा. त्यांच्याशी निवांतपणे गप्पागोष्टी करायच्या आहेत.''
''निवांतपणा आता विसरायचा.''
''मला थोडी कल्पना आलीच आहे. विमानातून उतरल्याबरोबर त्यांच्यासाठी काम तयार होतं.''
''पाचच दिवस ते इथं राहणार, तेवढ्यात संपवायचं असतं.''
''नंतर कुठे?''
''दिल्ली.''
''तुमचे साहेब करतात काय?''
''काय करत नाहीत विचारा!... मनात आलं तर इकडची दुनिया तिकडे करू शकतात. हे राज्य घडवू शकतात. मंत्रिमंडळ बनवू शकतात. उलथवू शकतात. रावाला रंक आणि रंकाला राव बनवू...''
''मग त्यांचं तुमच्याकडे कसं लक्ष गेलं नाही?''
''साहेब, परमेश्वराने खूप दिलंय, ह्यापेक्षा जास्त नको.''
एनारडींनी विचारलं,
''नारायणाने जास्त द्यायचं ठरवलं तर?''
''वाजवीपेक्षा जास्त जे मिळतं ते सरळ मार्गाने मिळत असेल असं वाटत नाही.''
''ह्याचा अर्थ कॅप्टनसाहेबांचं हे वैभव...''
तेवढ्यात उपासनींना आमंत्रण आलं. बाहेर पडता-पडता त्यांच्या कानावर शब्द आले, ''नारायण, नारायण!''
नवीन आलेला पाहुणा बेरकी आहे, हे उपासनींनी जाणलं. त्याच्याशी सांभाळून बोलायला हवं हे ध्यानात येऊनही, त्याच्याशीच वेळ पडली तर मन मोकळं करावं, अशा परस्परविरोधी भावना आपल्याला का होत आहेत, हे त्यांना समजत नव्हतं.
उपासनी कॅप्टनसाहेबांच्या आदेशानुसार एनारडीच्या तैनातीत होते. त्यांनी कॅप्टनसाहेबांचे मुंबईतले कारखाने दाखवले. केम्प कॉर्नरवरचं डिपार्टमेंटल स्टोअर दाखवलं. समुद्रकाठचा मढ आयलंडचा बंगला दाखवला. समुद्रातून छोट्याछोट्या मोटरबोट्स थेट घरापर्यंत कशा येऊ शकतात, त्याचं प्रात्यक्षिक दाखवलं.
ह्या मोटरबोट्समधून नक्की काही ना काही चोरटा माल येत असावा हे एनारडीने ओळखलं आणि मग तसं त्यांनी बरंच काही ओळखलं. काही समक्ष पाहून आणि उरलेलं अंतर्ज्ञानाने!

आपण वाल्याचा वाल्मिकी करण्याचा संकल्प सोडतो काय आणि आपण थेट वाल्याच्याच वास्तूत प्रवेश करतो काय, सगळंच अजब... अजब नव्हे, हीच त्या नारायणाची करणी! नारायणाची आठवण झाल्याबरोबर एनारडींची ब्रह्मानंदी टाळी लागली. 'नारायण नारायण' असा त्यांचा जप सुरू झाला. त्या देहातीत अवस्थेत त्यांच्या डोक्यावरील केसांचा टोप कधी गळून पडला, हे त्यांना समजलं पण नाही. कोणता तरी महत्त्वाचा निरोप घाईघाईने सांगायला आलेले उपासनी दारातच थबकले. 'साक्षात्कारी पुरुष भेटणार' असं अनेकांनी पत्रिका पाहून आपल्याला सांगितल्याचं उपासनींना ह्या क्षणी आठवलं. एनारडींच्या पायावर ते लोळण घेण्याच्या विचारात असतानाच, टेलिफोनची बेल वाजली. एनारडी भानावर आले. त्यांनी भजन आवरतं घेतलं. घाईघाईने टोप डोक्यावर चढवला. हे सगळं होईतो टेलिफोनची बेल वाजून, कंटाळून थांबली. उपासनींनी सरळसरळ एनारडींच्या पायाशी लोळण घेतली.

''महाराज, अभय द्या. आशीर्वाद द्या.''

''उपासनी, अहो आपण बरोबरचे. मी तुमचा कॅप्टन नाही. ह्या खोलीतला प्राणवायू जर नष्ट झाला...''

उपासनी म्हणाले,

''तर महाराज, फक्त मी एकटा मरेन आणि मला ते मरण हवं आहे. तुमचा सत्संग घडल्यामुळे मला मुक्ती मिळेल.''

''उपासनी, तुम्हांला वेड लागलंय.''

''महाराज, आपण आपलं खरं स्वरूप प्रकट केलं नाही तर आपल्याला नारायणाची शपथ आहे.''

नारद मूळ स्वरूपात प्रकट झाले. उपासनींच्या डोळ्यांतून अश्रूंचा लोट आला. नारदांनी त्यांना उराशी धरलं. भावनांचा प्रक्षोभ शांत झाल्यावर उपासनी म्हणाले,

''जी काय साधना केली ती वाया गेली नाही. मुनिराज, आता मरण आलं तर चालेल.''

''नाही उपासनी, अजून अवकाश आहे.''

''कंटाळा आला सगळ्याचा.''

''सगळ्याचा म्हणजे?''

हेच असं राब-राब राबायचं आणि तरीही प्रपंच रेटता कसा येईल, ह्याची चिंता करायची. आजूबाजूचं वातावरण आवडत नाही, पण तिथंच जगावं लागतं. नालायकांची चलती आहे, ती बघवत नाही. चार बुकं न शिकलेल्या अधिकाऱ्यांसमोर मस्तक वाकवावं लागतं. हा अपमान पेलत नाही. माझ्यासारख्यांनी असं जगायचं का?''

''कॅप्टनचं अनुकरण करा. निर्ढावलेल्या मनाने जगायचा प्रयत्न करा.''

''महाराज, आपण सर्वज्ञानी आहात. तरी स्पष्ट सांगतो. कॅप्टन हा एक नंबरचा आंतरराष्ट्रीय कीर्तीचा स्मगलर आहे. दारूची दुकानं आहेत. दोन डिपार्टमेंटल स्टोअर्स आहेत. एक हॉटेल आहे. तीन थिएटर्स आहेत. देशातल्या निवडणुकांच्या मागे तो उभा असतो. तो देवस्थानांचा ट्रस्टी आहे. एका नाट्यसंस्थेला त्याने उदार मनाने देणग्या देऊन जिवंत ठेवली आहे. पाचशेव्या-हजाराव्या नाटकांच्या प्रयोगांना तोच अध्यक्ष असतो. मी लिहून दिलेली भाषणं तो आविर्भावाने वाचतो. त्याच्या हाताखाली अनेक गुंड आहेत. तो दंगे घडवून आणू शकतो. मोर्चामागून मोर्चे काढले जातात आणि सत्ताधारी पुढाऱ्यांची भाषणं होतात तेव्हा तो गर्दी करण्यासाठी माणसं पुरवू शकतो. तो कुणाचाही काटा काढू शकतो आणि त्याच वेळेला माझ्यासारख्या पापभीरू माणसाची व्रतवैकल्यं पार पाडण्यासाठी हवी ती मदत करतो.''

''लक्षात आलं. सगळं समजलं. फक्त मोटरबोटीतून तो चोरून काय आणतो, ते कळलं नाही.''

''सोनं महाराज, सोनं!''

''पण मग सोन्याच्या बदल्यात सोन्याहून किंमतवान असं तो काय देतो?''

''चला दाखवतो.''

एअरपोर्टवर न्यायला आलेला डॅटसन गाडीतूनच उपासनी एनारडींना घेऊन एका हॉटेलवर गेले.

त्या हॉटेलचा, बीअर बारचा, डायनिंग हॉलचा रुबाब पाहून माणूस पृथ्वीवर स्वर्ग आणू शकतो हे एनारडींना न सांगता समजलं. हॉटेलच्या दुसऱ्या मजल्यावरच्या एका दरवाजावर काही सांकेतिक टिचक्या वाजवल्यावर दार उघडलं गेलं. आत एक प्रशस्त हॉल होता. त्यात पलंग होते. ऐषारामी खुर्च्या होत्या. झोपाळे होते. कोपऱ्यात बार होता. मंद संगीत होतं आणि हॉलभर ठिकठिकाणी वीस-बावीस वर्षांपासून चाळिशीच्या वयापर्यंतच्या मुली आणि बायका बसलेल्या होत्या.

''महाराज, सोन्याच्या बदल्यात ह्या सोन्यासारख्या बायका विकल्या जातात. ह्यांच्यापैकी असंख्य बायका दारिद्र्याला कंटाळून आलेल्या आणि उरलेल्या जबरदस्तीने, गुंडांची मदत घेऊन, बलात्काराने आणलेल्या आहेत.''

परतीच्या प्रवासात एनारडींनी विचारलं,

''इतक्या मुळी मिळतात कशा?''

''देशाच्या कानाकोपऱ्यातून येतात.''

''इतक्या?''

''देशाची लोकसंख्याच तेवढी आहे.'' बोलता-बोलता उपासनींनी मोटारीच्या काचा खाली केल्या, ''महाराज, आता रस्त्यावर नुसती नजर टाका. बघा, ही नागडी-उघडी पोरं. गटारातील पाणी पितील, उकिरड्यावर राहतील, अर्धपोटी तर कायमच आणि तरीही ह्यांना जन्माला घालणाऱ्या आईबापांना अकला यायच्या नाहीत.''

''राज्यकर्ते काय करताहेत?''

''त्यांना हीच प्रजा वाढायला हवी आहे. उनाडक्या करणारी, ठिकठिकाणी देहधर्म करून शहराचा नरक करणारी ही प्रजा हा आमच्या पुढाऱ्यांचा मतदार संघ आहे महाराज. भारत देशाचं जर काही कमी-जास्त झालं तर ते केवळ बेसुमार लोकसंख्येनेच होणार आहे.''

''तुमच्या कॅप्टनचे उद्योग सरकारला माहीत आहेत?''

''साहेबांच्या खोलीतल्या तीन-चार फोन्सपैकी एक फोन तर खास मंत्रालयासाठी आहे.''

''या!'' कॅप्टनने एनारडीचं स्वागत केलं.

''कॅप्टनसाहेब, निघावं म्हणतोय!''

''का हो? मृत्युलोकात कंटाळलात?''

एनारडींनी चमकून पाहिलं.

''मुनिवर्य नारद म्हणजे एन. आर. डी. मी हे कधीच ओळखलंय. त्याशिवाय माझ्या खास हस्तकांनी सगळी माहिती गोळा व्हीली. सर्व देशांतून केबल्स आल्या. तुमची माहिती कुणालाही सविस्तर देता आली नाही. त्यावरून मी सगळं समजलो. असो! पृथ्वीवर येण्याचा हेतू सफल झाला का?''

''कॅप्टन, ते तुमच्या इच्छेवर, उत्तरावर अवलंबून आहे. मी प्रश्न विचारू शकतो का?''

''जरूर.''

''ह्या तऱ्हेचं आयुष्य किती वर्षं जगणार?''

''आता कायमचं.''

''मुलांचा विचार केलास?''

''मुलगा तर माझ्यापेक्षा जास्त तयार होईल. तो तर ह्या देशाचा भावी पंतप्रधान होऊन राज्य करील.''

''शिक्षण?''

''गरज नाही. मॅट्रिकपर्यंत पोराचा चांगला अभ्यास होता. पण मॅट्रिकला घसरला.

चांगले मार्क मिळाले नाहीत. मी म्हटलं शिक्षण छोड दो.''

''ह्या तुझ्या पापात भागीदार व्हायला तुझी पत्नी तयार आहे का?'' नारदमुनींनी 'वाल्याचा वाल्मिकी' करणारा पेटंट प्रश्न विचारला.

''मुनिवर्य, कोणत्याही बाबतीत भागीदार घेतला की धंदा बुडालाच म्हणून समजा.''

असं म्हणत कॅप्टनने बेल वाजवली. उपासनी धावत आले.

''ह्यांना बंगल्यावर घेऊन जा. मी बाईंना फोन करून ठेवतोय.''

नारदमुनी निघाल्यावर कॅप्टन म्हणाले,

''बराय मुनिराज. ओळख ठेवा आणि जाण्यापूर्वी जरा आमच्या उपासनींचं हृदयपरिवर्तन करून जा.''

मालकीणबाईंनी जोरदार स्वागत केलं. नारदमुनींना तिने शेकहॅण्ड करून कमरेभोवती हात टाकून सरळ बेडरूममध्ये नेलं.

''माझ्याबरोबर जिन कॉर्डियल घेणार का?''

''म्हणजे काय असतं?''

''सोमरसापैकी एक समजा.''

''म्हणजे...''

''आम्हांला उपासनीकडून सगळं समजलं आहे. तेव्हा मुनिवर्यांनी ह्या दासीकडून कोणतीही सेवा करून घ्यावी.''

असं म्हणत म्हणत कॅप्टनची ती गृहिणी सरळसरळ मुनिवर्यांच्या गळ्यात पडली. त्यांचं तोंड स्वतःच्या दिशेने वळवीत ती म्हणाली,

''मुनिराज, मला तृप्त करा.''

मुनिवर्यांनी मोठ्या शिताफीने आणि तपसामर्थ्याने स्वतःची सुटका करवून घेतली. प्रयाणाच्या वेळी उपासनीला अश्रू आवरले नव्हते.

''उपासनी, आम्ही चाललो. कोणताही वर मागून घ्या.''

''मुनिराज, भोवताली जो स्वार्थ, मग्रुरी, सत्तेसाठी चाललेली अमानुषता, राजकारण ह्या सगळ्यांचा हैदोस चालला आहे, त्या गदारोळात स्वतःची बुद्धी आणि मन जिवंत राहील असा आशीर्वाद द्या. नाहीतर ह्या सगळ्या व्यवहारात आपलाही सूर मिसळण्याचं धैर्य द्या.''

''तथास्तु!''

''या मुनिवर्य, कामगिरी पार पाडलीत की नाही?''

नारदमुनी उदास होते.

''मुनिवर्यांचा चेहरा म्लान का? एकही वाल्या मिळाला नाही का? म्हणजे जग

सुधारलेलं दिसतंय.''
''देवाधिदेवा, तुमचे अंदाज चुकलेले आहेत.''
''मग काय काय घडलं, ते सांगा.''
पडलेल्या चेहऱ्याने आणि उतरलेल्या स्वरात मुनिराज म्हणाले,
''पृथ्वीवर वाल्यांचंच राज्य आहे आज. वाल्मिकी व्हायला कुणीच तयार नाही. समाजालाही आज 'वाल्या' हवे आहेत. भगवन, एका वाल्मिकीलाच मी हवं असल्यास 'वाल्या' होशील असा आशीर्वाद देऊन आलोय.''
''असं का केलंत?''
''अर्जुनासारख्या योद्ध्यालाही बृहन्नडा व्हावं लागलं होतं, तेव्हा...''
''पण मुनिवर्य, पृथ्वीवर एवढं अराजक का?''
नारद म्हणाले,
''भगवान, त्याला पुष्कळ प्रमाणात आपणच जबाबदार आहात.''
''ते कसं?''
''स्वर्ग समृद्ध करण्यासाठी, पृथ्वीवरची कर्तबगार माणसं आणायची घाई का केलीत? पोलादी पुरुष वल्लभभाई पटेल, शास्त्री, स.गो बर्वे, नाथ पै ह्यांना का खेचून आणलंत? सावरकरांना दीर्घायुष्य दिलंत, पण त्यांचा आयुष्यभर खुळखुळा करून टाकलात. सुभाषचंद्र तर कसे, कुठे आणि कधी गेले, ह्याचा तर कुणालाच पत्ता लागला नाही. मुळातच देशासाठी आपण काहीतरी करायचं असतं, एक शिस्त पाळायची असते, कर्तव्य पाळायचं असतं, ह्याचा गंधही नसलेल्या देशातली चांगली माणसं तुम्ही का मारलीत? पस्तीस वर्षांत दोन देश राखेतून वर येतात आणि नव्या नव्या शोधांनी जगाचं रूप पालटून टाकतात आणि एकाच पृथ्वीवर नांदणारा दुसरा देश खंडीभर प्रजा, अज्ञान, स्वार्थ, दारिद्र्य आणि नरक ह्यापेक्षा काही निर्माण करू शकत नाही. मग भगवन, ह्या देशातून त्या देशात जाताना पासपोर्ट का लागू नयेत? आपल्या या स्वर्गात तरी प्रवेश सहजासहजी कुणाला मिळतो का?''
''मुनिवर्य, खूप खरं बोललात. सौजन्य संवत्सर चालू असून कटू बोललात तरी तुमच्यावर आम्ही प्रसन्न आहोत. कारण ह्या सगळ्या कटू बोलण्यामागे जगाचं कल्याण हा एक चांगला हेतू आहे. आम्ही मोठमोठ्या गुणवंत माणसांना स्वर्गात आणलं ह्यामागचा आमचा हेतू निराळा आहे. त्या चांगल्या माणसांची कुचंबणा होऊ नये म्हणून असं करावं लागलं. दुर्जनांची मस्ती फार काळ टिकत नाही हे तुम्ही पण जाणता. तेव्हा शांत व्हा आणि वाल्मिकीच्या चार हजाराव्या वाढदिवसासाठी नवा कार्यक्रम द्या. सुचवा.''
नारदमुनी म्हणाले,

''एकच कार्यक्रम सुचलाय. गीतरामायणकार, आधुनिक वाल्मिकी गदिमा आपल्याकडे आहेत. त्यांचं गीतरामायण ठेवतो.''

''तथास्तु!''

अचपुकबाश्री बुंजिक मोघी

घीवर नावाचा एक खाण्याचा प्रकार असतो. तुम्हांला माहीत आहे का? नक्की माहीत असेल.

मी अजून तो प्रकार खाल्लेला नाही. पटकन उडी मारून खाईनच अशातलाही भाग नाही. त्याची चव कशीही असो, पण नाव ऐकूनच त्या घराण्याशी आपलं जमेल असं मला वाटत नाही.

घीवर म्हणजे कोळी. ह्या घीवर शब्दाशी साम्य दर्शवणाऱ्या घीवरबद्दल माझं मन अत्यंत कलुषित झालं होतं.

उद्या जर कुणी मला 'कोळी' खायला येतोस का विचारलं तर तो विषय मी जसा अगदी कोळीष्टकासारखा झटकून टाकीन, तसंच घीवर म्हटलं की आजवर वैरीत आलोय.

चांगल्या-चांगल्या खाण्याच्या पदार्थांची नावं कायम करताना माणसांनी खूप विचार का केला नाही? 'बेसी हुळी अण्णा' ह्या नावाची एक फार चांगली खिचडी मिळते म्हणे. आता हे काय नाव आहे का? 'बेसी हुळी अण्णा' हा एक चांगला पोटात घ्यावयाचा पदार्थ आहे अशी शंका तरी येईल का? फाटक उघडं राहिल्यामुळे शेळी जर बागेत घुसून कर्दळ खाऊ लागली तर तिला हाकलून देताना काही पुटपुटावं लागलं तर 'बेसी हुळी अऽऽण्णा' असं म्हणत एखादा छोटासा दगड उचलावा.

तीच गोष्ट गुजराती 'खाकरा' ह्या पदार्थाबद्दल. 'खाकरा' खाणार का? असं पटकन कुणालाही विचारलं तर? अनेक दिवस तो पदार्थ मी घरात येऊ दिला नव्हता.

एके दिवशी श्यामाने तो पदार्थ नाव न सांगता बशीतून समोर आणून ठेवला. वर छानपैकी तेल लावलेलं आणि तेलावरच पेरलेलं लसणीचं तिखट. एका बैठकीत मी चार प्लेट्स खाल्ल्या. शेवटी नाव विचारलं तेव्हा ती म्हणाली, ''खाकरा!''

त्याही क्षणी मला ढवळलं. गुजराती भाषेतल्या मंडळींना त्या नावाने काहीही विचित्र वाटत नसेल, पण प्रत्येक जण शब्दाच्या उच्चारावरच अनुकूल-प्रतिकूल मत बनवतो. उच्चार आणि प्रत्येकाच्या मातृभाषेला अर्थ.

तसंच काहीसं घीवर ह्या प्रकाराबद्दल!

अनेक वर्षं मी ह्या प्रकारापासून लांब राहिलो. पण एक वेळ अशी आली की घीवर ह्या प्रकाराबद्दल मला कमालीची उत्सुकता वाटू लागली.

ती वेळ कोणती?

श्यामा तिच्या भगिनी मंडळाची सेक्रेटरी झाली, त्या वेळेपासून आणि त्याहीपेक्षा खरी वेळ हवी असेल तर त्यानंतर सात महिन्यांनी. दिवस, तारीख, वेळ हवी असेल तर तेही सांगतो.

कुंडली बनवणाऱ्यांना हे सगळं हवं असतं म्हणे आणि त्याशिवाय जन्मगाव.

त्याप्रमाणे घीवरच्या आकर्षणाचा जन्म झाला बंडगार्डनमध्ये. बागेतच एखादा जन्म होणं हीच केवढी काव्यमय कल्पना आणि तसं घडल्यास नवल नव्हतं. काव्यालाही लाजवेल अशी किंवा साक्षात काव्य म्हणता येईल अशी ज्योती मुतालिक देसाई माझ्या शेजारी. तिचा कोवळा लुसलुशीत हात माझ्या हातात.

''मिसेस मुतालिक देसाई.''

''प्लीज मला नुसतं ज्योती म्हणा असं किती वेळा सांगू?''

मी म्हणालो, ''इतक्या अल्प परिचयात एकदम ज्योती कसं म्हणायचं?''

ज्योतीने पटकन विचारलं, ''अल्प परिचयात हातात हात घेता येतो ना?''

मी पटकन ज्योतीचा हात सोडून दिला. पण तिनेच तो पुन्हा हातात घेतला.

''तुम्ही हात जसा पटकन सोडलात तसं आडनाव सोडता येत नाही.''

''मी आडनाव सोडा असं म्हणत नाही. पण इतक्या देखण्या, गोऱ्यापान बाईच्या आडनावात मुतालिक कशाला? नुसतं देसाई पुरे की! लहानपणी असंच झालं! शाळेत असताना माझी एका मुलीशी ओळख झाली. तिचं नाव होतं सरला हेगडे पाटील. तिने जेव्हा तिचं नाव सांगितलं तेव्हा मी विचारलं, 'तुझ्या वडिलांचं नाव हेगडे? असं नाव मी प्रथमच ऐकतोय.' ''

''असं काय करतोस? हेगडे काही बाबांचं नाव नाही कीऽऽऽ आमचं आडनावच हेगडे-पाटील असं आहे.''

ज्योतीने पटकन विचारलं, ''त्याप्रमाणे तुम्हांला मिस्टर देसाईंचं नाव मुतालिक आहे, असं वाटलं का?''

''नाही हो, एक सहज आठवण सांगायची म्हणून म्हणालो. मला जे वाटलं ते तर मी बोललोच.''

''काय बोललात?''

''अप्सरेसारखं सौंदर्य लाभलेल्या बाईच्या आडनावात मुतालिक हा शब्द नको. आणखीन काय वाटतं सांगू?''

ज्योतीने नुसती मान तिरकी करून होकार दिला. मी म्हणालो, ''देखण्या बायकांना

खरं तर आडनावच नसावं. कारण ती रूक्ष असतात. बाईच्या सौंदर्याला गालबोट लावतात. परमेश्वर त्या बाबतीत परफेक्ट. त्याने स्वर्गातल्या अप्सरांना आडनावंच ठेवलेली नाहीत. नुसती कल्पना कर ज्योती, की इंद्राचा दरबार भरलेला आहे. सोमरसाचं यथेच्छ पान झालेलं आहे. सूर लागलेले आहेत. गंधर्व गायनासाठी सिद्ध आहेत. मेनकेच्या पावलांचे पैंजण, पदरव ऐकून सभेचे प्राण डोळ्यांत आले आहेत आणि इंद्र स्वत: टाळी वाजवून मेनकेला समोर अवतीर्ण व्हायला सांगणार आहे. आता मेनकेचं आडनाव फातर्फेकर असलं तर, 'मेनका फातर्फेकर आता कोळीनृत्य सादर करतील' ही घोषणा कशी वाटते? महाराष्ट्र सरकारच्या कामगार कल्याण केंद्रात गेल्यासारखं वाटतं की नाही? त्याचप्रमाणे उर्वशीचं आडनाव गायतोंडे निघालं तर इंद्र उर्वशीला जवळ तरी घेईल का?''

ज्योती मनापासून हसत सुटली. हसता-हसताच ती म्हणाली, ''अप्सरांना आडनावं ही कल्पनाच बाई मजेदार आहे. अर्थात इथंही पुरुषांची लबाडीच सिद्ध होते.''

''कशी काय?''

''बाईचं लग्न झालेलं असलं की प्रॉब्लेम्सच प्रॉब्लेम! म्हणून स्वर्गातल्या बायकांची लग्नं नाहीत.''

मी पटकन म्हणालो, ''म्हणूनच इंद्राला, विवाहित बाई जर अशी प्रेमात पडली तर त्यातला चार्म कळणार नाही.''

माझा हात थोपटल्यासारखा करीत ज्योती म्हणाली, ''तुम्ही खूप म्हणजे खूपच रसिक आहात हो! तुम्हांला खरं म्हणजे अगदी तोडीस तोड पार्टनर भेटायला हवी. आमच्या तनुजा...''

ज्योती बोलता-बोलता एकदम थांबली.

''का थांबलात?''

''आता पुन्हा तिचं आडनाव सांगितलं की घोटाळा होणार. माझं आडनाव परवडलं पण तिचं...''

एवढं बोलून ज्योती पुन्हा हसत सुटली. मी गंभीर होतोय असं पाहून ती थांबून म्हणाली, ''तिचं आडनाव मलुष्टे. तिला जरूर भेटा. तिच्यापुढे मी म्हणजे कचरा. दिसते छान, गाते छान, केस हे असे लांबसडक. बॉब करणार आहे म्हणे. त्याच्या आत तिला भेटा आणि मुख्य म्हणजे एकदम फॉरवर्ड आहे. बीअर घेते, व्हिस्की घेते, ड्रायव्हिंग तर क्लास करते. माझ्यासारखी काकूबाई नाही. तिची आणि तुमची ओळख व्हायलाच हवी; ती होणारच.''

''कशावरून?''

''भगिनी मंडळात घीवर आणायचं ठरलं की तनुजाची आणि तुमची ओळख होणार. चला, उठा आता. पावणेसात वाजले, निघायला हवं. तुमची श्यामा घरी येईल.

आमचेही दुर्वासमुनी घरी परतायची वेळ झाली आहे.''

तर, घीवरच्या आकर्षणाचा जन्म, बंडगार्डनमध्ये ज्योतीच्या सहवासात, गोरज मुहूर्तावर झाला.

आता तुम्ही विचारणार, श्यामाच्या सेक्रेटरी होण्याचा, ज्योतीचा, घीवरचा आणि तनुजाचा संबंध काय? तर तसा तो सगळा घोळच आहे. घोळ ह्या शब्दाचं नातं 'गोंधळ' ह्या एका अवस्थेशी आहे हे ठीक आहे. माझं नशीब! ह्या नावाचा एखादा खाण्याचा पदार्थ नाही. नाहीतर, 'चला थोडा घोळ खाऊन येऊ' हे वाक्य तुम्हांला आवडलं असतं का?

तर श्यामा सेक्रेटरी झाली आणि एकेक घटना घडू लागल्या. दाराशी गाडी बाळगणाऱ्या भगिनींचं जसं एक मंडळ असतं तसंच एक भगिनी मंडळ आमच्या एवढ्याशा चिंचवड गावात पण आहे. टेल्को, एस. के. एफ.पासून अडवानी-आर्लिकॉन, बकावुल्फ वगैरे कंपन्यांतल्या ऑफिसर्सच्या रिकामटेकड्या बायकांचं हे भगिनी मंडळ. भगिनी मंडळ म्हणायचं म्हणून म्हणायचं, वास्तविक ह्या भगिनींचे एकमेकांतले वादविवाद, स्पर्धा, हेवा, मत्सर, निंदा, इ.इ. मंडळासाठी आवश्यक असलेले गुण पाहून आणि एकमेकींकडे बघण्याच्या तिखट नजरा पाहून त्या मंडळाला संगिनी मंडळ का म्हणू नये, हेच मला समजलं नव्हतं. दाराशी गाड्या बाळगणाऱ्या सगळ्याच बायकांची, गावोगावची 'भगिनी मंडळं', 'वनिता समाज' वगैरे गरीब असतात. तसंच श्यामाचं भगिनी मंडळही हलाखीच्या परिस्थितीत दिवस ढकलीत होतं.

अशा भगिनी मंडळाची सेक्रेटरी म्हणून श्यामाची निवड झाली. मंडळाच्या अनेक उपक्रमांपैकी - उपक्रम म्हणण्यापेक्षा उपद्व्याप म्हणायला हवं - दर महिन्याच्या पहिल्या शनिवारी सेक्रेटरी होणाऱ्या बाईने, स्वत:च्या घरून एकेक खाण्याचा पदार्थ सगळ्या सभासदांसाठी आणायचा हा होता. मी ह्या उपक्रमालाच भयानक घाबरलो होतो. श्यामाचा आणि स्वयंपाकाचा संबंध फक्त जेवणापुरताच होता. तिच्या माहेरी म्हणे तिला चुलीकडे कधीही फिरकावं लागलं नव्हतं. लग्न ठरल्यावर, अगदीच अडू नये म्हणून श्यामाच्या मातोश्रींनी तिला रोखठोक चार पदार्थ शिकवले होते. स्वयंपाकघरात इकडचं तिकडे करावं लागणार नाही, असंच स्थळ शोधायचा त्यांचा पण होता. त्याप्रमाणे श्यामाच्या बापाने मला अचूक हेरलं होतं.

श्यामा खरोखरच बाहुली होती. शोभेची!

ड्रॉइंग रूम, बेडरूम, टेरेस, लॉन, फियाट, शॉपिंग, हॉटेलिंग आणि नाटक-सिनेमे ह्या सर्व क्षेत्रांत श्यामा तिची शोकेस सोडून बाहेर पडत असे. स्वयंपाकघरात पाऊल टाकायचं म्हणजे धर्मसंकट. गॅसच्या शेगडीचा ओटा तिला गॅस चेंबरसारखा

वाटायचा आणि टांगलेली शिंकाळी गळफासासारखी. स्वयंपाक करायला बायका मिळत होत्या. पटलं नाही की सोडून जात होत्या. जिभेचे चोचले पुरवणारी एकही स्वयंपाकीण भेटली नाही.

कशी भेटावी?

ज्या घरातली स्वत: मालकीण सुगरण असते, त्याच घरातली स्वयंपाकीणबाई सुगरण होते.

एकूण हा आनंद.

त्यात श्यामा आता सेक्रेटरीणबाई.

कसं होणार?

सेक्रेटरी झाल्याच्या दिवशी म्हणजेच बुधवारी रात्री श्यामाने झकास अंघोळ केली. ती झिरझिरीत गाऊन नेसली. तिने एक वृत्ती चाळवणारा परफ्यूम लावला. तिला खास आवड नसतानाही तिने गुलामअलीची गझल मंद आवाजात लावली आणि ती आपण होऊन जवळ आली. एक अज्ञात शक्ती कानाशी ओरडली,

''वैऱ्याची रात्र आहे. जागा राहू नकोस.''

पण तोवर श्यामा जवळ आलीच. मनासारखं उत्तर मिळविण्यासाठी जितक्या जवळ जावं लागतं, तितकी.

''झोपलात?''

''होय, एकदम गाढ.''

''असं झोपायचं नाही. मला महत्त्वाचं बोलायचं आहे. उद्या पुण्याला जा. सासूबाईंना घेऊन या. त्या खूप दिवसांत आपल्याकडे राहायला आल्या नाहीत. मला त्यांची आठवण येतेय.''

मी मग ताडकन उठूनच बसलो.

''श्यामा, नीट खरं खरं जे काय कारण असेल ते सांगायचं.''

''खरं कारण हवंय? मग ऐका. मी मंडळाची सेक्रेटरी झाले आहे. महिन्याच्या पहिल्या शनिवारी नवे नवे पदार्थ करून न्यायचे...''

''माझ्या आईचं तुला एकाएकी प्रेम का वाटायला लागलं, ते आत्ता कळलं. तिच्याकडून तुला दर महिन्याला करवून घ्यायचे असतील.''

''होय.''

''फक्त गरजेपुरती तुला माझी आई हवी असते ना?''

''मी कोणतंही उत्तर दिलं तरी परिस्थितीत फरक पडणार आहे?''

''माझी आई हे ओळखत नसेल असं वाटलं का तुला?''

श्यामा न संकोचता म्हणाली, ''सगळे सगळ्यांना ओळखून असतात.''

काही वेळ शांततेत गेला आणि मग श्यामा लडिवाळपणे जवळ येत

म्हणाली, ''आज मी इतक्या मस्त मूडमध्ये आहे! मंडळाची सेक्रेटरी झाले - जोगळेकरबाईंच्या नाकावर टिच्चून - तर तुम्हांला कौतुकच नाही.''
श्यामा जवळ येताक्षणी डाव्या विंगमधून सूचना आली, 'वैऱ्याची रात्र आहे, राजा, जागा राहू नकोस.'
तेवढ्यात उजव्या विंगमधून दुसरी घोषणा आली, 'वैऱ्याची रात्र आहे, जागा राहा.' दुसऱ्या घोषणेला ऐतिहासिक परंपरा आहे. मी तीच परंपरा पाळली.

''आई, मी तुला माझ्या घरी न्यायला आलोय. श्यामाला तुझी फार आठवण येतेय.''
आई इतकी अर्थपूर्ण हसली की माझं पुढचं सगळं बोलणं मी विसरूनच गेलो. मी तरीही वकिली करण्याचा प्रयत्न केला. तो सगळा फसला.
''इथं राहून तुझी जी कामं असतील ती सांग.'' असं आई वारंवार सांगू लागली.
शेवटी मी मुद्याला हात घातला,
''ह्या रविवारसाठी अनारसे करून देशील?''
''का रे बाबा, तसं काही?
''छे गं, तसं काही नाही. भगिनी मंडळाची ती आता वर्षभर सेक्रेटरी आहे ना...''
''आलं लक्षात! श्यामाला सांग, ह्या वेळेला आण विकतचे. मी उद्या निघालेय अष्टविनायकाच्या यात्रेला.''
''माय गॉड!''
''त्या तुझ्या गॉडच्याच दर्शनाला निघालेय.''
''आई, बाजारातले अनारसे घरच्यासारखे कसे होतील? त्यात तिला त्या जोगळेकरबाईची जिरवायची आहे. कारण अनारसे करण्यात तिचा हात म्हणे कोणीही धरू शकत नाही...''
''श्यामाला सांग, एखादीजवळ जर एखादा गुण असेल तर तो मान्य करावा. स्पर्धा कसली करतेस? जाऊ दे, तिला नाही ते पटायचं. पुढच्या महिन्यात चार-आठ दिवस अगोदर सांग काही करायचं असलं तर!''
''मी मग चलू?''
''थांब की! घाई कसली?''
''मलाच त्या अनारशांसाठी धावपळ करायला हवी. जोगळेकरबाईची जिरेल असे अनारसे शोधायचेत ना! आई, तुझ्या माहितीत कुणी अनरसे करणारी आहे का सांग ना?''
आई म्हणाली, ''बाहेरच्या खोलीत ये, सांगते.''
आम्ही दोघं बाहेर येताच तिथंच बसलेल्या एक बाई पटकन उभ्या राहत म्हणाल्या,

''मी शब्द न् शब्द ऐकलाय तुमचा. अनारसेच हवेत ना? ते माझ्याकडे लागलं.''
''पण...''
''जोगळेकरबाईंची जिरवण्याचं काम माझ्याकडे लागलं.''
मी आईकडे पाहिलं. आई म्हणाली, ''ह्या म्हणतात त्याची हमी मी देते. बघतोस काय असा? जोगळेकरबाईच जोगळेकरबाईंची जिरवू शकणार नाही का?''
''म्हणजे ह्यांचं आडनाव पण जोगळेकरच आहे का?''
तेवढ्यात त्या बाई म्हणाल्या, ''श्यामाला ज्या बाईंची जिरवायची आहे, तीच मी जोगळेकर!''

ठरलेल्या वेळी जोगळेकरबाई घरी आल्या.
''येऊ का?''
''या, श्यामा आत्ताच गेली.''
आम्ही आमच्या ड्रॉइंग रूममध्ये आलो.
''तुम्ही सरबत घेणार?''
''कोण करणार?''
''मीच! तशा मला बऱ्याच गोष्टी येतात स्वयंपाकघरातल्या, पण अगदी अनारसे वगैरे आणि तेही...''
''माझी जिरेल असे...''
''मिसेस जोगळेकर...''
''मला वाटतं आपण अनारशांचं काम करून टाकू या अगोदर. मग गप्पा मारू.''
''चालेल.''
स्वयंपाकघरात जाताना जोगळेकर म्हणाल्या, ''सध्या आमच्या घरात गॅस नाही, नाहीतर तयार डबाच घेऊन येणार होते.''
''माझ्या आईला सवड नव्हती म्हणून तुम्हांला हा त्रास.''
''त्यात त्रास कसला आलाय? आत्ता गप्पागोष्टी करता-करता अनारसे होऊन जातील.''
''मला तुमचं कौतुक वाटतं.''
''कशाबद्दल?''
''ज्यांना चांगला स्वयंपाक येतो त्या सर्वांचं मला कौतुक वाटतं. आमची आई पण त्यात आलीच.''
''तुम्हांला आता गंमत सांगू का? तुमची आई आणि माझ्या सासूबाई मैत्रिणी. अनारशाचं टेक्निक मला तुमच्या आईंनीच शिकवलंय. तुमच्या आईजवळ शिकण्यासारखं खूप आहे. श्यामाने जर मनात आणलं तर...''

''तिला ते जमायचं नाही.''
''ते तर अख्ख्या भगिनी मंडळाला माहीत आहे.'' एवढं बोलून मिसेस जोगळेकरांनी नको ते वाक्य तोंडून गेल्यासारखा चेहरा केला.
''तुम्ही अगदी मोकळेपणी बोला, मला काही वाटणार नाही. तुम्ही सगळं सांगितलंत तरी!''
''भगिनी मंडळातल्या सगळ्या भगिनींनी तुमच्या बायकोला ठरवून सेक्रेटरी केलं आहे.''
''असं? नवल आहे.''
''नवल नाही. त्यांची ऐट उतरवण्यासाठी हे करावं लागलं. त्या जेवढं बोलतात तेवढं त्यांना येतं की नाही हे आम्ही सगळ्या जणी बघणार आहोत.''
''तुम्ही श्यामाची जिरवायला निघालात, पण इथं वर्षभर माझी जिरणार आहे. तुम्ही सगळ्या जणी पुन्हा एकत्र या, श्यामाच्या विरुद्ध अविश्वासाचा ठराव पास करा, तिचं सेक्रेटरीपद रद्द करा.''
''तुम्हांला काहीही त्रास न देता, श्यामाची ऐट आम्ही जर उतरवली...''
''तुम्हांला प्युअर सिल्कची साडी देईन. पण हे कसं जमायचं? आज तुम्ही अनारसे करायला आलात. पुढच्या महिन्यात गुळाच्या पोळ्या मागितल्या तर?''
जोगळेकर म्हणाल्या, ''आमच्या भगिनी मंडळात प्रत्येकाची एकेका पदार्थाबद्दल ख्याती आहे. जो पदार्थ आणायचा ठरेल, ती ती मेंबर तुमच्याकडे पाठवून द्यायची खबरदारी माझी!''
''खरं? वर्षभर तुम्ही हे काम करणार?''
''शब्द दिला म्हणजे दिला!''
''तुम्ही माझ्यासाठी...''
''तुमच्यात मला मुळीच इंटरेस्ट नाही. श्यामाची जिरवायची म्हणून हे सगळं...''
मिसेस जोगळेकरांना माझ्यात इंटरेस्ट असायचं काही कारण नव्हतं आणि माझीही तशी अपेक्षा नव्हती, तरीही त्यांच्या स्पष्ट वक्तव्यामुळे माझ्या अंगाला अनारशासारखी जाळी पडली.
श्यामा मात्र त्या रात्री कमालीची खूश होती. 'सासूबाईंना भेटलंच पाहिजे' असं सतत ती म्हणत होती.
मी निर्धास्त होतो.
कारण जोगळेकरबाईंनी अनारसे करायचे, सांगताना आईचंच नाव सांगायचं वगैरे प्लॅन आईच्या समोर ठरला होता. माझी फळी मजबूत होती. एक वर्षातला एक महिना संपला.
एक पदार्थ संपला.

पुढच्या महिन्याचा पदार्थ कोणता असेल ह्याची चिंता आत्ता कशाला? अनारशाचं भगिनी मंडळाने कौतुक केलं म्हणून श्यामा खूश आहे. मला हवी 'तशा' मूडमध्ये आहे.
अनारशासारखं पक्वान्न होणे नाही.

''मी संगीता कुर्तकोटी. भगिनी मंडळातून बोलतेय.''
''मी राजाभाऊ बोलतोय.''
''अरे वा, बरं झालं. माझं तुमच्याकडेच काम होतं. तुम्हांला समजलं असेलच, ह्या महिन्यात चकल्या करायच्या आहेत.''
''चकल्या?''
मी 'चकल्या' एवढं ओरडलो आणि श्यामा जवळ येऊन उभी राहिली. आता हिच्या देखत काय बोलणार?
मी मग म्हणालो, ''मी राजाभाऊ बोलतोय. तुम्हांला कोण हवंय? रॉंग नंबर.''
मी फोन बंद केला. श्यामाने लगेच विचारलं, ''कुणाचा फोन?''
''रॉंग नंबर होता. तुमच्या दुकानात चकल्या आहेत का? - असं विचारीत होता.''
तेवढ्यात पुन्हा बेल वाजली. मी पटकन फोन उचलला. पलीकडून तोच आवाज आला.
''पुन्हा मीच बोलतेय.''
''बोला, मी राजाभाऊ.''
''शेजारी श्यामा उभी असेल...''
''होय, आहे.''
''मग मोघम बोला.''
''येस, कंटिन्यू.''
''ह्या महिन्यात चकल्या करायचं ठरवलंय. जोगळेकरबाईंनी तुम्हांला भेटायला सांगितलंय.''
''दॅट्स फाईन.''
''मला फक्त एकच सांगा, तुमच्याकडे सोऱ्या आहे का?''
मी श्यामाकडे बघत म्हणालो, ''आमच्याकडे वुडन मोल्ड आहे. आम्ही ॲल्युमिनियम किंवा ब्रास मोल्ड वापरत नाही.''
''भाजणीचं काय?'' संगीताने विचारलं.
''यू मीन कस्टर्ड पावडर... हां, ठीक आहे. तुम्ही पर्चेस सेक्शनकडे विचारलं होतं का?''

उत्तरादाखल संगीता हसत सुटली. थोडा वेळ थांबून, पलीकडचं ऐकतोय असं दर्शवीत म्हणालो, ''पर्चेसकडे बेडेकर म्हणून ऑफिसर आहेत, त्यांच्याकडे पावडरची चौकशी करा आणि मला दुपारी ऑफिसमध्ये काय ते कळवा.''

मी फोन बंद केला आणि पुटपुटलो, ''ऑफिस मॅटर्सकरता घरी फोन करतात. काय आहे काय?''

दुपारी संगीता कुर्तकोटीचा ऑफिसात फोन आला.

''मी मिसेस कुर्तकोटी.''

''बोला, मी राजाभाऊ.''

''तुमचं चकल्यांचं काम करण्याची जबाबदारी...''

''आलं लक्षात.''

''तुमच्या बेडेकरांकडे मिक्स्ड पावडर मिळत नाही, मग काय करायचं?''

संगीता फिरकी घेत विचारीत होती.

''मग प्रॉब्लेमच आहे.''

''हे पाहा, मी संध्याकाळी साडेचार वाजता ऑफिसात येते.''

''नको, ऑफिसात नको.''

''पूना-बॉम्बे रोडवर थांबू?''

''चालेल.''

''तुम्ही गाडी घेऊन या. पुण्याला जाऊ, चकल्यांचं काम करून टाकू.''

संगीताने माझ्या गाडीसहित व्यवस्थित उपयोग करून घेतला. कुर्तकोटींची गाडी गॅरेजमध्ये होती. चकल्यांच्या बदल्यात तिने मला पुण्यात सगळीकडे घुमवलं. एका पंजाबी हॉटेलात यथेच्छ खाऊन घेतलं. शिंप्याकडे ब्लाऊज शिवायला टाकले, तर दुसऱ्या एका ठिकाणी साड्यांना फॉल लावायला दिले. त्याशिवाय तिच्या हातात वीतभर लांबीचा एक लोकरीचा तुकडा होता, त्याच रंगाची लोकर मिळवण्यासाठी तिने कॅम्पमध्ये माझी धिंड काढली आणि इतकं करूनही तिला स्वत:ला चकल्या करता येतच नव्हत्या. पुण्यात तिने अशाच कोणत्या तरी एका घरी ऑर्डर दिली.

आईच्या सांगण्याप्रमाणे श्यामाने आठ दिवस अगोदर आईला आठवण केली. मी ऑफिसातून दुसरा फोन करून आईला जे सांगायचं ते सांगितलं.

ठरलेल्या दिवशी संगीता आणि मी पुन्हा पुण्याला गेलो. संगीताने पुन्हा एका नव्या हॉटेलात न्यायला भाग पाडून तिचा ड्रम भरून घेतला आणि चिंचवडला एक स्टॉप अलीकडे उतरताना म्हणाली, 'आता ह्या चकल्या घरच्याच आहेत असं वाटावं म्हणून ओल्या नारळाचं खोबरं आणि कोथिंबीर चकल्यांवर पसरा आणि डबा पाठवून द्या मंडळात.''

श्यामासमोर डबा ठेवल्यावर ती फुलून आली आणि खांद्यावर हात ठेवीत म्हणाली,

''तुमच्या आई किती करतात, ह्या वयात. उद्या गेलंच पाहिजे त्यांना भेटायला!''
''पुढच्या महिन्यातला पदार्थ सांगायला का?''
श्यामा न बोलता निघून गेली.

रात्री पुन्हा श्यामा मस्त मूडमध्ये.
माझ्याजवळ येत ती म्हणाली, ''मिसेस कुर्तकोटीचा चेहरा पाहायला तुम्ही हवे होतात.''
''का बरं?''
''त्या सगळ्या बायकांना मला काही येत नाही असं वाटतं. म्हणजे येत नाही हे खरं आहे, पण तरीही फार टोचून बोलतात. आज चकल्या पाहून सगळ्या चक्रावल्याच. त्यातही संगीताबाई कुर्तकोटी ह्या बाईचं प्रस्थ आहे. चकल्या म्हटलं की तिचा चेहरा कसा झाला होता म्हणून सांगू!''
''अनारसे पाहून जोगळेकरबाईंचा...''
''ती बया तर त्या दिवशी भिऊन आलीच नव्हती.''
थोडक्यात म्हणजे श्यामा मजेत होती. चकल्यांसारखा पदार्थ होणे नाही.

तिसरा महिना लागला आणि जोगळेकरबाई भेटायला आल्या. श्यामाशी गप्पागोष्टी झाल्यावर त्या जाता-जाता पुटपुटल्या, ''सुहासिनी ताकवलेला फोन करा ह्या नंबरवर.''
''मेनू काय आहे?''
''पुरणाच्या पोळ्या.''
मी मनात म्हणालो, कुर्तकोटीने चकल्यासारखंच गोल गोल घुमवलं पुण्यात. माझा आणि गाडीचा सोऱ्या करून टाकला. आता ही ताकवलेबाई काय करणार आहे?
ताकवलेबाईने वेगळाच वात आणला.
नॉर्मली सगळ्याच बायका बोल-बोल बोलतात, पण ताकवलेबाईंची एक स्पेशॅलिटी होती. ही बाई सुरू केलेलं वाक्य पुरं करायलाच विसरायची. तिने सांगितलं म्हणून मी तिला भेटायला गेलो. दार उघडल्याबरोबर तिने सुरुवात केली.
''या राजाभाऊ! मी म्हटलं, की तुम्ही येतो म्हणालात, पण तरीसुद्धा माणसाचं काय होतं...म्हणजे तसं सगळ्याच माणसांचं होतं असं मला म्हणायचं आहे. असं जरी नसलं आणि, त्याचं काय आहे, जरी तसं म्हणायचं असलं मला... बरं, मी म्हणजे तरी कोण अशी जगावेगळी लागून गेले...आणि जगावेगळं असं आपण जेव्हा म्हणतो तेव्हा ते खरोखरच जगावेगळं असतं असं नाही... पण प्रत्येक पद्धती असतात बोलण्याच्या. अर्थात सगळीच माणसं त्या पद्धती काटेकोरपणाने

पाळतात... बरं आपलं तसं फोनवरचं -आणि फोनचं काय आहे की ते बोलणं... म्हणजे खरं मानायला हरकत नाही, तरीही माणूस प्रत्यक्ष समोर दिसत नाही आणि दिसला तरी अंतर्यामी तो तसाच असेल...''

समोर मिस्टर ताकवल्यांचा फोटो होता. सुहासिनीबाईंबरोबर काढलेला. मला तो फोटो पाहूनच ताकवल्यांची कीव आली. त्यांचा चेहरा फाटलेल्या ताकासारखा दिसत होता.

ते साहजिकच होतं.

लग्नाच्या पहिल्या रात्री ह्या बाईने, 'तुम्ही मला आवडता' ह्या तीन शब्दांच्या वाक्यालाच अख्खी रात्र घेतली असेल. ताकवल्यांच्या घरी अद्यापि पाळणा का हलला नसावा ह्याचाही अंदाज करणं सोपं होतं.

ताकवलेबाईंच्या केवळ एकच तासाच्या सहवासाचा माझ्यावर इतका परिणाम झाला होता की रात्री श्यामाने जेव्हा मला विचारलं, ''सासूबाईंना पुरणाच्या पोळ्यांचा निरोप दिला का?'' तेव्हा मी सुरुवात केली, ''मी संध्याकाळी... आता संध्याकाळ म्हणजे नेमकी संध्याकाळच असं नाही, पण म्हणजे ज्याला आपण तिन्हीसांजा म्हणतो... अर्थात तिन्हीसांजा हा खेड्यातला शब्द... आणि खेडी म्हणजे तरी काय? आता खऱ्या अर्थाने खेडं म्हणता येईल अशी परिस्थितीच, सध्याच्या राजकरणापायी...आणि राजकारण हा शब्द आपण फार सैलपणाने... मागचा-पुढचा विचार न करता...''

माझं वाक्य पुरं व्हायच्या आत श्यामा घोरायला लागली. मिस्टर ताकवल्यांचं रोज रात्री हे असंच होत असलं पाहिजे.

ताकवलेबाईंची ही गडबडण्याची खोड वगळल्यास बाई सुगरण नक्कीच असावी. कारण आज भगिनी मंडळातून श्यामाला घरी आणण्यासाठी मी जेव्हा गेलो तेव्हा गाडी सुरू केल्याबरोबर तिने गाडीतच मला कडकडून मिठी मारली.

पुरणाच्या पोळीसारखं पक्वान्न होणे नाही.

करंज्या करायचा बेत जेव्हा श्यामाने बोलून दाखवला तेव्हा मी म्हणालो, ''एक दिवस आईकडे जा. स्वत: करंज्या शिकून ये.''

''मला जमणार नाही.''

''अशी मागे राहिलीस तर कधीच काही शिकता येणार नाही.''

''माझं स्वयंपाकात मन रमत नाही.''

''सगळ्या गोष्टी यायला हव्यात.''

''करंज्यांवाचून संसार अडत नाही.''

''भगिनी मंडळाचं अडतं की नाही?''

''मुळीच अडत नाही.''
''माझ्या आईच्या जिवावरच ना?''
''बिघडलं काय?''
''पण मला एक सांग, दुसऱ्यांची निंदा करण्यापलीकडे तुला काही उद्योग आहे का?'' मी वर्मावरच बोट ठेवल्यावर श्यामा खजिल होईल किंवा उफाळून येईल असं मला वाटलं. पण ती शांतपणे म्हणाली, ''दुसऱ्याची निंदा करणं हा उद्योग सामान्य नाही. प्रत्येक माणसाचा खोल अभ्यास केल्याशिवाय निंदा करता येत नाही. ज्याची निंदा करायची त्याची खूप माहिती गोळा करावी लागते. भूतकाळात त्या व्यक्तीने कुणाकुणाला दुखवलंय, त्याच्या मागावर राहावं लागतं.''
''कशासाठी?''
''त्याशिवाय जिची निंदा करायची असते तिचे विक पॉईंट्स समजत नाहीत. हे सगळं करण्यासाठी मानसशास्त्राचा खूप अभ्यास करावा लागतो. कारण आपण पाहतो ती निंदानालस्ती योग्य कारणासाठी करीत आहोत असं ऐकणाऱ्याला पटलं पाहिजे. ती आमची मॉरल रिस्पॉन्सिबिलिटी आहे.''
''एवढे उपद्व्याप करण्यापेक्षा इतर चांगले उद्योग केले तर?''
''मी करते हे एक प्रकारचं सामाजिक कार्य आहे. कसं सांगू?''
''मुळीच नको! ह्या उपद्व्यापामुळे माणसं दुरावतात, कळलं?''
''दुरावली तर दुरावली, पण ती सुधारतातही!''
''ती कशी?''
''तेच सांगणार होते. आमच्या मंडळाने तीन वर्षांपूर्वी रक्तदान शिबिर उघडलं होतं. ते संपल्यावर एक मोठी पार्टी दिली होती, सगळ्या भगिनींना. तेव्हाची गोष्ट. धोपेश्वरकर म्हणून एक बाई आहे. तिच्या नवऱ्याला चांगला तीन हजार रुपये पगार आहे. तिने काय करावं? कसाटा आइस्क्रीमचा एक पॅक शोफरबरोबर नवऱ्यासाठी घरी पाठवला.''
''कशावरून? म्हणजे तीन-तीन हजार पगार असल्यावर हे असं...''
''तेच करायला नको. मला शंका आल्याबरोबर मी शोफरला गाठलं आणि म्हणाले, अरे होतास कुठे? तुझ्या बाई तुला शोधत होत्या. त्याबरोबर तो पटकन म्हणाला, त्यांनीच तर साहेबांना आइस्क्रीम पोचवायला पाठवलं होतं.''
''बरं कशावरून त्या शोफरने ते आइस्क्रीम धोपेश्वरकरांना दिलं?''
''वा! दुसऱ्या दिवशी मी धोपेश्वरकरांना ऑफिसात फोन करून मुद्दाम विचारलं, आइस्क्रीम आवडलं का? तर ते म्हणाले, भले, कसाटाचं आइस्क्रीम कुणाला आवडणार नाही?''
''आता हे एवढे उद्योग तुला करायचे असतात म्हणून अनारसे शिकायला वेळ

सापडत नाही.''
''अनारसे येणाऱ्या हजारो बायका असतील. पण मी जे सामाजिक कार्य केलं...''
''सामाजिक कार्य?''
''धोपेश्वरकरबाईचा हा प्रकार मी बरोब्बर उघडकीला आणला. तिने ह्या असल्या चोऱ्या नंतर केल्या नाहीत. मंडळाचा हा फायदा, हेच सामाजिक कार्य. आता सांगा, ही अशी मोठी कार्यं करायची का करंज्या करत बसायचं?''
मी गप्प बसलो.
मलाही उत्सुकता होतीच, करंज्यांसाठी कोणती महिला जोगळेकरबाई पाठवतात आता, ते बघायचं.
गोपिका पाथर्डीकरबाईने एक निराळाच झक्कू मागे लावून दिला. मुंबईच्या एका प्राध्यापकाला त्या दिवशी मंडळात प्रमुख पाहुणे म्हणून आमंत्रण होतं. म्हणून कुर्तकोटींच्या मोटारीतून श्यामा सरळ मुंबईला जाऊन प्राध्यापकमहाशयांना आणणार होती. मी विचारलं,
''तुम्ही ह्या प्राध्यापकांना टॅक्सी भाडं कबूल केलं असतं तर स्वस्त पडलं असतं.''
''कुर्तकोटीला अकबरअली दुकानातून काही वस्तू आणायच्या आहेत. पेट्रोलचा खर्च मी सँक्शन करणार. मंडळातल्या सभासदांना मात्र पाहुण्यांसाठी गाडी पाठवणार म्हणून सांगायचं ठरलंय.''
''छान! आणि मग परतीच्या प्रवासाचं काय पाहुण्यांच्या?''
श्यामा म्हणाली, ''जाताना द्यायचं त्यांना एस.टी.त बसवून. त्यांनी ओरडा केला तर गाडी बिघडली म्हणून सांगायचं.''
''छान!''
श्यामा मुंबईला गेली आणि गोपिका पाथर्डीकरचा फोन आला. तिने मला तिच्या घरी बोलावलं. चहापाणी झाल्यावर तिने सांगितलं, ''दोन तासांत करंज्या तयार होतील, तुम्ही फक्त थोडी मदत करायचीत.''
''जरूर! काय करायचं?''
''आमच्या पंकजला सांभाळायचं.''
''हात्तिच्या! एवढंच ना? त्यात काय मोठंसं?''
''मोठंसं खरंच काही नाही. गाडीतून एक चक्कर मारून आणली की मग त्याचा काही त्रास नाही.''
''शुअरली! कुठाय तो?''
''झोपलाय, एवढ्यात उठेलच.''
गोपिकाबाईचं वाक्य संपायला आणि चि. पंकजने गळा काढायला, मध्ये एक सेकंदच जेमतेम गेला असेल.

''अडीच-तीन वर्षांच्या पंकजला गोपिकाबाई कडेवरून स्वयंपाकघरात घेऊन आल्या. मी तिथंच डायनिंग टेबलाजवळ बसलो होतो.
'काकांना नमस्कार कर' असं म्हटल्याबरोबर पंकजने मला जीभ दाखवून वेडावलं. पंकजला दम भरण्याऐवजी गोपिकाबाई हसून म्हणाल्या, ''पाहा, कसा खट्याळ आहे.''
मी लगेच म्हणालो, ''ह्याचा अर्थ त्याला हा काका पसंत नाही.''
''का?''
''जीभ दाखवतोय म्हणून!''
''छे! तसं मुळीच नाही. जीभ दाखवली म्हणजेच तुम्ही त्याला आवडलात असा अर्थ होतो.''
''नक्की?''
''नक्की म्हणजे नक्की! न आवडलेल्या माणसाला तो एकदम कडकडून चावतो. नाहीतर हातातली वस्तू फेकून मारतो.''
''माय गुडनेस!''
''तुम्ही घाबरू नका. एकदा जीभ दाखवली...''
''म्हणजे तो दात दाखवत नाही, असं-?''
''तस्संच.''

पंकजला मी माझ्या ताब्यात घेतलं की त्याने मला त्याच्या ताब्यात घेतलं? हे द्वाड पोरटं मोटार थांबली रे थांबली की जिवाच्या आकांताने कानठळ्या बसतील असं केकाटत होतं. मी मग जबरदस्तीने त्याला घरात घेऊन गेलो. त्याला कडेवरून खाली उतरवलं. दोन मिनिटं तो संभावितासारखा शांत बसून राहिला. मी मग एक महत्त्वाचा फोन करू लागलो. तेवढ्यात रपकन पाठीवर काहीतरी आदळलं. मी पटकन खालीच बसलो.

चि. पंकज ह्या निष्पाप, निरागस जिवाने मला काचेचा फ्लॉवरपॉट फेकून मारला होता.

नंतरच्या एका तासामध्ये पंकजने माझ्या अंगावर तीन ठिकाणी दात उठवले. एक कपबशी फोडून सेटची शान घालवली आणि पाच लिटर पेट्रोल जाळलं. 'मुलं म्हणजे फुलं' हे वाक्य कोणत्या बिनडोक माणसाचं? ह्या कार्ट्याला मी पाथर्डीकरांच्या ताब्यात देऊन करंज्यांचा डबा घेऊन निघालो, तेव्हा वाटेत दिसलेल्या भगिनी मंडळाच्या इमारतीला आग लावावी असं मला वाटलं. आमच्या श्यामाचं हे सोशल वर्क मला काय काय कसरती करायला लावणार आहे?

चार महिने झाले. अजून आठ उरले. गेल्या चार महिन्यांत किती पदार्थ झाले आणि कोणते?

लक्षात ठेवायची भानगड नको आणि श्यामाला पत्ता लागायला नको म्हणून मी प्रत्येक पदार्थाचं पहिलं अक्षर कॅलेंडरवर लिहून ठेवलं. ''अचपुक म्हणजे काय?'' –असं श्यामाने चार-पाच वेळा विचारलं. मी उडवा उडवी केली.

त्यानंतर बासुंदीची फर्माईश होती. ती मात्र आईनेच पुरी केली.

श्रीखंड आयतं आणलं आणि श्यामाला मी सांगितलं, ''ह्या वेळेला मुळीच वेळ झाला नाही. श्रीखंड रेडिमेड आहे, हे तू प्रामाणिकपणे सांगून टाक.'' कॅलेंडरवर 'अचपुकबाश्री' असा फेरबदल करून श्वास टाकला.

बुंदीचे लाडू जेव्हा श्यामाच्या पटावर अवतीर्ण झाले तेव्हा ज्योती मुतालिक- देसाई आमच्या आयुष्यात आली. तिच्या गप्पांनी वेड लावलं. नजर आणि तिचे कटाक्ष ह्यापायी माझीच बुंदी पडणार की काय, असं वाटायला लागलं.

तिचा स्पर्श तर विलक्षण दाहक होता. श्यामाच्या भगिनींनी दर महिन्याला बुंदीचेच लाडू का मागवले नाहीत? ज्योतीचा परिचय झाल्यावर 'मी सकाळी येते' असं तिने मला आश्वासन दिलं.

मी श्यामाची आज माझ्या कामासाठी पुण्याला पाठवणी केली. कोऱ्या करकरीत ब्लेडने दाढी केली. उत्तम अंघोळ केली. चांगले कपडे केले. इम्पोर्टेड परफ्यूम लावला.

ज्योतीने दिलेल्या वेळेनुसार दरवाजाची बेल वाजवली. स्वागतासाठी 'यावं यावं तृषितचातक मेघमाले' ह्या वचनाची मी कालपासून उजळणी केली होती.

दार उघडलं, तर दारात दोन अगडबंब आचारी, सुटलेल्या पोटांचे आणि बुरबुरून वाढलेल्या दाढीचे.

''बुंदी पाडायच्यात ना?''

मी 'हो' म्हणालो.

ते आत आले. मी विचारलं, ''बाई कुठे आहेत?''

''आम्ही बायकोला आणत नाही.''

''तसं नाही. ज्योतीबाई कुठे आहेत?''

''आम्हांला काय माहीत? ह्या पत्त्यावर जा, असं शेटने सांगितलं, आम्ही आलो.''

नंतरचे तीन तास त्या दोन आचाऱ्यांनी माझा पाणक्या करून टाकला. त्यांनी बुंदी वळायला घेतल्या आणि बेल वाजली.

पाहिलं तर ज्योती.

''रागावलात?''

त्या दोन्ही बलदंड आचाऱ्यांकडे पाहत मी इंग्लिशमध्ये म्हणालो ''ह्या दोघांच्या सहवासात माझा वेळ मस्त गेला.''

ज्योती न बोलता आत आली. गप्पागोष्टींची नशा कशी चढत गेली हे कळलं नाही.

त्याच दिवशी संध्याकाळी, ज्या वेळेला श्यामा मंडळातल्या खादाड भगिनींना बुंदीचे लाडू आग्रह करून खायला घालत होती, 'बघा तोंडात विरघळतात की नाही' असं म्हणत होती, त्याच वेळेला मी ज्योतीच्या सहवासात बंडगार्डनमध्ये विरघळत होतो.

''तुमच्या सहवासात जबरदस्त फायर आहे.'' ज्योती म्हणाली, ''पण मी काहीच नाही. तनुजाला बघाल तर काय कराल?''

आणि मग मला घीवर प्रकाराची ओढ वाटायला लागली. घीवर कसेही असोत, तनुजा कशी असेल? ती कधी भेटेल? ज्योती म्हणते, तनुजा ड्रिंक्स घेते. ड्रायव्हिंग छान करते. ... तिने ड्रिंक्स घेण्याची इच्छा दर्शवलीच तर तिला कुठे न्यायची? कुणी बघेल का?

आत्तापर्यंतचे दिवस मजेत गेले. एक जोगळेकरबाई वगळली तर बाकीच्या बऱ्यापैकी सोशल होत्या. इतर वगैरे वगैरे गोष्टीत, प्रत्येक बाबतीत तो पुरुषी दृष्टिकोन असतोच असं नाही. बुद्धीला थोड्या मुंग्या आणण्याइतपत गप्पा मारण्याचं कसब बाईजवळ असेल, वादविवाद रंगवण्याची हातोटी असेल तर एक निराळाच झिंग आणणारा कलात्मक आनंद मिळतो. फुलाला स्पर्श न करता त्याच्या सुगंधाच्या परिसरात नुसतं उडताना फुलपाखराला जो आनंद मिळतो तोच आनंद आपल्याभोवती काही काळ दरवळत राहतो.

आयुष्यातल्या कोणत्याही सुखाला कवटाळून झाल्यावर त्या क्षणांच्या आठवणीने चोरटेपणा न वाटता जास्त आनंद जेव्हा वाटत राहतो तेच खरं सुख. गेले काही महिने मी त्या सुखाचा अनुभव घेतला.

बुंदीनंतर जिलब्यांनी काही दिवस केशरी रंगातली कविता दाखवली. त्यानंतर कुर्रेबाज कडबोळ्यांनी कुरकुरीत कोडी घातली.

मोदक हा प्रकार भरभक्कम बैठक जमवून घरंदाज गायकी गाणाऱ्या गायकासारखा. त्याच्या पोटातला गोडवा, बाहेरच्या तुकतुकीत कांतीवरून समजणं मुष्कील.

हे सगळं छान होतं.

पण व्हॉट अबाऊट घीवर?

कॅलेंडरवरच्या 'अचपुकबाश्री बुंजिक मो' नंतर 'घी' अक्षर कधी पडणार?

पण तो योग नव्हता.

'घी' बघण्यापूर्वीच श्यामाने उगारलेला 'बडगा' पाहावा लागला. अर्थात थोडी गफलत आमच्याच हातून घडली.

मोदकाचं घरंदाज कंत्राट होतं कडकोळबाईंकडे. बायकांना आडनावं नसावीत असं मी ज्योतीला म्हणालो होतो, ते किती सार्थ होतं! निरनिराळ्या पदार्थांच्या निमित्ताने सहवासात आलेल्या बायकांची आडनावं अशी का असावीत? कुर्तकोटी,

ताकवले, पाथर्डीकर, मुतालिक देसाई, शिरहट्टी, कोल्हे आणि आता कडकोळ. काय आहे काय?

कडकोळबाईंना सिनेमांचा जबरदस्त शौक. इतका की तिने खरं तर डोअरकीपरच व्हायचं. अर्थात दणदणीत ऐश्वर्य व बेदम रिकामपण ह्यांचं वरदान मिळाल्यामुळे ती डोअरकीपरइतकेच चित्रपट बघू शकत होती.

सिनेमांच्या बरोबरीने कडकोळबाईंचा आणखीन एक व्यासंग होता. कुणाचे हात कशाने ओले झालेले आहेत आणि कितीजणांच्या तंगड्या किती ठिकाणी अडकल्या आहेत ह्यात बाई पीएच. डी. खरोखरच तिच्यामुळे माणसं किती काय लफडी करू शकतात आणि पैशांसाठी किती मरत असतात, ह्याचं मला दर्शन घडलं.

कडकोळबाई काही सिनेमे एखादी नटी आवडते म्हणून, तर काही सिनेमे त्यात एखादाच अप्रतिम डान्स आहे म्हणून, तर तद्दन भुक्कड सिनेमे बघायला जाताना, वाईटात वाईट सिनेमा किती असू शकतो, तोही बघून ठेवला पाहिजे असं म्हणत ती जात असे.

ज्या दिवशी मंडळात मोदक पाठवायचे होते त्याच दिवशी एक सिनेमा कडकोळणीला बघायचा होता. ती सकाळीच पुण्याला जाऊन बसली होती. तिच्या नोकराने चार कप्पे असलेले दोन टिफीन कॅरिअर्स घरी आणून दिले. मी ते मंडळात पोहोचवले आणि तसाच पुण्याला गेलो. जात होतो कडकोळबाईसाठी, पण मनात विचार तनुजाचा आणि घीवरचा!

चिंचवडमध्ये मालकीचं केमिस्टचं दुकान असल्यामुळे ह्या सर्व भवान्यांबरोबर कधीही भटकू शकत होतो. नोकरी असती तर श्यामालाही एवढी मदत करता आली नसती.

मी सिनेमाहून परतलो आणि जो स्फोट व्हायचा तो झाला. मोदकांच्या टिफीन कॅरिअरवर ठसठशीत अक्षरांत 'कडकोळ' हे नाव प्रत्येक कप्प्यावर लिहिलेलं होतं. पण धोपेश्वरकरबाईचं आइस्क्रीम प्रकरण श्यामाने उघडकीला आणलं होतं. तिनेच प्रथम डब्यावरचं नाव वाचलं. त्यात भर म्हणजे जोगळेकरबाईंनी आत्तापर्यंतचे पदार्थ कुणी कुणी केले हेही सांगितलं.

रात्री बारा वाजेतो श्यामाचं रडणं आणि माझ्या नाकदुऱ्या. वर्ष पूर्ण व्हायच्या आत श्यामाने राजीनामा दिला होता.

मी म्हणालो, ''आपण वर्ष पुरं व्हायच्या आत खुर्ची सोडायची नाही.''

''माहीत आहे. तुम्हांला आता ती तनुजा हवी आहे.''

''अगं पण...''

''पुढच्या महिन्यात घीवर करायचे होते म्हणूनच मी राजीनामा दिला. मी तुम्हांला

तनुजापर्यंत पोहोचूनच देणार नाही.''

''अगं...''

''काहीही सांगू नका. बंडगार्डनमध्ये काय काय केलंत, कुर्तकोटीबरोबर शॉपिंग करत भटकलात, लोकांची मुलं सांभाळायला काय आणलीत...''

पुढे ती हमसाहमशी रडू लागली. रडता-रडता सांगत राहिली.

''मंडळात सगळ्यांना सगळं माहिती होतं. स्वत:ची बदनामी आणि तुमच्यामुळे माझी पण...''

''कुणी केली?''

''मंडळातल्या बायकांनी सरळ सरळ टिंगल...''

''कदाचित तुझ्यासारखंच त्यांचंही सोशल वर्क सुरू झालं असेल.''

ह्या वाक्यासरशी श्यामा ताडकन बेडरूममधून उठून गेली. तिने रागाच्या भरात दाराला कडी लावली ती बाहेरून. मग माझा नाइलाज झाला. ती रात्रभर स्वयंपाकघरातच झोपली.

मला सकाळी जाग आली ती मोठा आवाज झाला म्हणून. मी धावलोच. पाहिलं तर श्यामा डायनिंग टेबलावर खुर्ची ठेवून त्याच्यावर उभी होती. काहीतरी शोधत होती.

''काय शोधतेस?''

''लग्नाच्या वेळी मिळालेलं पाकशास्त्राचं पुस्तक!''

आणि आता आज श्यामासारखी सुगरण होणे नाही. भगिनी मंडळात नंतर तिने पाऊल टाकलेलं नाही. तरी श्यामा माझ्या वाटेला येत नाही. कारण तिचं सोशल वर्क अद्यापि चालूच आहे. त्याचं स्वरूप फक्त बदललं आहे. समाजात उठवळ बायकांची संख्या कमी नाही. त्या सर्वांची आता श्यामा 'अन्नपूर्णा' झाली आहे. इतकंच नव्हे, तर नव्याने लग्न होणाऱ्या मुलीला ती जेव्हा केळवणासाठी बोलावते, तेव्हा कॅलेंडरसमोर उभं करून तिला सांगते, ''संसार यशस्वी करायचा असेल तर आणि नवऱ्याला मुठीत ठेवायचं असेल तर हा मंत्र यायला हवा. अचपुकबाश्री बुंजिक मोघी.''

✧

मधला

टेबलावर मूठ आपटीत भोपटकर म्हणाला,

''ही सोसायटी बोगस आहे.''

''तुला उशिरा समजलं.''

''मला तापवू नकोस.''

''तू तर प्रथमच तापून आलेला आहेस. आता शांत व्हायचंय म्हणून इथं आला आहेस. तेव्हा जी काय वटवट करायची ती कर आणि चालायला लाग.''

समजून भोपटकर समोर बसला.

''टाऊन प्लॅनिंगमधला पोंक्षे...''

''पुढे.''

''त्याच्याकडे एक इम्पोर्टेड मिक्सर आहे. तो बिघडला. ते त्याने मला सांगितलं.''

''आणि तू ग्रँट रोडच्या दुकानाचा पत्ता दिलास.''

डोळा बारीक करीत भोपटकर म्हणाला.

''ह्याचा अर्थ तू पोंक्षेला भेटलास.''

''लिफ्टमध्ये न ठरवता. पाचव्या मजल्यावर येईतो त्याने तुला शिव्या घातल्या.''

पुन्हा मूठ आपटत भोपटकर म्हणाला,

''हेच! मला हेच सांगायचं होतं. त्याचा मिक्सर आणखीन बिघडावा, असा माझा हेतू असेल का? माझा मिक्सर त्याच दुकानदाराने होता तसा करून दिला म्हणून मी पोंक्षेला ग्रँट रोडला घेऊन गेलो. बस मिळेना तेव्हा टॅक्सी केली. वाटेत हॉटेलचा खर्च पण मीच केला. ते सगळं हा विसरला. आता मला पण त्या दुकानात जायला तोंड राहिलं नाही.''

''का?''

''पोंक्षेने दुकानदाराला आईमाईवरून शिव्या घातल्या आणि वर त्याचे पंचवीस रुपये अडकवून ठेवले. साली, भल्याची दुनिया नाही.''

मी भोपटकरकडे बघत राहिलो. तो अजून थरथरत होता. त्याचा चेहरा उग्र झाला

होता. पोंक्षे तीस फूट खाली म्हणजे दुसऱ्या मजल्यावर होता म्हणूनच वाचला होता. त्याचं लक्ष दुसरीकडे वेधायचं म्हणून मी विचारलं,

''नऊ-टाक घेणार का?''

''मागव-मागव. पण वपु, हा चहा मी फुकट घेणार नाही. तुला एक आयडिया देऊन जातो.''

''बोल.''

''आपल्या मराठीत एक म्हण आहे, की एक वेळ व्हावं नकटं, पण होऊ नये धाकटं.''

''बरोबर.''

''तर बदलत्या काळानुसार ह्या म्हणी आता बदलायला हव्यात.''

''कहते रहो.''

''एक जमाना असा होता की घराघरातून पोरांचं लेंढार असायचं. धाकट्याच्या वाटणीला काही येत नसावं. पण आता 'हम दो-हमारे दो'चा काळ ह्यात कोणीतरी एक धाकटं असणारच. धाकटं आणि नकटंही असेल. तर माझं असं म्हणणं आहे की धाकट्याचं एके काळी फार स्तोम माजवण्यात आलं होतं. खरा मिझरेबल जर कुणी असेल तर तो 'मधला' – धाकटा नव्हे.''

''ते कसं काय?''

''मधल्याच्या वाट्याला वरिष्ठाचा मान नाही आणि धाकट्याचं, शेंडेफळाचं कोडकौतुक नाही.

''यू आर राईट.''

''आणि वपु, हा नियम प्रत्येक ठिकाणी लावता येतो. ऑफिसातच बघ, आता तुम्ही हाताखालच्या माणसांकडून काम करून घेऊ शकत नाही आणि वरच्या अधिकाऱ्याला तुमच्याकडून काम हवं असतं आणि हाताखालच्यांना सवलती.''

मी संमतीदर्शक मान हलवली.

भोपटकरला हुरूप आला. तो सरसावून म्हणाला,

''जन्म घेतानाच स्टेशन चुकलं की सगळा प्रवासच चुकला. आता हेच पाहा. मी भोपटकर. इथं चुकलं.''

''कसं काय?''

''मी शेड्यूल्ड कास्टवाला किंवा ओ.बी.सी. हवा होतो. कितीतरी समस्या सुटल्या असत्या! माझं एक राहू दे. आडनावानेच गोची केली. तुला चान्स होता, तो तू घालवलास.''

''कसा काय?''

''काळे आडनाव सगळ्या जातीत असता बॅकवर्ड क्लास म्हणून जाहीर केलं

असतंस तर तुझं साहित्य गाजलं असतं! कमीतकमी सारस्वत तरी व्हायचंस. सगळ्या कमिट्यांवर वर्णी लागली असती.''

''अरे पण-''

''मी वामन. म्हणजे मधला.''

''आता ह्याच्यावर मी काय करू?''

''काही करू नकोस. पर तरीही सांगतो, कधीही मधला होऊ नकोस. अर्थात तेही कुणाच्या हातात नाही. आपण हां हां म्हणता 'मधले' कधी होतो, हे आपल्यालाही कळत नाही.''

चहा आला.

तो पोटात गेल्यावर भोपटकर जरा शांत झाला, त्याने मूडमध्ये येऊन सिगारेट शिलगावली. तो आता गालातल्या गालात हसायला पण लागला.

मी म्हणालो,

''आता इथून पुढे एकालाही त्या दुकानाबद्दल सांगायला जाऊ नकोस.''

काडेपेटी उलट्या बाजूने उघडत, त्यातच राख झाडीत भोपटकर म्हणाला,

''माणसं मदत करायला जाणाऱ्याच्याच सद्‌हेतूची शंका घेतात, त्याचा संताप येतो.''

''म्हणूनच म्हणतो-''

''आमचं हे असंच होणार.''

''काय?''

''आम्ही पुन:पुन्हा थपडा खाणार आणि पुन:पुन्हा कुणासाठी तरी धावणार. कारण 'मधला' होणं एक व्यसन असतं. सिगारेटपेक्षा भयानक. त्या व्यसनाची पण चटक लागते.''

माझ्या दृष्टिकोनातून इथून लेखकाला हवं असलेलं कथानक सुरू होणार होतं. मी कानात जीव आणला. भोपटकरने काड्यापेटीमध्ये राख झाडली. मला त्याचं हे आवडतं. तो फक्त स्वत:चं व्यसन सांभाळतो असं नाही, तर निर्व्यसनी माणसाचं पथ्य पण सांभाळतो. आता सिगारेटचंच पाहा ना! तिची राख तो पेटीतच टाकणार. आता 'मधला' होण्याचं व्यसन तो कसं सांभाळतो, ते ऐकायचं होतं. भोपटकरने सुरुवात केली,

''प्रत्येक प्रांतात कुणी ना कुणीतरी एक राजा असतो. त्याप्रमाणे व्यसनांच्या दरबारात 'मधला' होण्याचं व्यसन हे 'राजा', म्हणजे टॉपमोस्ट व्यसन. कारण ह्या व्यसनाला स्थळ, काळ, जातपात, उच्चनीच, गरीब-श्रीमंत ह्यांचं जसं बंधन नाही, तसंच वयाचं बंधन नाही. हे व्यसन कोणत्याही वयात लागू शकतं. पुढच्यास ठेच, मागचा शहाणा असली बकबक इथं चालत नाही, कारण ज्याला ठेच लागते,

त्याचा 'तो' पण शहाणा होत नाही. ह्या व्यसनाचं सर्वांत मोठं वैशिष्ट्य हे की व्यसनापायी तुमची शारीरिक, मानसिक, कौटुंबिक, सामाजिक, आर्थिक ह्या प्रत्येक दालनात कसोटी लागून अब्रू जायची पाळी येते आणि कधीकधी तर प्राणालासुद्धा मुकावं लागतं.''

मी साश्चर्य विचारलं,

''खरं?''

''पेपरलादेखील येतं.''

''काय?''

''दोन व्यक्तींत किंवा गटांत मारामारी होते. कुणीतरी ती सोडवायला जातो आणि त्यालाच जीव गमवावा लागतो. बरोबर ना?''

''ॲबसोल्यूटली!''

''तो जो मरतो ना, त्याला मधला म्हणतात.''

''सुपर्ब!''

''तेव्हा तुम्ही 'मधले' झालात की कोणीतरी तुम्हांला मारतो तरी किंवा तुम्हांलाच तुमचा जीव नकोसा होऊन जातो. तरीसुद्धा ह्या व्यसनाची लज्जत काही निराळी असते. ह्यातून कोणीही तसा सुटणार नाही. तो पोंक्षेसुद्धा असाच केव्हातरी लटकेल.''

''कशावरून?''

''कुणीतरी अडचणीत सापडावा आणि आपण त्याच्या मदतीला धावून जावं अशी सुप्त इच्छा प्रत्येकाच्या मनात असते ना?''

मी मान हलवली.

''अहंकाराचं हेच एक छोटं, गोजिरवाणं रूप आहे. आपण अडचणीत सापडणाऱ्याचं चांगलं करणार आहोत, ह्या मोहापासून 'मधला' नामक मादक द्रव्याची सुरुवात होते.''

''कशी?''

''ऐक. मिक्सरच्या अगोदरचं प्रकरण.''

भोपटकर हातातली सिगारेट खिडकीपाशी टाकून आला.

''सहा महिन्यांपूर्वी मी रंग लावून घेतला. आमचे एक दोस्त रंगकामावर खूश झाले. आम्ही लगेच त्याला त्या रंगाऱ्याचा पत्ता दिला. 'माझं काम केलंस तस्संच व्हायला हवं आणि त्याच पैशांत' हे त्या रंगाऱ्याला बजावलं आणि मित्राला बजावलं, 'तू त्याला जे काय पैसे ठरतील ते वेळेवर देत जा. तिथं खळखळ करू नकोस.'''

''हे सांगावं का लागलं?''

''कारण आमचे हे चिरंजीव दोस्त भयानक चिकट आहेत. दमडा न घालवता त्यांना

सगळी प्लेझर्स हवी असतात. ज्या दिवशी आम्ही त्या दोघांची गाठ घालून दिली त्याच दिवशी घरातून थप्पड खाल्ली.''

''का?''

''बायकोचं म्हणणं, मित्र कसा आहे हे एकदा समजल्यावर रंगाऱ्याची आणि त्याची ओळख करून द्यायची नाही.''

''शी इज राईट! बरं मग?''

''मग काय, रंगारी त्या मित्राकडून ॲडव्हान्स घेऊन गेला तो गेलाच. मग त्या मित्राचे निरोप, फोन हा गोंधळ. आता त्या रंगाऱ्याचा शोध घेणं आलं.''

''का? पत्ता नव्हता?''

''वपु, रंगारी, सुतार, प्लंबर ही थोर थोर मंडळी पत्ता कसा देतात, अनुभव आहे? त्यांना चाळीचं नाव माहीत नसतं. 'वो जो गोरेगाव में पानवाले का दुकान है, उसके पिछे, गावठाण में सिमीटकी चाल है' अशा पत्त्यावर ही जमात 'अठारह कमरे में' रहती है. आम्ही तिथं रात्री नऊनंतर, अंधारात ठेचकाळत हातभट्टीचा वास घेत गेलो तर चिरंजीव बनारसला गेलेले.''

''बनारसला?''

''ही सगळी आयात बनारस, यूपी इथूनच होते. तिथं ह्या लोकांचा एक भाऊ असतो, तो बीमार पडतो आणि त्याचा बनारसचा पत्ता कुणालाही माहीत नसतो.''

''मग?''

''मग काही नाही. एका मित्राकडून शंभर रुपये उसने घेतले आणि ते आमच्या दोस्ताला परत केले.''

''तेव्हा तात्पर्य...''

भोपटकर मध्येच म्हणाला,

''तात्पर्य नसलेली ही जगातली एकमेव गोष्ट आहे.''

भोपटकर गेला.

तो सांगत होता ते निखळ सत्य होतं. आपल्याला लाभलेला शिंपी आपल्या घरातल्या मुलालासुद्धा लाभत नाही. जे शिंप्याचं होतं तेच मग बहुतांशी प्रत्येक बाबतीत होतं. ह्यावर उपाय एकच. भोपटकर म्हणतो त्याप्रमाणे 'मधला' न होणं. माझ्या घरात मी धाकटा. नकटा तर नाहीच. ह्याउलट नाक नको इतकं मोठं, कोणत्याही अँगलने फोटो घेतला तरी तो चांगला येत नाही. पण धाकटा असूनही माझी जी कधी पंचाईत झाली नाही, ती मी केवळ मधला नव्हतो, म्हणूनच का? तसं असेल तर कधीही 'मधला' होता कामा नये.

त्यानंतरचा रविवार.

गिरगावात जाऊन एका दोस्ताला गाठायचं होतं. कॉलनीतून बाहेर पडता-पडता करंदीकर भेटले.

''कुठे दौरा?''

''गिरगावात.''

गिरगावात म्हटल्याबरोबर करंदीकरांनी हाताने थांबायची खूण केली. नुकतंच जमवलेलं पान त्यांनी रस्त्यावर, दोन बोटांच्या फटीतून...

मी तिकडे दुर्लक्ष केलं. थुंकणारा माणूस कुठूनही केव्हाही थुंकतो तेव्हा बघणाऱ्याला काय वाटत असेल, हा विचारही त्याला शिवत नसेल.

''गिरगावात कुठे?''

''कांदेवाडीत.''

''मोहन बिल्डिंगमध्ये जाल का?''

''जरूर.''

''तिथं वाघांच्या घरी जायचं. कुसुमचा फक्त फोटो पोहोचवायचा. बाकी काही नाही. जमेल?''

''अवश्य!''

मला रस्त्यावरच उभं राहून करंदीकर त्यांच्या घरी गेले आणि पाच मिनिटांत एक पाकीट घेऊन आले.

''त्यांना काही सांगायचंय का?''

''छे छे! मुलीचा फोटो पाठवा, असं फोनवर म्हणाले, तेव्हा काहीही न बोलता फक्त हा फोटो द्यायचा.''

''ओ.के!''

प्रथम करंदीकरांच्या कामातून मोकळं व्हायचं म्हणून मी मोहन बिल्डिंगला भेट दिली. 'वाघ' मंडळी कुठे राहतात चौकशी केली आणि त्या दारावरची कडी वाजवली.

संपूर्ण वाढ झालेल्या एका वाघांनी दार उघडलं. मी माझं येण्याचं प्रयोजन सांगताच जोरदार स्वागत झालं. मी फोटो दिला. आतल्या दरवाजातून प्रथम नुसतं डोकावून बघून एकेक फॅमिली मेंबर बाहेर येऊ लागला आणि थोड्या वेळात वाघांचा संपूर्ण कळप समोर येऊन उभा राहिला.

फॅमिली मोठी असावी. माझ्यासमोरच त्यांच्यापैकी तीन बंधू होते. एक-दोन बायका होत्या. मग मोठ्या बंधूंनी मला म्हटलं,

''ज्याला लग्न करायचंय त्याला बोलावतो.''

''मी निघतो. मला आणखीन दोन कामं करायची आहेत.''

''बसा हो दोन मिनिटं! ह्या निमित्ताने आलात. नाहीतर तुमच्यासारख्यांचे पाय

आमच्या घराला कशाला लागताहेत?''
मी थांबलो. वाघ क्रमांक चार आले. त्यांच्या अंगावरचा नाईट लेंगा पाहून मला उगीचच वाटलं, 'हा पट्टेवाला वाघ?'
पट्टेवाल्या वाघाने कुसुमचा फोटो पाहिला आणि तो शेजारच्या वाघाच्या कानात पुटपुटला. त्याबरोबर मधला वाघ आतल्या खोलीत गेला. त्याने आतून आणखी एक फोटो आणला. दोन्ही फोटो त्या सर्व मंडळींनी आलटून पालटून पाहिले आणि मग थोरल्या वाघांनी विचारलं,
''करंदीकरांनी दिलेला फोटो बरोबर आहे का?''
''म्हणजे कुसुमचाच आहे का?'' दुसरे वाघ.
''कुसुमचाच आहे. का?''
''तुमची आणि करंदीकरांची किती वर्षांची ओळख?''
''पंधरा ते सोळा वर्षांची. पण का?''
''मुलगी चष्मा वापरते का?''
''नाही.''
''वापरत होती का?''
मी आठवायचा प्रयत्न करीत म्हणालो, ''नाही.''
माझ्याकडून नकार जाताच माझ्यासमोर वाघांनी दोन फोटो ठेवले.
''दोन्ही फोटोंतील मुलगी एकच आहे ना?''
''वाटते खरी.''
''काळेसाहेब, सत्य कधी लपत नाही... तुम्ही करंदीकरांचे मित्र आहात, तेव्हा तुम्ही त्यांचीच बाजू घेणार.''
''माझं ऐका वाघ, त्यांनी कॅज्युअली फोटो द्याल का, असं विचारलं. मी 'हो' म्हणालो. ह्यापलीकडे मला काहीही बॅकग्राऊंड माहीत नाही.''
''आम्ही सांगतो. आमच्या केशवला चष्मा आहे. तुम्ही बघताच आहात. आम्ही तेवढ्यासाठी अट घातली होती की मुलाला चष्मा असला तरी मुलीला असता कामा नये. आता हा कुसुमचा आम्ही इकडून तिकडून मिळवलेला फोटो. आता तुमच्याबरोबर हा फोटो पाठवतात.''
कुणाची तरी एकाची बायको दरवाजातून म्हणाली,
''फोटो घेऊन स्वतः या म्हटलं तर तुम्हांला पाठवलं.''
''ते आले म्हणून काही बिघडत नाही. करंदीकर किती दिवस येणार नाहीत? हे जरी त्यांचे मित्र असले तरी ह्यांनी फॅक्ट्स सांगायला हरकत नाही.''
दुसरे वाघ दुजोरा देत म्हणाले,
''एका फोटोत चष्मा आणि एका फोटोत नाही म्हणजे सध्या ती कॉंटॅक्ट लेन्स

वापरते का, एवढं सांगा.''
''मला खरोखर कल्पना नाही.''
पुन्हा एकदा मागून आवाज आला.
''यांना ते दुसरंपण विचारून टाका.''
वाघ मागे वळून म्हणाले,
''चष्म्याबद्दल ते थांगपत्ता लागू देत नाहीत. मग दुसरी गोष्ट कशी सांगतील?''
''तरी विचारा. ते करंदीकरांना विचारतीलच. एवीतेवी त्यांनी आता मध्यस्थाची भूमिका...''
''वाघसाहेब, मध्यस्थ वगैरे म्हणू नका. मला ते काम झेपायचं नाही आणि मला वेळही नाही.''
''तुम्ही आता बाहेर पडू शकतच नाही,'' वाघ म्हणाले.
''जेवढं माहीत आहे तेवढं सांगा.''
''ॲज अ सोशल वर्क.'' तिसरे वाघ.
''विचारा.'' मी जिवावर उदार झालो.
''हिची काय भानगड?''
''माफ करा मिस्टर वाघ. मी निघालो. मला काही विचारू नका.''
''थांबा!'' थोरले वाघ डरकाळी फोडत म्हणाले. मी थांबलो.
वाघ म्हणाले,
''ही पोरगी चार महिने नागपूरला मावशीकडे होती. तिथं हिने दिवे लावले. गुण उधळले. मग रातोरात तिला मुंबईला पाठवली आणि मग आता लवकरात लवकर जमवायचं म्हणून...''
मी त्या गुहेतून जेव्हा बाहेर पडलो तेव्हा मी गिरगावात का आलो होतो, तेही विसरलो होतो.
करंदीकरवहिनी तर तडकल्याच.
''स्वत:च्या डोळ्यांवरचा चष्मा दिसत नाही आणि दुसऱ्या माणसाच्या डोळ्यांतलं कॉंटॅक्ट लेन्स दिसतं; ह्याचा अर्थ काय? लग्नाअगोदरच माणसं कशी आहेत ते समजलं हे बरं झालं.''
करंदीकर बायकोला म्हणाले,
''ती माणसं साधारण कशी आहेत ह्याची कुणकुण मला लागलीच होती, म्हणून तर मी फोटो ह्यांच्याबरोबर पाठवला.''
हा मला खरा धक्का होता.
''करंदीकर, कमाल केलीत. मला अगोदर कल्पना का नाही दिलीत?''
''मग तुम्ही गेलाच नसतात.''

''मग बोलणंच खुंटलं. तुमच्याकडून ही अपेक्षा नव्हती...''

बोलता बोलता मी उठलोच. आता सावरून घेणं जरुरीचं आहे ह्याची जाणीव होऊन, माझे हात धरून त्यांनी मला खाली बसवलं.

''गंमत केली हो! मी हा असा तुमचा बळी देईन का? वाघ मंडळी चिकित्सक आहेत एवढं मला माहीत होतं, पण तुमच्याशीच ते खोलात जाऊन चौकशी करीत बसतील असं वाटलं नव्हतं. त्याचं जाऊ दे, तुम्ही काय म्हणालात सांगा.''

''मी काय सांगणार? एक तर कुसुमला चष्मा लावताना पाहिल्याचं मला आठवतच नाही.''

''कसं आठवणार? कारण जेमतेम महिनाभरच चष्मा वापरला.''

वहिनी म्हणाल्या.

करंदीकर म्हणाले,

''साध्या-साध्या गोष्टी आमच्या ध्यानात येत नाहीत. आमचे बंधुराज म्हणाले, तेही चष्मा आल्यावर, की बाळासाहेब, कुसुमचं जमेपर्यंत चष्म्याची भानगड ठेवू नका. मग कॉंटॅक्ट लेन्सची अक्कल आम्हांला आली.''

वहिनींनी कथानक पुरे केलं -

''पण तेवढ्यात कुसुम आणि तिच्या मैत्रिणी न सांगता स्टुडिओत गेल्या. एक चष्म्याचा फोटो असू दे म्हणनू दहा रुपयांत तीन कॉप्या काढून आणल्या. त्यातल्या दोन मैत्रिणींकडेच राहिल्या. म्हणजे आम्हांला आपली दहा रुपयाला एकच कॉपी पडली. जिथं तिथं नुकसान.''

करंदीकर त्रासिकपणे म्हणाले,

''ते राहू दे गं! मला फक्त त्यांनी वाघांना काय सांगितलं तेवढं हवं. म्हणजे उद्या आपण काय करायचं ते मला समजेल.''

''मी त्यांना मला काही कल्पना नाही, एवढंच म्हणालो तेव्हा...''

''तुम्ही चूक केलीत.''

''कसली?''

''त्यांना ठणठणीतपणे जाब विचारायचा की समजा कुसुम कॉंटॅक्ट लेन्सेस वापरते, तर तो काय गुन्हा आहे? सायन्स एवढं पुढं गेलंय ते कशासाठी? उलट कॉंटॅक्ट लेन्सेस वापरण्याची आमची ऐपत आहे हेच नाही का त्यावरून सिद्ध होत? काळेसाहेब, कुसुम तुमची मुलगी आहे असं क्षणभर समजला असतात तर तुम्हांला वाघांशी काय बोलायचं हे नक्की सुचलं असतं. आपली एवढ्या वर्षांची ही दोस्ती...''

''करंदीकर, ही दोस्ती लक्षात ठेवून तुम्ही मला कुसुम कॉंटॅक्ट लेन्सेस वापरते हे का नाही कधी सांगितलंत?''

''पण मी म्हणते, त्या कॉंटॅक्ट लेन्सेसचं एवढं भांडवल का करायचं? वाघांना म्हणावं मुलीचे गुण पाहा अगोदर!''
'गुण पाहा' असं वहिनींनी म्हणताच मला, यायला नको होतं, पण हसायला आलं.
''का हसलात?''
मी गप्प बसायला हवं होतं. पण कुठेतरी मला ह्या सर्व प्रकाराचा उबग आला होता. मी म्हणालो,
''कुसुमच्या मुंबईतल्याच नव्हे तर नागपूरमधल्या गुणांचीपण वाघांना माहिती आहे.''
नागपूरचा विषय निघाल्याबरोबर करंदीकर तर वाघांपेक्षा हिंस्र दिसू लागले.
''तिथल्या तिथे पायातला जोडा का नाही काढलात? वाघ गेले जहन्नममध्ये! सगळ्या जगात त्यांचं एकमेव स्थळ नव्हतं.''
वहिनी त्यांना आवरीत म्हणाल्या,
''काळ्यांचा काय संबंध आहे? त्यांच्यावर का डाफरता? तुम्ही वाघांना भेटून काय ते सांगा.''
करंदीकर तावातावाने म्हणाले,
''मी त्यांच्यावर का चिडलो म्हणजे? त्यांची आपली पंधरा-सोळा वर्षांची मैत्री आहे म्हणून! कुसुमला लहानपणापासून ते ओळखतात. मान वर करून पोरीने कुणाकडे कधी आजवर पाहिलं नाही. हे सगळं माहीत असून हे त्या वाघ फॅमिलीला एवढे टरकले का? झक मारली आणि त्यांना फोटो पोहोचवायला सांगितला.''

एवढ्यावरच मी सुटेन असं मला वाटलं होतं. पण नाही. आठ-दहा दिवसांनंतर पट्टेवाला वाघ आणि त्यांच्याबरोबर एक वयस्कर अनोळखी गृहस्थ ही जोडी सरळ माझ्या ऑफिसात आली.
''ओळखलंत का? मी केशव वाघ.''
''ओळखलं ना! बसा.''
''हे पुणतांबेकर.''
मी त्या गृहस्थांना नमस्कार केला.
''तुम्हांला मी ह्या ऑफिसात असतो म्हणून कुणी सांगितलं?''
वाघ म्हणाले,
''तुम्ही इथं एकोणीसशे पंचावन्नच्या सप्टेंबरमध्ये नोकरीला लागलात. त्यांपैकी पावणेतीन वर्षं डेव्हलपमेंट प्लॅनला आणि अडीच वर्षं प्रॉडक्टिव्हिटीला होतात. एवढी वर्षं सोडल्यास तुम्ही एकोणीस वर्षं नऊ महिने एकाच खात्यात आहात. ह्याच

महिन्यात तुमचा एफिशियन्सी बार आहे. मीटिंग झाली नाही म्हणून तुमचं इन्क्रीमेंट पास व्हायचंय. बरोबर?''

मी अवाकच झालो. वाघ हसत-हसत म्हणाले,

''आम्ही बातम्या मिळवतो त्या एवढ्या परफेक्ट मिळवतो. त्याशिवाय मध्यस्थी करायला जातच नाही. काय पुणतांबेकर, खरं ना?''

मान हलवीत पुणतांबेकर म्हणाले,

''बरोबर! आता आपण का आलो आहोत ते...''

''सांगायचं ना! त्याशिवाय सुटका नाही. मि. काळे, हे पुणतांबेकर नागपूरचे. कुसुमबद्दल मी तुम्हांला जे काही विचारलं, ते प्रकरण आता ह्यांना विचारा.'' मी गप्प बसलो.

''विचारा ना!''

''मी विचारून काय करू?''

''करंदीकरांना जाब विचारा.''

''मी का विचारायचा?''

''तुम्ही त्यांचे जुने दोस्त म्हणून!''

''मि. वाघ, ह्या प्रकरणात मला जास्त गुंतायची इच्छा नाही.''

''करंदीकरांसाठी नाही. आता आमच्यासाठी. तुम्ही आता आम्हांला हवे आहात आमच्या बाजूने!''

''मला वेळ नाही आणि इच्छाही नाही.''

''पुणतांबेकरांना मी काय उगीच आणलं?''

''अहो पण, मी त्यांना घेऊन या असं म्हणालो होतो का?''

मध्येच पुणतांबेकर म्हणाले,

''जाऊ दे वाघसाहेब! माझं दु:ख माझ्याजवळ. त्यांचा तसा काही संबंध नाही. काळेसाहेब, मी मात्र स्वार्थ म्हणून तुम्हांला भेटायला आलो होतो. निव्वळ स्वार्थ म्हणून! खोटं सांगत नाही. बोलू का? तुमची परवानगी असेल तर बोलतो. मला निष्कारण कुणाला गुंतवायला आवडत नाही.''

का कुणास ठाऊक, मला पुणतांबेकर प्रांजळ वाटले आणि असंही मनात आलं की माझ्याप्रमाणेच वाघ त्यांनाही गोवू पाहताहेत. मी म्हणालो,

''जरूर बोला!''

पुणतांबेकर टवटवीत होऊन म्हणाले,

''करंदीकरांची कुसुम नागपूरला होती चार महिने. माझ्या मुलाला आवडली. मलाही बरी वाटली. मी त्यांच्या भेटण्या-फिरण्याला हरकत घेतली नाही. माझ्या मुलापेक्षा मला ती जरा– 'वाह्यात' शब्द काही योग्य वाटत नाही, पण ॲग्रेसिव्ह वाटली.

मी दुर्लक्ष केलं. कारण आमचा वामन, तसा अगदी 'वामन्या'च आहे. वारं न लागलेला. त्या शामळू मुलाचं व्हायचं कसं आयुष्यात, ही मला खरं तर काळजीच. कुसुम जरा बोल्ड वाटली. मघाशी मी कोणता शब्द वापरला होता?''

''अॅग्रेसिव्ह!''

''हां अॅग्रेसिव्ह! तेव्हा म्हटलं आपल्या चिरंजिवांना जरा असाच पार्टनर मिळायला हवा. पण कसचं काय? तिने चार महिने त्याला नुसतं खेळवलं हो आणि शेवटी त्याचा अपमान केला, चारचौघांसमोर आणि आली मुंबईला!''

''अरेरे...''

''आणि आता आमचे वामनराव बसलेत घरी. बुद्धीने तो बेताचाच. मनाने देढ हात कलेजावाला. त्याला हा अपमान सोसला नाही. वशिला लावून एल.आय.सी.त चिकटला होता तर दोन महिने कामावरच गेला नाही. काय करू सांग!''

मी म्हणालो,

''असं व्हायला नको होतं.''

''माझं एक काम कराल का?''

''सांगा.''

''आम्ही सामान्य माणसं! नाकासमोर चालणारी! पोराची समजूत घालायला आमच्याजवळ शब्दसुद्धा नाहीत. वामनरावांनी प्रयत्न केला, पण...''

''वामनराव कोण?''

''चोरघडे! त्याशिवाय भावेअण्णा– आपले पु. भा. भावे हो, त्यांनी पण खूप समजूत घातली. नागपूरला आले की ते होते तेव्हा भेटायचे. तुम्ही जरा लेकराला भेटाल का?''

''कसं भेटणार?''

''तो आलाय इथे. केव्हातरी या. बोला त्याच्याशी. तुम्ही लेखक मंडळी. शब्द अचूक येतात तुमच्याजवळ.''

मी म्हणालो,

''मी प्रयत्न करीन.''

पुणतांबेकर म्हणाले,

''कुसुमसारखी मुलगी तुला योग्य नव्हती, तू भाग्यवान म्हणून तिच्या तावडीतून सुटलास, एवढं त्याच्या मनावर ठसवा, म्हणजे तो माणसात येईल.''

''आय विल ट्राय–''

''ट्राय असं म्हणू नका. लवकरात लवकर माझ्या वामनाला माणसात आणा. एका स्थळासाठी मी त्याला इथं घेऊन आलो, पण तो मुलगी पाहायला तयार नाही. माझ्या मुलाला माणसात आणा. मी निव्वळ स्वार्थ म्हणून आलो.'' पुणतांबेकरांचा

प्रांजळपणा मला करंदीकर आणि वाघ ह्यांच्यापेक्षा मनाला भिडला. केव्हातरी मी कुसुमला पण थोडं सुनावणार होतो. काल-परवाची ती परकरी पोर मला अशी वाटली नव्हती. खरोखरच स्वत:च्या मुलीप्रमाणे जवळ बोलावून मी तिच्याशी हितगूज करणार होतो.

मात्र तत्पूर्वी चिरंजीव वामनरावांना भेटणं जरुरीचं होतं. ओळीने तीन संध्याकाळी मी वामनरावांचं बौद्धिक घेऊन घेऊन त्यांना मुलगी पाहायला तयार केलं. ह्या कामात मला शिरवईकर नावाच्या एका माणसाने फार मदत केली.

कुणाचा कोण! आणि कुणाचा कोण! पण पुणतांबेकर मुंबईत ज्या केतकर फॅमिलीकडे उतरले, त्या केतकर फॅमिलीने वामन अवतारात काहीही इन्टरेस्ट घेतला नाही. शिरवईकर केतकरांचे पडोसी. ते रोज त्यांच्या गाडीत वामनला घालायचे. माझ्या ऑफिसला यायचे आणि आम्ही कधी मलबार हिल, कधी वरळी तर एक दिवस जुहूपर्यंत गेलो. वामनची समजूत घातली आणि पुणतांबेकरांचा दुवा मिळवला.

त्यानंतर चार दिवसांनी करंदीकर भेटले. कोपरापासून नमस्कार करीत ते म्हणाले,

''पंधरा-सोळा वर्षांच्या मैत्रीचे चांगले पांग फेडलेत.''

''काय झालं?''

''काळेसाहेब, हे जग फार लहान आहे. तुमचेच सोशल काँटॅक्टस जास्त आहेत असं समजू नका. आमच्यापण ओळखी आहेत समाजात!''

''अरे, पण काय झालं सांगाल की नाही?''

''तुम्हांला पुणतांबेकरांची कीव आली. दुसरी बाजू ऐकून घ्यायला हवी होती.''

''करंदीकर...''

''इट्स ऑल राईट. कुसुमला तुम्ही लहानाची मोठी होताना पाहिलीत आणि...''

''माझं ऐका.''

''गरज नाही. शिरवईकरांनी मला सगळं सांगितलं आहे.''

मी त्याच दिवशी भोपटकरच्या खात्यात गेलो आणि आता तावातावाने त्याच्या टेबलावर मूठ आपटीत म्हणालो,

''भोपट्या, आय अॅग्री वुइथ यू! ही दुनिया खरंच बोगस आहे.''

''पटलं?''

''शंभर नव्हे हजार टक्के! अत्र्यांच्या भाषेत, ही अशी माणसं गेल्या दहा हजार वर्षांत झाली नव्हती.''

भोपटकर नुसता हसला.

मी विचारलं,
''भोपट्या, मधला होऊ नये ह्यासाठी काय करावं?''
तो म्हणाला,
''सांगू?''
''सांगायलाच हवं.''
''चिल्ड बीअर पाजशील?''
''पाजीन.''
''कुठं मिळते?''
मी सावध झालो. म्हणालो,
''नाही सांगणार, कारण मी मधला होईन.''
माझ्या पाठीवर थोपटत भोपटकर म्हणाला,
''हे पहिलं मर्म! सतत सावध राहायचं. कृष्णमूर्ती म्हणतात, Awareness हा एकच शब्द ते वापरतात. तसं सावध राहायचं. तू आता मला गवंडी, शिंपी, इलेक्ट्रिशियन ह्यांच्याबद्दल ओळीने प्रश्न विचार.''
मी म्हणालो,
''ओ.के!''
''विचार.''
''भोपटकर, एखादा चांगला गवंडी आहे का रे?''
''अरेरे, चार दिवसांपूर्वी का बोलला नाहीस? - कालच तो दुबईला गेला.''
''बरं एखादा इलेक्ट्रिशियन?''
''अरे यार, एक अफलातून माणूस होता. रिलाएबल. पण यू विल नॉट बिलिव्ह, मागच्याच महिन्यात तो शॉक बसून मेला रे!''
''भोपटकर, तुझी पँट सुपर्ब आहे रे. कोणता शिंपी?''
भोपटकर म्हणाला,
''तेवढंच विचारू नको. ए-वन शिंपी होता. पण रोड वाइडनिंगमध्ये त्याचं दुकान उडालं. तो आता सुरतेला गेला.''
मी हसत सुटलो.
भोपटकर म्हणाला,
''स्वयंपाकाच्या बाईपासून प्लंबरपर्यंत थापा तयार ठेवल्या आहेत. आता मी तसा अडकणार नाही.''
भोपटकरचं बोलणं संपायच्या आत त्याच्या नावाची चौकशी करीत एक गृहस्थ आला. त्याच्याबरोबर एक हमाल होता.
''भोपटकर कोण?''

''मीच. का?''
''पेंडसेसाहेबांची आंब्याची पेटी...''
''हां हां, ठेवा इथं.''
''पेंडसेसाहेबांचा एक शिपाई एक तासाने येईल.''
''मला माहीत आहे. पेटी बोरिवलीला पाठवायची ना?''
''होय.''
तो माणूस गेल्यावर मी भोपटकरला विचारलं,
''ही काय भानगड?''
''भानगड काही नाही. पेंडशाची आंब्याची पेटी यायची होती कोकणातून, ती आली... पेंडशांचा शिपाई आता येईल आणि...''
''कशावरून?''
''पेंडशांचा फोन आला होता.''
मी गप्प बसलो.
संध्याकाळी ऑफिस सुटल्यावरही मला अर्धा-पाऊण तास थांबावं लागलं. घरी जाताना सहज भोपटकरच्या खात्यावरून गेलो.
दारातून पाहिलं.
भोपटकर डुलक्या घेत होता.
पायांशी आंब्याची पेटी पडली होती.
म्हणजे,
पेंडशांचा शिपाई आला नव्हता.

✧

शब्द

आटपाटनगर होतं.

त्या नगरात काय चाललं होतं? तर जो तो धांदलीत होता. गडबडीत होता. नगरीचा स्वातंत्र्यदिन जवळ आला होता. रक्ताचा थेंबही न सांडता स्वातंत्र्य मिळालेलं. अशा स्वातंत्र्याचा पस्तिसावा स्वातंत्र्यदिन. मग राज्यकर्त्यांनी काय केलं? जाहीरनामे काढले. नभोवाणीवरून आणि दूरदर्शनवरून आदेश दिले–

'उतायचं नाही, मातायचं नाही, स्वातंत्र्यदिन विसरायचा नाही.'

मग नगरीतले लोक सावध झाले.

आता रोज भाषणावर भाषणं ऐकावी लागणार म्हणून कासावीस झाले.

वरकरणी हसू लागले.

आता मैदानावर शामियाने उभे राहतील. विमानतळाकडे मोटारी धावू लागतील. मंत्र्यांच्या मोटारींच्या मागे आणि पुढे गाड्यांचे ताफेच्या ताफे पळतील. बंदोबस्तासाठी उन्हातान्हात पोलिसांचे तासचे तास राबवले जातील. आठ-आठ, दहा-दहा पोलीस इन्स्पेक्टर्सच्या मोटारसायकली शिट्ट्या वाजवत येतील.

रहदारी रोखली जाईल.

ह्या रहदारीत एखादी ॲम्ब्युलन्स सापडली आहे का? कुणाला इस्पितळात तातडीने रक्तदान करायला जायचं आहे का? कुणाला धावत-पळत गाडी पकडायची आहे का?

आम्हांला ते माहीत नाही.

आम्हांला ते ऐकायचंपण नाही.

मंत्र्याची गाडी थेट जायला हवी. त्याच्या तीन डझन चमच्यांच्या गाड्या पण नीट जायला हव्यात.

आटपाटनगरातल्या नागरिकांनी तोवर थांबायला हवं. कारण आटपाटनगरीत लोकशाही आहे. लोकशाहीचं महत्त्व पटवून द्यायलाच तर ह्या गाड्या धावतात.

‘उतायचं नाही, मातायचं नाही, मंत्र्यांच्या गाड्या जाईपर्यंत बोलायचं नाही.
मंत्री तुमच्यासाठी राब राब राबतात.
रोषणाई करण्यासाठी परवानगी देतात.
पण,
आटपाटनगरीच्या जनतेला कौतुकच नाही. सरकारने रोषणाईचा आदेश दिला तर म्हणतात,
‘प्रगतीचा प्रकाश पडेनासा झाला की रोषणाईवर जास्त खर्च करावाच लागतो.’
राज्यकर्ते हे असलं काही मनावर घेत नाहीत म्हणून लोकशाही टिकली होती.
राज्यकर्ते सतत कार्यरत होते. त्यांना गुणी माणसांची कदर होती.
स्वातंत्र्यदिनानिमित्त गुणी नागरिकांना पुरस्कार द्यायचे होते. ‘गुणश्री’, ‘गुणभूषण’ ह्यांसारख्या पदव्या, मानसन्मान द्यायचे होते. तेवढ्यासाठी सद्‌गुणी माणसांची यादी करून ती शासनाकडे पाठवायची होती. तसे आदेशही देण्यात आले होते.
वास्तविक सद्‌गुणी, कार्यरत, सत्त्वशील माणसं स्वयंप्रकाशित असतात, पण शासनाला ते माहीत असण्याचं कारण नव्हतं. संधिप्रकाशाबद्दल निरनिराळी मतं असू शकतात. प्रकाश हा प्रकाशच असतो.
पण लोकशाही म्हटलं की प्रकाशालाही ‘संधी’ शोधावी लागते.
सद्‌गुणी माणसांची शासनातर्फे होणारी यादी – ‘कुणाला वगळायचं’ ह्याचीच ती यादी असते.
त्याप्रमाणे यादी चालू होती.
स्वातंत्र्यदिनानिमित्त भाषणांवर भाषणं झडणार होती. नभोवाणी आणि दूरदर्शन कसं आणि किती राबवायचं, ह्याचे आदेश केंद्रांना सुटले होते.
निरनिराळ्या अंगठेबहादूर मंत्र्यांचे सेक्रेटरी स्वत:ची नोकरी टिकवण्यासाठी, आपापल्या मंत्र्यांसाठी, स्वातंत्र्यदिनानिमित्त त्यांना भाषणं लिहून देण्यासाठी खपत होते.
जसजशी स्वातंत्र्य मिळून जास्त-जास्त वर्षं होत होती, तसतशी भाषणं जास्त-जास्त सोपी लिहून द्यावी लागत होती.
जोडाक्षरं कटाक्षाने टाळावी लागत होती आणि तरीही, लिहून दिलेली भाषणं मंत्रिमहाशय न अडखळता, अस्खलितपणे वाचतील की नाही त्याचीही शाश्वती नव्हती.
‘शुद्धलेखन’ तर सोडाच पण ‘शुद्धवाचन’ जरी जमलं नाही तरी माणूस मंत्रिपदापर्यंत पोहोचू शकतो. मग शाळेत चांगली भाषा शिकवण्यासाठी आटापिटा करायचं काहीच कारण नाही. ह्या समाजापासून विद्यार्थ्यांना लांब कसं ठेवायचं, ह्या चिंतेपायी जाणकार शिक्षक आणि समंजस पालक बेचैन झाले होते. मंत्र्यांसाठी

भाषणं लिहिण्यात रात्री जागवल्या तरीही ते भाषण कुणी ऐकत नाही, हे सेक्रेटरी जमातीला माहीत होतं.

पण तरीही ती कामं करावी लागत होती.

अशाच एका नवशिक्या सेक्रेटरीने वीस-बावीस 'खेपा' झालेल्या सेक्रेटरीला फोन केला.

''थोडा गाईडन्स हवाय.''

''बोला, कशाबद्दल?''

''भाषण कसं लिहायचं?''

''सोपं आहे. ऐक.''

''ऐकतोय.''

''मी सांगतो तेवढे शब्द भाषणात यायला हवेत. लिहून घे.''

''सांगा.''

''राष्ट्रीय एकात्मता.''

''पुढे?''

''समाजकल्याण.''

''हं!''

''देश एका संक्रमणावस्थेतून जात आहे.''

''थांबा जरा.''

''... ... ...''

''हं पुढे सांगा.''

''देशविघातक चळवळींपुढे सरकार नमणार नाही.''

''हे मी लिहिलंच आहे.''

''समाजकंटकांची गय केली जाणार नाही.''

''आणखी –''

''परचक्र आलं तरी आम्ही समर्थ आहोत.''

''पुढे?''

''झुंडशाहीचा शासन निषेध करीत आहे.''

''बाबा रे, हे सगळं लक्षात कसं ठेवायचं?''

''मग असं कर, चौतीस वर्षांपूर्वीची फाईल उघड आणि भाषणांची डिट्टो कॉपी कर.''

''अरे पण हा पस्तिसावा...''

''तरीही फरक पडलेला नाही.''

त्या कोण्या नवशिक्या सेक्रेटरीने जुन्या भाषणांच्या फाइली काढल्या आणि त्याच्या

डोळ्यांसमोर एकाएकी अंधेरी आली.

जुन्या छापलेल्या भाषणांना वाळवी लागलेली होती, पण त्यातही आश्चर्य म्हणजे, वाळवीमुळे सगळ्या कागदांची वाट लागलेली होती.

काही नेमके शब्द अचूक टिपून वाळवीने त्यांचाच फडशा पाडलेला होता. वाळवीने जे शब्द कुरतडलेले ते नेमके कुठले? तर-

'राष्ट्रीय एकात्मता.'

'लोकशाही.'

'संक्रमणावस्था.'

'निष्ठा.'

'लोककल्याण.'

'समाजकंटक.'

'झुंडशाही.'

'परचक्र.'

नवोदित सेक्रेटरीला चक्कर आली. कारण 'राष्ट्र एका संक्रमणावस्थेतून जात आहे.' ह्या वाक्याऐवजी तिथं 'राष्ट्र एका... जात आहे.' एवढंच वाचता येत होतं. 'समाजकंटकांची' हा शब्द वाळवीने खाल्ल्यामुळे नुसतं 'गय केली जाणार नाही' एवढंच वाक्य वाचावं लागत होतं.

नवोदित सेक्रेटरीला जो धक्का बसला, तोच धक्का वीस-बावीस खेपा झालेल्या सेक्रेटरीला बसला आणि पाठोपाठ अगदी तसाच धक्का 'आटपाट टाइम्स' ह्या दैनिकाला बसला.

'आटपाट टाइम्स'चे संपादक हादरूनच गेले. नगरच्या मंत्र्याच्या भाषणाची प्रत छापण्यासाठी आलेली होती खरी, पण त्यांच्या भाषणातले 'लोकशाही जनता,' 'विकास,' 'योजना,' 'निष्ठा,' 'लोकसेवेचं व्रत' ह्यांसारखे शब्द छापलेच जात नव्हते.

'आटपाट टाइम्स'च्या संपादकांनी तातडीने 'नागरिक-सत्ता,' 'नागरिक-शक्ती,' 'आटपाट सकाळ' यांच्या संपादकांना फोन केले.

सगळ्या संपादकांसमोर तीच समस्या होती. काही नेमके आणि मोजके शब्द छापलेच जात नव्हते.

खुद्द शासनातर्फे 'आटपाट राज्य' नावाचं मासिक प्रकाशित होत असे. सगळ्या संपादकांनी तिकडे धाव घेतली तर नेमकी तीच तक्रार घेऊन 'आटपाट राज्य'चेही संपादक मंत्र्याकडे गेलेले.

त्यानंतर पहाट होईतो सगळ्या संपादकांची मीटिंग झाली. पुन्हा पुन्हा प्रुफं तपासण्यात आली. रोटरीपासून ट्रेडलपर्यंत सगळ्या यंत्रावर ते नेमके शब्द छापून

बघण्यात आले.
पण उपयोग झाला नाही.
इकडे काय झालं? तर त्याच आटपाटनगरीमध्ये एक मौनीबाबा होता. मौनीबाबा स्वातंत्र्य मिळाल्यापासून एक अक्षरही बोलला नव्हता. 'आटपाटनगरीची फाळणी होणारच असेल तर अगोदर माझ्या शरीराचे दोन तुकडे होतील' असं एका आटपाट पित्याने भाषण केलं होतं. पण प्रत्यक्षात तसं घडलं नाही. फाळणी व्हायची ती झालीच. शब्दांचा वापर करून त्याच शब्दाचं सामर्थ्य पेलू न शकणाऱ्या आटपाट पित्याकडे पांहून मौनीबाबाने मौन धरलं ते चौतीस वर्षं.
मौनीबाबाने रोज काय करावं?
पहाटे उठावं, आश्रमाचा केर काढावा, सडा घालावा, धार काढावी, धारोष्ण दूध प्यावं, एकभुक्त राहावं आणि सूर्योदयापासून सूर्यास्तापर्यंत आश्रमातल्या कुष्ठरोग्यांची सेवा करावी. संध्याकाळी आश्रमातल्याच एका देवळात प्रार्थना करावी व गादीला पाठ टेकवावी.
नेहमीची प्रार्थना आटपून मौनीबाबा आता दिवसाचा निरोप घेणार, एवढ्यात त्यांना समोर असंख्य धूसर आकृत्या दिसायला लागल्या. त्यांचे चेहरे स्पष्ट दिसत नव्हते तरी त्या परिचयाच्या वाटत होत्या.
पण परिचयाच्या वाटत असूनही त्यांची नावं सांगता आली नसती.
मौन सोडून त्यांनी विचारलं,
''कोण आहे?''
वातावरणातून उत्तर आलं.
''आम्ही शब्द आहोत.''
''म्हणजे काय? मी तुम्हांला ओळखलं नाही. परिचयाचे वाटता, पण...''
''आपण चौतीस वर्षांनी भेटत आहोत.''
पाठोपाठ कुणीतरी म्हणालं,
''तेही तुम्ही आमचा त्याग केलात म्हणून.''
मौनीबाबांना गंमत वाटली. शब्दांचं स्वागत करीत ते म्हणाले,
''बसा,बसा! आरामात बसा आणि स्वत:ची नीट ओळख करून द्या.''
आणि मग फटाफट प्रत्येकाने नावं सांगितली.
''माझं नाव विकास.''
''माझं नाव विकासकार्य.''
''मी योजना.''
''मला कायापालट म्हणून ओळखतात.''
''मला माझं नाव संक्रमणावस्था.''

''मला मागण्या म्हणतात.''
मध्येच कुणीतरी म्हणालं, ''ही कधी संपतच नाही.''
मौनीबाबा म्हणाले,
''एकमेकांत भांडायचं नाही. आता तुमचं नाव सांगा.''
''मी दारूबंदी.''
''माझं नाव संचारबंदी.''
''मी नसबंदी.''
''मी त्यांच्याचपैकी. मला जमावबंदी म्हणतात.''
मध्येच एक छोटासा आवाज आला ''मी पंचवार्षिक.''
मौनीबाबा कौतुकाने म्हणाले,
''चिमुरडी दिसतेस. वय काय तुझं बाळा?''
''मी सात वर्षांची आहे.''
''अरे वा! बरं आपण?''
गंभीर आवाजात उत्तर आलं,
''नैतिक अधिष्ठान.''
सगळ्यांकडे आश्चर्याने पाहत मौनीबाबा म्हणाले,
''तुम्ही सगळी मोठी मोठी मंडळी इथं का आलात, ते सांगाल का?''
''आम्ही सगळे संपावर गेलो आहोत.''
मौनीबाबा गडबडून म्हणाले,
''थांबा, थांबा. नीट शांतपणे बसा आणि मला समजेल अशा तऱ्हेने सांगा.''
''आम्ही असहकार पुकारला आहे.''
''बरं, कुणाविरुद्ध पण?''
''आमची शान न राखणाऱ्यांविरुद्ध.''
''असं केलं म्हणजे काय होईल?''
''संपावर गेलेल्या शब्दांचा माणसांना वापर करता येणार नाही.''
मौनीबाबा हसले.
''बाबा, का हसलात?''
''प्रत्येक क्षेत्रात संप घडवून महिनो न् महिने कामगारांना घरी बसविणारे पुढारी शेवटी तुम्हांलादेखील भेटले ह्याचं वाईट वाटलं. एकीकडे राज्यकर्ते भरमसाट उधळपट्टी करीत आहेत आणि एकीकडे कामगारांना घरी बसवलं जातंय हीसुद्धा एक प्रकारची चैनच आहे, न परवडणारी चैन!''
''मौनीबाबा, आम्हांला कोणत्याही नेत्यांची गरज नाही. सारासार विचार आणि अभिमान गुंडाळून ठेवणाऱ्या मेंढरांना पुढारी लागतो. आम्हांला स्वत:चे मानपान

आहेत. तरी आम्ही चौतीस वर्षं गप्प बसलो. आता मात्र अशक्य आहे. सत्तेवर असलेली माणसं शब्द फार सैलपणाने वापरायला लागलेली आहेत. नवे शब्द तयार होत नाहीत. भाषेची वाढ होत नाही. चांगल्या-चांगल्या भाषांशी ह्या माणसांचं वैर. भाषेची हकालपट्टी करतानाही पुन्हा शब्दच वापरायचे. काही कशाला अर्थ आहे का सांगा आणि आमचा राग अनाठायी आहे का, ते सांगा.''

मौनीबाबांनी अंतराळात नजर स्थिर केली. त्यांचा चेहरा सतेज, टवटवीत, तेज:पुंज दिसायला लागला. शब्दांचा बेसुमार आणि बेजबाबदार वापर आणि व्यापार करणाऱ्यांना शब्दांची ताकद कळत नाही आणि मौनातलं सामर्थ्यही. पण करणाऱ्याला हे दोन्ही समजतं.

हात वर करीत मौनीबाबा शब्दांना म्हणाले,

''तुमच्या संपाला माझा पाठिंबा आहे.''

''आम्हांला आश्रय...''

''माझ्या आश्रमात. पण...''

''काय झालं?''

''तुम्ही संपावर गेलात ह्याचा अर्थ तुम्ही आता कागदावर उमटणार नाही, असंच ना?''

''होय.''

''तेवढ्याने वाचाळता कमी कशी होणार? माणसं मग वारंवार सभा घेतील. सतत भाषणं करीत राहतील.''

''मग काय करायचं?''

''तुम्ही जेवढे शब्द इथं जमले आहात ते शब्द उच्चारता येणार नाहीत असं व्हायला हवं.''

''त्यासाठी बाबा, फार सामर्थ्य हवं. शब्दांचं नव्हे तर साधनेचं. तपश्चर्येचं! ह्या आटपाटनगरीचं खरं कल्याण व्हायला हवं असेल तर तुमची साधना शब्दांच्या पाठीशी उभी राहायला हवी.''

''तथास्तु!''

आटपाटनगरीतले नेते हैराण झाले. फक्त भाषणबाजीवर जगणारे पुढारी हवालदिल झाले. भाषणं केली तरी त्यांचे वृत्तांत येईनासे झाले. स्वत:च्या अस्तित्वालाच धोका निर्माण झाला.

आणि त्यानंतर एक चमत्कार झाला. 'पुढारी' शब्द जुळवला तर छपाईच्या वेळी जिथं कोरी जागा सुटत असे तिथं आपोआप 'पेंढारी' शब्द उमटू लागला. 'विकास' ऐवजी 'विकार,' 'लोकशाही'ची 'ठोकशाही' झाली.

ह्या नव्या आपत्तीमुळे भयानक परिस्थिती निर्माण झाली. अमुक अमुक पक्षाचे

पेंढारी म्हणाले,
''विकाराशिवाय ठोकशाही टिकणं अशक्य!''
हे असं काहीतरी छापलं जाऊ लागलं.
संपावर जाणाऱ्या शब्दांची संख्या वाढू लागली. इतर अनेक संपांपेक्षा हा संप वेगळा आणि अभूतपूर्व होता. ह्या संपामुळे कुणावरही उपासमारीची पाळी आली नव्हती. दैनंदिन व्यवहारासाठी लागणारे शब्द संपावर गेले नसल्यामुळे नागरिकांच्या स्वास्थ्याला धक्का बसला नव्हता. राजकीय पातळीवरच आणीबाणी जाहीर करण्याची वेळ आली होती. पण 'आणीबाणी' शब्दच संपावर गेल्यावर तीही सोय उरली नव्हती.
संपाचं लोण पसरत चाललं. छापील स्वरूपाच्या घोषणाच्या घोषणा मौनीबाबांच्या आश्रयाला आल्या.
खोटी आश्वासनं देणाऱ्या जाहिराती उमटेनाशा झाल्या. त्यामुळे आमचीच टूथपेस्ट चांगली म्हणणाऱ्याची दातखीळ बसली. शर्टिंग, सूटिंगपासून निरनिराळ्या साड्यांची जाहिरात करणाऱ्यांचं वस्त्रहरण झालं. जाहिरातीतल्या ब्लेड्सची धार बोथट झाली. जाहिरातींचे भरमसाठ वाढलेले भाव रातोरात उतरले. आपोआपच शंभर पानांच्या मासिकात पन्नास-पंचावन्न पानं जाहिरातींनी जिथं अडवलेली असायची, तिथं परिस्थितीने संपादकांना नाइलाजाने मजकूर द्यायला भाग पाडलं.
ह्या सगळ्या आंदोलनाला आणखी गती मिळाली ती मराठीला हिंदी भाषेने पण साथ दिली तेव्हा. तमाम हिंदी चित्रपटांतले वर्षानुवर्षं वापरलेले शब्द मौनीबाबांच्या आश्रमात दाखल झाले. मग पुन्हा मौनीबाबांना मौन सोडावं लागलं.
''आपण?''
''माझं नाव जायदाद.''
''माझं घराने की इज्जत.''
''बरं, तुम्ही?''
''प्यार.''
''मोहब्बत.''
''जिंदगी.''
मौनीबाबांनी साखळी करून उभ्या असलेल्या शब्दांपैकी एकाला विचारलं,
''तुम्ही सतत हातात हात घालून उभे का? इथं बसा ना!''
त्यावर त्यांच्यापैकी एक जण म्हणाला,
''आमच्यापैकी कोणीही एकेकटा फिरू शकत नाही.''
''ठीक आहे. एकदमच नाव सांगा सगळ्यांचं.''
त्यावर त्यांच्यापैकी एक जण म्हणाला,

''जिंदगी की कौनसी भी ताकद हमे जुदा नहीं कर सकती.''
मौनीबाबा मनापासून हसले.
पुढचा शब्द म्हणाला,
''माझं नाव 'दिल' आणि ही माझी 'धडकन'.''
हिंदी चित्रपट व्यवसायातल्या चाकोरीतल्या शब्दांनी मौनीबाबांच्या आश्रमातली एक मोठी खोली अडवली. चित्रपट व्यवसायातल्या शब्दांनी साथ दिल्यावर सगळं चित्रच बदललं. अर्थहीन गाण्यांचे कारखाने बंद पडले. भावगीत शब्दातला 'भाव' ही ज्या मराठी कवींना समजत नव्हता, त्या कवींचे बुंदी पाडणारे झारे गंजून गेले. शब्द आणि सूर हातात हात घालून वावरायचे. शब्दाची साथ संपल्यावर सूर पोरके झाले आणि शब्दांना साथ द्यायचं ठरवून तेही आश्रमात आले. त्यामुळे झटपट कवींप्रमाणे झटपट संगीतकार नामशेष होऊ लागले. बारा-बारा वर्षं ज्यांनी संगीताची आराधना केली, तेवढेच गायक, संगीतकार उरले. नभोवाणी आणि दूरचित्रवाणीचे बाजारबुणगे कमी झाले. आपोआपच नभोवाणी आणि दूरदर्शनच्या कार्यक्रमांना दर्जा प्राप्त होऊ लागला. साहजिकच छोट्या-छोट्या नवोदित कलावंतांना स्वत:च्या तालावर नाचायला लावणाऱ्या आणि स्त्री कलावंतांच्या अंगचटी जाणाऱ्या दूरदर्शनवरच्या काही निर्मात्यांचा भाव उतरला.
दिलेल्या वेळेनुसार एकही गाडी, एकही एस.टी. आणि एकही विमान सुटत नव्हतं आणि मुक्कामावर पोहोचत नव्हतं. म्हणून छापलेली वेळापत्रकं कोरी राहिली.
सर्वच छोट्या-मोठ्या क्षेत्रांत गोंधळ निर्माण व्हायला लागला. तसाच तो मराठी समीक्षेच्या क्षेत्रातपण व्हायला लागला. लेखकांचं मूल्यमापन करण्याची टीकाकारांची एक विशिष्ट पद्धत होती. काही साचेबंद शब्दांत ते सगळ्या लेखकांची बोळवण करीत होते. 'थिटे वाङ्मय', 'चौकटीत फिरणारे वाङ्मय', 'जीवनाचा तळ शोधण्यात असमर्थ असलेली कथा,' 'मानवी मूल्यांचा वेध घेण्यात अयशस्वी'–ह्यांसारख्या चाकोरीतच समीक्षा फिरत होती. हे सगळे शब्द असहकार पुकारून मौनीबाबांकडे आले.
मग चित्रपटनिर्मात्यांना नाइलाजाने चांगल्या, उदात्त कथानकांकडे वळावं लागलं. समीक्षकांना लेखकांची जमेची बाजू जाणवायला लागली.
पण त्याच वेळेला भाषणांची संख्या बेसुमार वाढू लागली. रोज कुठे न कुठे, कोणी ना कोणी सतत बोलू लागला.
नागरिक हैराण झाले.
आणि मग पुन्हा एकवार सगळे शब्द मौनीबाबांच्या भोवती जमले.
''आम्ही आता काय करायचं?''
''थोडे दिवस थांबा. मी म्हणालो होतो तसंच झालं आहे. काही चांगले परिणाम

जरूर झाले आहेत, पण भाषणांची संख्या अफाट वाढली आहे. तरीही चिंता करू नका. संपावर गेलेले शब्द उद्यापासून उच्चारताही येणार नाहीत असा चमत्कार मी घडवून आणणार आहे.''

जाहीर केलेला मनसुबा मौनीबाबांनी प्रत्यक्षात उतरवून दाखवला. मग मात्र आटपाटनगरीचं मंत्रिमंडळ हादरून गेलं. नगरसेवकांची धाबी दणाणली. फालतू विषयावर तासचे तास बोलता येईनासं झालं. आता मोकळा वेळ भरपूर मिळायला लागला.

नगरसेवक आणि मंत्री आता नुसते बसून राहतात, हे नागरिकांना कळू लागलं. इतकंच नव्हे तर गेली चौतीस वर्षं त्या सर्व मंडळींनी आपल्याला फक्त शब्दच दिले ह्याचाही त्यांना उलगडा झाला. सामान्यातला सामान्य न्ागरिक धीट झाला. उघड उघड युनियनच्या लीडर्सना, पुढाऱ्यांना, सामाजिक कार्यकर्त्यांना अडवू लागला. सरळसरळ जाब विचारू लागला.

आता प्रत्यक्ष कार्याला जुंपून घेण्याचे दिवस आले आहेत हे पुढाऱ्यांच्या लक्षात आलं. त्यांनी प्रत्यक्ष कार्य करायला प्रारंभ केल्यावर, खरोखरच केवढं कार्य करायचं राहिलं आहे, ह्याची त्यांना ओळख पटली. 'काम ज्यादा बाते कम' इथपासून 'राष्ट्रउभारणीच्या कार्याला प्रारंभ करा.' ह्यांसारखे नुसते संदेश देणं किती सोपं आहे, ह्याचीही त्यांना जाणीव झाली.

प्लॅटफॉर्मवरून उपदेशाचे डोस येजा-जाता पाजण्यापेक्षा नागरिकांच्या खांद्याला खांदा भिडवून केवढा आनंद निर्माण करता येतो आणि जनतेचा किती विश्वास मिळवता येतो, ह्याचा मंत्र्यांना प्रत्यक्ष अनुभव येऊ लागला. तमाम नागरिक पाठीशी उभे राहिले की सिक्युरिटी फोर्स, वीस-वीस ट्रॅफिक इन्स्पेक्टर्स कुणीही लागत नाही, ह्याचाही त्यांना शोध लागला.

मनं जिंकली की मतं मागण्यासाठी भिकाऱ्यांसारख्या झोळ्याही फिरवाव्या लागत नाहीत किंवा प्रचारासाठी करोडो रुपयांचा सत्यानाशही करावा लागत नाही, ह्याचाही साक्षात्कार झाला.

नगराचा झपाट्याने कायापालट होऊ लागला. प्रगती न सांगता समजू लागली. नगराची भरभराट होऊ लागली.

झुंडशाही आपोआप कमी होऊ लागली.

मग मौनीबाबा शब्दांना म्हणाले,

''तुम्ही आता संप केलात काय, मागं घेतलात काय, फरक पडत नाही. राज्यकर्त्यांनी प्रत्यक्ष कार्य करायला सुरुवात केली आहे. त्यांचे डोळे आता उघडले आहेत. नगरसेवक खऱ्या अर्थाने नगराची सेवा करीत आहेत. आता त्या आटपाटनगराची हकिकत इतर नगरांना सांगण्यासाठी शब्दांनीच पुढाकार घ्यायला

हवा आहे.''

शब्दांनी आंदोलन मागे घेतलं. जसे आटपाटनगरातील प्रजाजन सुखी झाले, तसे सर्व राज्यांतले प्रजाजन सुखी होवोत. मंत्र्यांनी, नगरसेवकांनी आटपाटनगरीचं अनुकरण करावं. ही साठा उत्तराची कहाणी पाचा उत्तरी सफळ संपूर्ण!

चक्रव्यूह

तीनशे तीन डाऊनचा पहिल्या वर्गाचा डबा. 'सी' कंपार्टमेंट असं कंडक्टरने सांगितलं. मी पुढे झालो. दरवाजा बंद होता. ह्याचा अर्थ आत कुणीतरी असणार. मी दारावर पहिल्या वर्गाच्या प्रतिष्ठेला धक्का लागणार नाही, अशा बेताने टिचक्या वाजवल्या.

''महाराजांनी प्रविष्ट व्हावे.'' मुलायम आवाजात आतून वाक्य आलं.

मी उडालोच. 'महाराज कोण? मी? आणि प्रविष्ट व्हावे?'

मी दरवाजा सरकवला.

चार माणसांच्या त्या कंपार्टमेंटमध्ये एक दलालाचं चित्र. गोल चेहरा, मोकळे सोडलेले केस, अंगात पौराणिक चित्रपटात शोभणारी कंचुकी, रेशमी साडी, कंबरपट्टा, दंडात वाकी, गळ्यात सोन्याच्या माळा, पायांत वाळे आणि एकूण बांधा...

छे, वर्णनापलीकडचं सगळं.

मी तिच्या समोरच्या बाकावर कोसळलोच.

गाडी हलली. मी मागं डोकं टेकलं. डोळे मिटून घेतले.

किती वेळ? क्षणभरच.

''महालाचा दरवाजा महाराजांनी बंद करावा. आमची अनुमती आहे.''

''मला काही म्हणालात?'' मी दचकून विचारलं.

ती हसून म्हणाली,

''युवराजांनी इतकं गोंधळून जाण्याचं कारण नाही.''

''मी? युवराज?'' माझ्या विरळ केसांतून आणि सढळ टकलावरून हात फिरवीत विचारलं.

''तुम्हीच युवराज. नवल वाटायचं कारण काय? तुमचं वय ते किती असणार?''

''एकावन्न!''

''म्हणजे काहीच नाही. जगण्यासारखं आयुष्य खरं तर आता सुरू झालं.''

''पन्नाशीनंतर?''
''अर्थात धनंजय म्हणतो, पंचशद्वर्षानंतरही जीवन परमार्थत: जीवन भवति!''
ती संस्कृतमध्ये काहीतरी बोलली. मी समजल्याप्रमाणे हसलो आणि महालाचा (?) दरवाजा बंद केला. ती लगेच म्हणाली,
''अनुगृहितास्मि.''
मी माझ्या बॅगेतून वॉकमन काढला. त्यात कथानकाची कॅसेट अडकवली. हेडफोन्स अडकवले. माझी कथा मीच ऐकणार होतो. उद्या सातारच्या कार्यक्रमात हीच कथा मी सांगणार होतो. इंदूरला ही कथा मी प्रथम सांगितली होती. ह्या पाव इंच रुंद पट्टीत आता माझे शब्द आणि हजारो इंदूरकरांच्या टाळ्या आणि हशे. मी आता वर्तमानकाळ इथंच सोडणार, भूतकाळात जाणार. मी हे स्थळही विसरणार. इंदूरला जाणार. काळ मागं फिरत नाही, पण ह्या संशोधकांनी भूतकाळाला पुढं सरकायला शिकवलं ह्यात शंकाच नाही. एकोणीसशे एक्याऐंशी साल आता ह्या टेपबरोबर उलगडणार.
मी कथा ऐकू लागलो. छापलेल्या कथेपेक्षा सांगितलेली कथा खूप वेगळी असते. लिहिलेली कथा आकाशासारखी छत्र धरून असते. रंगमंचावर फुलणारी कथा रंगीबेरंगी ढगांसारखी असते. आकाश न सोडता ती आकाश बदलते. अनोख्या रंगांचा नजराणा देते. कथनकारालाच चकित करते. हे त्या क्षणी आपल्यालाच सुचलं का, असले संभ्रम निर्माण करते. ऐकता-ऐकता मध्येच मी माझ्याशी हसलो-मोठ्यांदा आणि मग माझं तिच्याकडे लक्ष गेलं. तिच्या ओठांची हालचाल झाली म्हणून मी कानावरचे हेडफोन्स काढले. तिने विचारलं,
''किं प्रयोजनं हास्यस्य?''
''मला समजलं नाही.''
तिने मराठीत विचारलं,
''हसलात का?''
''गोष्टीतल्या वाक्याला.''
''कसली गोष्ट?''
''ऐकून बघणार का?''
''कौतुहलं मे मनसि जातम्.''
मी माझ्या जागेवरून उठलो. तिच्या कानाला हेडफोन्स लावताना तिच्या कानांच्या पाळ्यांना स्पर्श झाला. माझ्या अंगभर पारिजातकाचा सडा पडला. मी टेप चालू केल्याबरोबर ती ओरडली,
''अति अलौकिकं दिव्यं खलु.''
मी टेप बंद केला. हेडफोन्स काढून घेतले. डोळे विस्फारीत तिने विचारलं,

''युवराज, ह्याला काय म्हणतात?''
''टेपरेकॉर्डर.''
''मी ज्या देखण्या, आकर्षक व्यक्तिमत्त्वाच्या युवकाबरोबर देशांतर करीत आहे, त्या देहाचं नाव मला समजेल का?''
''मी युवक?''
ती नुसती हसली.
''माझी बायको तर जाता-येता माझ्या वयाचा उद्धार करते.''
ती पुन्हा हसली.
''आपलं नाव?''
''मी द्रौपदी.''
आता मी हसलो आणि म्हणालो, ''नवीन फॅशन म्हणून हल्ली पौराणिक नावं ठेवायची प्रथा आहे.''
ती चमकून म्हणाली,
''मी खरी द्रौपदी. पाच पांडवांची द्रौपदी.''
डोळे विस्फारून मी बघत राहिलो.
''तुम्ही खरोखर...''
''धर्मराजांची शपथ.''
तिने इतकं सांगितल्याबरोबर क्षणाचाही विलंब न लावता मी साष्टांग नमस्कार केला.
''किं कर्तुकामोऽसी?''
''पंचकन्या स्मरेत नित्यं, असं आम्ही रोज म्हणतो.'' मी उठून उभं राहत म्हणालो.
''तुम्ही कोण?''
''मी एक मामुली माणूस. म्युनिसिपालिटीत आयुष्य घालवलेला एक कर्मचारी.''
''नाव?''
''व. पु. काळे.''
द्रौपदीचा चेहरा बदलला. ती पटकन संस्कृतमध्ये म्हणाली,
''नंदिताऽस्मि.''
''काय म्हणालात?''
''मला तुम्हांलाच भेटायचं होतं. तुम्ही कथा सांगता ना?''
मी पुन्हा उडालो.
''तुम्हांला कुणी सांगितलं?''
''पु. भा. भाव्यांनी.''
''खरंच?''

''होय.''
''कधी सांगितलं?''
''स्वर्गात आल्याबरोबर. तुम्हांला जसा पंचकन्यांबद्दल आदर आहे, तसाच तो त्यांनाही आहे असं दिसलं. जुन्या परंपरेचं प्रेम असणारी माणसं कमी झाली आहेत असं भावे अण्णा सांगत होते.''
भाव्यांची आठवण आल्याने मी गलबललो. तेवढ्यात द्रौपदी म्हणाली,
''तुम्ही कोणत्या कथा सांगता?''
''अवतीभवती घडणाऱ्या.''
''म्हणजे संजयाप्रमाणे.''
''कोण संजय?''
''महाभारतामधला.''
''मग ठीक आहे.''
''का? असं का म्हणालात?''
''संजय नावामागची आमची असोसिएशन तितकीशी चांगली नाही.''
''मग तुमची परंपरा?''
''नारदमुनींची म्हणा, कथाकीर्तनकाराची. पण भगवती, तसा मी फार मामुली माणूस आहे. तुम्ही जे आयुष्य पाहिलंत, वनवास भोगलात, अपमान सहन केलेत, प्रचंड संहार पाहिलात, दुःखाचे डोंगर पार केलेत, त्याला तोड नाही.'
द्रौपदी नुसती हसली.
''मला एक गोष्ट विचारायची होती.''
''विचारा.''
''प्रत्यक्ष कृष्णासारखा पाठीराखा असूनही तुमच्यावर एवढी संकटं...''
''देव पाठीराखा असतो तेव्हाच असामान्य संकटं येतात. सामान्य संकटं निवारण्यात त्याचंही देवत्व सिद्ध होणार नाही ना!''
''खरं आहे. पण संकटं पांडवांसारखी आणि कृष्ण मात्र पाठीशी नाही, अशा वेळी काय करायचं?''
''राज्यावर कोण आहे?''
मी सरळ उत्तर न देता विचारलं,
''तुम्ही किती दिवस राहणार आहात?''
''कंटाळा येईतो.''
''कुठं उतरलात?''
''एके ठिकाणी असं नाही.''
''पांडवांचं दर्शन होण्याइतकं पुण्य माझ्याजवळ असेल का?''

''मी एकटीच आले आहे.''

मी नुसतं पाहिलं.

''मला स्वर्गाचा कंटाळा आला. मी पळून आले आहे. पुन्हा एकवार हस्तिनापुरापासून कुरुक्षेत्रापर्यंत सगळा प्रदेश पाहावासा वाटतो.''

''तुम्ही कुठंही जा, तुम्हांला सगळीकडे कुरुक्षेत्राचं दर्शन घडेल. ठिकठिकाणी मयसभा दिसतील.''

''काय सांगता? मला एखादी मयसभा दाखवाल का?''

''कशासाठी?''

''जुन्या आठवणींना उजाळा देण्यासाठी. त्या काळात मयसभा उभारण्याचं काम मयासूर नावाच्या...''

''ते माहीत आहे. तेव्हा एकच मयासूर होता आणि मयसभा पण एकच होती. इथं सगळेच मयासूर आहेत.''

''मला समजेल असं सांगा.''

''राष्ट्रउभारणीच्या कार्यासाठी खरंखुरं सिमेंट वापरणारा एक मयासूर तर आमचा मुख्यमंत्रीच होता. तुमच्या मयसभेत जमिनीच्या ठिकाणी पाणी तर पाण्याऐवजी जमीन दिसायची ना?''

''तिथपासून तर कौरवांशी वैर...''

''जाऊ दे! ह्या आठवणी विसरण्याचा तुम्ही प्रयत्न करीत असाल.''

मी तो विषय थांबवल्याचा द्रौपदीला आनंद वाटला. ती म्हणाली,

''तुम्हीपण वेगळं काहीतरी बोला. मघाशी तुम्ही काहीतरी माझ्या कानाला लावलंत ते पुन्हा लावा.''

मी द्रौपदीच्या कानाला पुन्हा हेडफोन्स लावले. माझी कथा ऐकण्यात ती दंग झाली. कल्याणला आलेल्या दोन प्रवाशांनी उरलेले बर्थ अडवले.

सातारचे संयोजक माझं अस्तित्व विसरून द्रौपदीकडे बघतच राहिले. त्यांच्यापैकी एक जण म्हणाला, ''तुम्ही 'सह' येणार आहात हे माहीत नव्हतं.''

द्रौपदीकडे न बघता मी म्हणालो, ''त्याचं असं झालं -''

आणखी एक जण द्रौपदीकडे पाहत सरळ सरळ खोटं बोलला, ''तुम्हांला कुठंतरी पाहिल्यासारखं वाटतंय.''

द्रौपदी अर्थपूर्ण हसली. मी मनात म्हणालो, हरामखोरा, तुझ्या खापरपणजोबांनीसुद्धा हिला बघितलेली नाही!

द्रौपदी म्हणाली, ''ओळख आणि आपलेपणा दर्शविण्याची ही पद्धत अगदी महाभारताच्या काळापासून चालत आलेली आहे.''

तो गृहस्थ म्हणाला, ''वा, बाईंनी समयसूचकता वपुंकडून उचललेली दिसते!'' मी आणि द्रौपदी एकमेकांकडे पाहून अर्थपूर्ण हसलो.

साताऱ्यातलं माझं कथाकथन जितकं गाजलं नाही त्यापेक्षा जास्त मी एका अप्सरेला बरोबर घेऊन आलोय हेच गाजलं.

सरकारी डाकबंगल्यातला खानसामाही केवळ द्रौपदीकडे बघून माझी बडदास्त ठेवत होता. अर्थात, माझी त्याला मुळीच हरकत नव्हती. द्रौपदी माझी पत्नी नाही हे सातारकरांनी चाणाक्षपणे ओळखलं. द्रौपदी खरं तर प्रेक्षकांत बसली होती. माझ्या प्रत्येक वाक्याला ती विलक्षण आत्मीयतेने प्रतिसाद देत होती. मनापासून हसत होती. एका गंभीर शोकांतिका कथेच्या वेळी तर तिने डोळ्याला पदरही लावला. आणि त्यामुळेच सगळं बिनसलं.

खरीखुरी लग्नाची बायको इतक्या समरसतेने, कौतुकाने वाक्य न् वाक्य ऐकणं शक्यच नाही.

आणि त्यात भर म्हणजे द्रौपदी अनवधानाने शेजारच्या बाईला म्हणून गेली, ''काय अफाट आहे हो हा माणूस!''

ती बया नेमकी संयोजकाची बायको निघाली. माझा कार्यक्रम संपेसंपेतो बघणाऱ्यांच्या नजरा फिरल्या.

डाकबंगल्यावर मी साहजिकच द्रौपदीसाठी आणखी एक स्वतंत्र बेडरूम मागितली. संयोजकांनी तशी व्यवस्था केली. पण खानसाम्याशी ते पटकन बोलून गेले,

''लोकांच्या डोळ्यांत धूळ फेकायची म्हणून स्वतंत्र बेडरूमची नाटकं करायची असतात.''

''तर काय! रात्री कोण कुणाच्या बेडमध्ये असेल हे काय सांगायला हवं?'' दुसऱ्याने 'री' ओढली.

खानसामा पटकन म्हणाला,

''साहेब, मी आजची रात्र झोपणार नाही.''

''तुझी झोप उडायचं कारण काय?''

''समोर लॉनवर खुर्ची टाकून बसतो. बिड्यांचं बंडल असलं की आपल्याला झोपेची गरज नाही. मी रात्रभर दोघांवर लक्ष ठेवतो.''

संयोजकांपैकी एक जण म्हणाला, ''आपल्याला हेच पटत नाही... उरूस तर करायचा, पण कोंबडी लपवायची ह्यात काय अर्थ आहे?''

''डाकबंगल्यावर लफडी करायला हे लेखक स्वत:ला काय मंत्री वगैरे समजतात काय?''

''मंत्र्यासारखी हिंमत नाही म्हणून तर दोन बेडरूम्स घ्याव्या लागतात.''

त्यांचा संवाद केव्हातरी थांबवायलाच हवा होता. मी मग अचानक बेडरूमचा

दरवाजा उघडून व्हरांड्यात आलो. संयोजक अवांतर फालतू गप्पा मारून निघून गेले.
खानसामा म्हणाला, ''साहेब, रात्री काही कमीजास्त लागलं तर सांगा.''
मी म्हणालो, ''जरूर. तुम्ही रात्रभर समोरच लॉनवर बसणार आहात ना?''
''साहेब...''
मी लगेच आवाज चढवून म्हणालो, ''मला रात्री काहीही लागत नाही.''
माझा बेडरूमचा दरवाजा बंद करून मी आडवा झालो खरा, पण माझी झोप उडाली होती. त्या संयोजकांचं बोलणं माझ्या कानावर आलं होतं, तसंच ते द्रौपदीच्या कानावर पडलं असेल का?

दुसऱ्या दिवशीच्या प्रवासात द्रौपदी खूप वेळ गप्प होती. ह्याचा अर्थ संयोजकांची मुक्ताफळं तिनेही ऐकली होती. मीच मग धीर एकवटून विचारलं,
''देवीजी, प्रकृती बरी नाही का?''
''मी ठीक आहे.''
''प्रवासाचा शीण?''
''तो तर व्हायचं काहीच कारण नाही. तुम्ही मंडळींनी नवीन नवीन शोध लावलेत आणि आयुष्य सोपं केलंत. त्यामुळे...''
''तुमच्या काळातही वाहनं होती की!''
''फक्त रथच. त्यात अंग फार दुखायचं.''
''मग अस्वस्थ का?''
''शरीराला आराम देणारे शोध लावलेत, मनाचं काय? काल त्या संयोजकांची वक्तव्यं...''
''त्यांच्या वतीने मी देवीजींची क्षमा मागतो.''
''लोकांच्या नजरा अद्यापि तशाच आहेत.''
''तशाच म्हणजे?''
''कौरवसेनेसारख्या!''
''काय करणार? तुमचं-माझं नातं पतिपत्नीसारखं नाही असं म्हटलं की–''
''काय तेवढंच नातं खरं असतं? बाकीची नाती नसतात का?''
''आपण लगेच भाऊबहीणही होऊ शकत नाही ना?''
''पतिपत्नी नाही म्हटल्यावर दुसरं तातडीचं नातं भावाबहिणीचंच असायला हवं का? निकोप वृत्तीने, निर्लेप मनाने आयुष्याचा आस्वाद घेणारे दोन तरुण, टवटवीत मनं असं नातं असू शकत नाही का? तुमच्यासारख्या एका कलावंताला आनंद वाटायचा आहे आणि माझ्यासारख्या एका व्यक्तीला तो आनंद शिलंगणाच्या

सोन्यासारखा लुटायचा आहे असाही एक ऋणानुबंध असू शकत नाही का? आनंदाचं नातं हेच सर्वश्रेष्ठ नातं हे साधं तत्त्व आनंदासाठी समारंभ घडवणाऱ्यांना कळू नये, ही केवढी शोकांतिका आहे!''

मी म्हणालो, ''तुम्ही माझ्या कथेला सतत प्रतिसाद देत होतात – तोही अनवधानाने. अशाच अनवधानाने मयसभेत दुर्योधनाची फजिती पाहूनही तुम्ही हसला असाल. महायुद्धाची कारणं इतकी क्षुल्लक असतात देवीजी. प्रतिष्ठा...''

द्रौपदी हसून म्हणाली, ''भिऊ नका. आता एवढ्यावरून भारतीय युद्ध होणार नाही.''

''देवीजी, आम्हांला भारतीय युद्धापेक्षा 'अकरा झपूर्झा'त होणारं युद्ध पुरेसं आहे.''

''अकरा झपूर्झा हा प्रदेश कुठे आहे?''

''साहित्य सहवासात.''

''तिथं कोण असतं?''

''अकरा अक्षौहिणी सैन्य परवडलं, पण...''

द्रौपदीने अक्षरशः नमस्कार करीत म्हटलं, ''महाभारताच्या आठवणी जाग्या होतील असं काहीही बोलू नका.''

''देवीजी, क्षमा असावी. 'अकरा झपूर्झा'त मी राहतो.''

द्रौपदी मोकळेपणाने हसली आणि म्हणाली,

''तिथं युद्ध होणं स्वाभाविक आहे.''

''पण असं का व्हावं?''

माझा चेहरा पाहून ती म्हणाली, ''मी द्रौपदी आहे. तेव्हा माझ्यासमोर असं होणार नाही.''

''असं वाटतं तुम्हांला? कर्तृत्ववान व्यक्तीचा पराक्रम बघितला जात नाही, त्याचं चाक जमिनीत कधी रुततं तिकडेच सगळ्यांचं लक्ष असतं. ज्या वेळी त्याला हात हवा असतो त्या वेळी...''

''आम्ही शरवर्षाव करतो.'' द्रौपदी खेदाने म्हणाली.

''देवी, आपण...''

''पांडवांनी केलेल्या सगळ्याच गोष्टी मला पटल्या होत्या असं समजू नका. कर्णासारखा माणूस दोन कारणांपायी अडचणीत येतो. एक अतिचांगुलपणा आणि दुसरं कारण अगतिकता. दोन्ही प्रसंगी समाज स्वतःचा स्वार्थ बघतो.''

''कसा?''

''कवचकुंडलं देणं हा चांगुलपणा आणि जमिनीने चाक गिळणं हा अगतिकपणा.''

''कर्णाचं मरणच तसं असेल तर?''

''मला कर्णाच्या मरणाशी कर्तव्य नाही, अर्जुनाशी आहे. धनुर्धारी अर्जुनाचं

शौर्य आणि युद्धनिपुणता शंकातीत असायला हवी होती. कोणत्याही श्रेष्ठपदाला पोहोचलेल्या व्यक्तीला समर्थनाशिवाय स्वत:चं श्रेष्ठत्व टिकवता आलं पाहिजे.''

निरोप घेताना द्रौपदी म्हणाली, ''तुमच्या कथांनी आनंद दिला.''
''माझ्या कथा फार साध्या आहेत.''
''वास्तवाशी नातं जोडणारी कलाकृती सामान्य नसते.''
मी म्हणालो, ''मी पुन्हा महाभारताबद्दल बोललो तर तुम्हांला क्लेश होतील– पण ते बोलणंही वास्तव आहे म्हणून सांगतो. व्यासांच्या महाभारतानंतरचं सगळं साहित्य 'व्यासोच्छिष्टम्' म्हणतात तसंच आहे. त्याच्या पलीकडे जाऊन आम्ही काय लिहिणार?''
''समकालिनांचं मनोरंजन साधणं ही बाब क्षुल्लक नाही. तुम्ही महाभारत वाचलंत, मी प्रत्यक्ष अनुभवलंय. तरी तुमच्या कथा मला आवडल्या.''
''आता कधी भेटणार?''
''पुढच्या कार्यक्रमाला.''
''देवीजी, खरंच याल?''
''नक्की! कधी आहे?''
''पुढच्याच रविवारी.''
''कोणत्या नगरात?''
''नाशिकला.''
''कसं जायचं?''
''गाडीनेच, का?''
''आपल्याला स्वतंत्र दालन मिळणार नाही का?''
''मी प्रयत्न करतो.''

घरात पाऊल टाकताच अकरा झपूर्झाने विचारलं,
''कसा झाला प्रवास?''
''झकास.''
''कार्यक्रम?''
''अफाट!''
''कुणी भेटलं होतं का?''
''कोण भेटणार?''
''कोणी कोणी तुम्हांला प्रवासात भेटतंच.''
''ह्या वेळेला कोणी नाही.''

''उतरायची सोय होती का चांगली?''
''डाकबंगला होता.''
''मग काय, आरामच असेल.''
''वादच नाही. जेवण तर लाजवाब होतं.''
''आता पुढच्या कार्यक्रमाला मी तुमच्याबरोबर येणार.''
मी एरवी 'अवश्य' असं म्हणणारा, पण ह्या वेळी म्हणून गेलो,
''पुढचं पुढं.''
रात्री झोपताना पुन्हा झपूर्झाने विचारलं,
''प्रवासातली सगळी हकिकत सांगा ना!''
''झोप येतेय. उद्या सांगेन.'' असं म्हणून मी वेळ मारून नेली.
न घडलेल्या गोष्टी रंगवून सांगता येतात, निर्माण करता येतात; पण वास्तवतेला खोडताना जीव मेटाकुटीला येतो.
आता आणखी एक प्रॉब्लेम. अकरा झपूर्झा पुढच्या वेळेला नाशिकला येणार म्हणतंय! ते टाळायचं कसं? निव्वळ हा एकच प्रॉब्लेम नव्हता. ओरिएंट एक्सप्रेसच्या तळेकरांना घरातून फोन करून 'नाशिकची तिकिटं हवीत' हेही सांगता येणार नाही आणि त्यातही 'कुपे हवा' हे तर अजिबात सांगता येणार नाही. ओरिएंट ट्रॅव्हल एजन्सीचे तळेकरही कितीही सज्जन म्हणजे लाख माणूस असला तरीही त्यांना दुसरं तिकिट द्रौपदीसाठी हवं आहे हेही सांगता येणार नाही. काय करावं?
शेवटी कसा तरी तळेकरांना घरात कुणी नाही असं बघून घरातून फोन केला.
''दोन तिकिटं हवीत आणि कुपेच मिळायला हवा.'' असं सांगितल्यावर त्या चाणाक्ष माणसाने इतर चौकशा केल्या नाहीत.
द्रौपदीने मनात एक जबरदस्त आकर्षण निर्माण केलं होतं ह्यात शंकाच नव्हती. मात्र ह्या आकर्षणाचं स्वरूप कितीतरी वेगळं होतं. महाभारत घडवायला जी एक व्यक्ती अंशत: म्हणा किंवा शंभर टक्के म्हणा कारणीभूत झाली होती ती व्यक्ती अकस्मात आयुष्यात येणं ही गोष्ट नुसतीच अपूर्व नव्हती, तर विलक्षण पुण्याईची होती. 'महाभारत' हा विषय काढायचा नाही असं तेव्हा ती म्हणाली होती, तरीही मी तिला सगळं सगळं विचारणार होतो. बोलतं करणार होतो. कर्णाच्या मृत्यूच्या संदर्भात ती सती किती वेगळं बोलून गेली. 'समर्थनाशिवाय श्रेष्ठत्व टिकवता आलं पाहिजे' हा विचार सामान्य नव्हता. द्रौपदी कितीही नाही म्हणाली तरी तीच महाभारताचा विषय काढणार. वारंवार प्रकट झाल्याशिवाय जे शांत होत नाही किंवा वारंवार प्रकट होऊनही जे शांत होत नाही त्यालाच 'शल्य' म्हणतात. गतकाळातील दु:खाची उजळणी करणं हाच त्या दु:खावर सूड घेण्याचा मार्ग असतो आणि महाभारतातल्या एकाही व्यक्तीच्या दु:खाला मी कारणीभूत नसल्यामुळे

द्रौपदी माझ्याशी सगळं बोलणार. काहीकाही घटनांची उजळणी करताना कधीकधी त्या घटनांना साक्ष असलेला श्रोता जवळचा वाटतो, तर काहीकाही वेळेला माझ्यासारखा 'कोरा', रॅपरही न फोडलेला श्रोता बोलणाऱ्याला हवा असतो. पहिल्या श्रोत्याच्या बाबतीत सगळं सगळं सांगावं लागत नाही. पटण्यात वेळ जात नाही ह्याचा आधार वाटतो, तर दुसऱ्या श्रोत्यांच्या बाबतीत त्याच्या चेहऱ्यावरचं आश्चर्य, कुतूहल, उत्सुकता, मधूनमधून बसणारे धक्के, त्यात व्यक्त केलेली अनुकंपा अशा वळणावळणांनी आपण क्रमश: सगळं सांगू शकतो, ह्याचा आनंद मिळतो. भूतकाळातले काही क्रम नव्याने उलगडतात. श्रोता बदलला की वक्ताही बदलतो.

छे! द्रौपदी परत भेटायला हवी. व्यासांची ही मानसकन्या जशी विलक्षण देखणी होती, तितकीच विचारी होती. कष्ट आणि अश्रू ह्याची ओळख झालेलं सौंदर्य जितकं मुकं असतं तितकंच बोलकंही.

मौनाची शाल पांघरलेला एक मनस्वी हुंकार म्हणजे द्रौपदी.

घरातून निघता-निघता अकरा झपूर्झाने एक प्रेमळ व्यूह टाकला.

''सुहास तुम्हांला स्टेशनवर सोडायला येईल.''

''नको. टॅक्सी मिळेल.''

''त्याला काय उद्योग आहे? आज सुट्टीच तर आहे. घरी आला की झोपेल परत.''

''नको.''

''मागच्या वेळेला तुम्हांला तो हवा होता, आज नकोय. सगळं नवलच आहे.''

मी न बोलता बाहेर पडलो.

द्रौपदीला सांगायला हवं, अभिमन्यूने चक्रव्यूहाचा भेद एकदाच केला. आम्ही रोज करतो.

दादर-वाराणसी पकडण्यासाठी मी दादरला आलो खरा, पण तिथं वेगळाच 'व्यूह' माझी वाट बघत होता. मी प्रथम कंडक्टरला गाठलं. त्याने 'ई' कंपार्टमेंट सांगितलं. मी तिथंच विचारलं, ''कुपे है ना?''

''हो.''

मी कुपेत पाऊल टाकलं आणि विलक्षण गोंधळलो. तिथं एक विलक्षण देखणी, तरुण पोरगी बसली होती, पण ती द्रौपदी नव्हती.

मला बघताच ती उभी राहिली. ओठांचा लाडिकपणे चंबू करीत तिने विचारलं, ''वपु ना?''

मला 'हो' म्हणायचंही भान राहिलं नव्हतं.

''या ना! मी तुमच्या दोघांच्या मध्ये फार काळ येणार नाही. वहिनी आल्याबरोबर

मी...''
''तुम्ही...''
''मी उर्वशी.''
''मी आपल्याला ओळखलं नाही.''
''आपण कधी भेटलेलो नाही. पण मी तुम्हांला ओळखते. या ना, बसा ना! तुमच्या मिसेस आल्या की मी जाईन. डोण्ट वरी.''
''मिसेस...?''
''बाहेर रिझर्वेशन चार्ट लावलाय. त्यावर मिस्टर ॲण्ड मिसेस व.पु. काळे असं लिहिलंय.''
मी मग न बोलता बसलो.
''तुमचं नाव समजलं. पण आडनाव...''
''अप्सरांना आडनावं नसतात असं तुम्ही एका कथेत लिहिलं आहे.''
मी खूश होत म्हणालो,
''कबूल, पण...''
''मान्य आहे. मी अप्सरेसारखी नाही. तेव्हा मला आडनाव असायला हवं.''
''तसं नाही. तुम्ही खरंच अप्सरेसारख्या आहात.''
ती चतुरपणे म्हणाली, ''मग तुमच्याच कथेप्रमाणे 'उर्वशी' नाव धारण करणाऱ्या अप्सरेचं आडनाव जर गायतोंडे निघालं तर?''
माझ्या कथेतलं पुढचं वाक्य आठवीत मी म्हणालो, ''तिला मिठी मारायची इंद्राच्याने पण हिंमत होणार नाही.''
उर्वशीने आपण होऊन टाळीसाठी हात पुढे केला. मी टाळी दिल्यावर उर्वशीने तसाच हात हातात ठेवून घेतला. माझ्यावर डोळे रोखीत ती म्हणाली,
''अनेक दिवस मी तुमच्या भेटीची वाट पाहत होते.''
मीच लाजून म्हणालो,
''आय फील फ्लॅटर्ड.''
''असं मुळीच म्हणू नका. तुमची वर्षानुवर्षं वाट बघावी, असे आहात तुम्ही.''
मी काहीतरी संकोचून बोलणार तेवढ्यात ती म्हणाली,
''तुम्हांला आवडणार नाही तरी सांगते. सांगू?''
''सांगा.''
''बाहेर मी तुमची दोघांची नावं वाचली आणि क्षणभर वाटलं, आज मिसेस वपु आल्या नाहीत तर किती बरं होईल?''
मी पटकन बोलण्याच्या बेतात होतो, 'ती कुठं येणार आहे?'
पण मी कसंतरी स्वत:ला सावरलं,

''रागावलात?''
''मुळीच नाही, पण तरी सांगा बायको समजा नाही आली तरी काय असा फरक पडतो? कारण प्रवासात असताना अचानक कुपे मिळणं, त्यात एक उर्वशीसारखी अप्सरा भेटणं, ह्यासारखे प्रसंग आम्ही कथेतून फक्त लिहितो. आमच्या आयुष्यात काय घडतं, सांगू?''
उर्वशी पटकन म्हणाली,
''वहिदा रहेमानच्या घरी दिवस घालवूनही वहिदा भेटत नाही.''
''अरे...''
''मी तुमच्या अनेक कथांची पारायणं केली आहेत.''
मी हलकाफुल्ल झालो आणि स्वत:च्या नशिबाला पुन्हा हसलो. कधी नव्हे ती फिदा असलेली उर्वशी आम्हांला प्रवासात भेटते, मालकीचा कुपे असतो, बायकोचा ससेमिरा नसतो, तर द्रौपदीच आता मध्ये येणार असते.
काय करावं?
द्रौपदीला कॉन्फिडन्समध्ये घ्यावं का? आयुष्यात प्रथमच अशी एक पोरगी आपल्यावर खूश झाली आहे हे त्या पांचालीला स्पष्टपणे सांगावं का?
महाभारताच्या काळात असली प्रकरणं मुबलक होती. पळवापळवी होती, सगळं होतं. फक्त त्या काळातले पुरुष नुसते पुरुष नसून 'वीर पुरुष' होते. म्हणूनच ते चार सामान्य माणसांप्रमाणे मुलींना पळवून नेत नसत, तर त्यांचं ते 'हरण' करीत असत. त्या काळचे वीर पुरुष 'अनुरक्त' होत असत आणि युवती 'वश' होत असत.
पण कहर म्हणजे वाराणशी एक्सप्रेस सुटली आणि द्रौपदी आलीच नाही. आता ही आपत्ती, की इष्टापत्ती?
गाडी सुटल्यावर उर्वशी टाळ्या वाजवत म्हणाली,
''पाहा, माझी विलपॉवर किती दांडगी आहे! तुमची बायको आलीच नाही.''
''का नाही आली, काही कळत नाही.''
''घरूनच येणार होती ना?''
''ती दोन दिवसांपूर्वी माहेरी गेली होती. परस्पर यायची होती.''
''बरं झालं नाही आली ते!'' असं म्हणत उर्वशी माझ्याजवळ सरकली आणि पुढे म्हणाली, ''आता सांगा, हिंदी चित्रपटातले हिरो-हिरॉईन आणि आपण ह्यांच्यात काही फरक आहे का?''
''नाही, पण...''
''पण काय?''
''मला शम्मी कपूरपासून कोणत्याही टुकार नटाप्रमाणे फूटबोर्डवर लटकणं, रेल्वेच्या टपावरून पळणं, रेल्वेतून रस्त्यावरच्या उघड्या जीपमध्ये उडी मारून पुन्हा गाडीत

उडी मारणं, असले प्रकार किंवा एकवीस-एकवीस म्हसोबांशी मारामाऱ्या करून तुमचं मन जिंकता येणार नाही.''
उर्वशी म्हणाली,
''मन आधीच जिंकल्यावर हे प्रकार करावे लागत नाहीत. आपलं प्रेम हे इतकं वरवरचं बाजारी नाही. आपलं प्रेम हे सत्यवती-पराशरासारखं पुरातन, पवित्र आहे.''
''त्यातूनच महाभारत झालं.''
''तसं आता होणार नाही.''
''पण...''
''आपण चांगल्यापैकी कुपेत आहोत. हीच नौका समजायची. तप:सामर्थ्याने पराशराने दिवसा धुकं निर्माण करून संकेत-क्षण ऐन दुपारीच आणला. कुपेचा दरवाजा लावला की...''
पण उर्वशीचं वाक्य अपुरं राहिलं. दादरहून सुटलेली गाडी अचानक कुर्ल्यालाच थांबली आणि दारात उभी राहिली ती द्रौपदी.

नाशिकचा कार्यक्रम आणखीनच गाजला-साताऱ्यापेक्षा! माझ्याबरोबर द्रौपदी म्हणून एक अफलातून स्त्री डाकबंगल्यावर उतरली होती ही बातमी नाशिकला कुणी पोहोचवली हे कळणं अशक्य होतं. स्त्रीपुरुष संबंध वा मैत्री; खरी वा काल्पनिक कशीही असो, पण त्या बातम्या अफवेपेक्षा वेगाने पसरतात हेच खरं.
आणि नाशकात तर माझ्याबरोबर चक्क दोन बायका! एकाचं दोन करायची संधी मीच नाशिककरांना दिलेली. पण नाशिककरांपेक्षा मी जास्त चक्रावून गेलो ते साताऱ्याचाच खानसामा नाशिकच्या डाकबंगल्यात पाहून!
खानसाम्याने खुलासा केला, ''साहेब, धर्मवीर चतुर्वेदी म्हणून एक आमदार आहेत. ते महाराष्ट्रातल्या दौऱ्यावर आहेत.''
''मध्येच दौरा कशासाठी?''
''महाराष्ट्रातल्या जनतेची नैतिक पातळी उंचावण्यासाठी ते पाहणी करताहेत.''
''तुझ्या त्या धर्मवीरांना नैतिक पातळी म्हणजे काय धरणाच्या पाण्याची पातळी वाटली काय?''
खानसामा आवाज चढवून म्हणाला,
''साहेब, मी त्यांचा लाडका खानसामा आहे. कायम त्यांच्याबरोबर असतो. त्यांचा मी बॉडीगार्डपण आहे. तेव्हा...''
उर्वशी आणि द्रौपदी बरोबर आहे असं पाहून मीही जरा आवाज चढवून म्हणालो,
''तू माझं काय करशील?''

''दादांचा हुकूम व्हायची खोटी, तुमच्या जेवणात अशी एक वनौषधी बेमालूम मिसळून देईन की पुढचा कथाकथनाचा कार्यक्रम होणार नाही. विषप्रयोग ओळखता येणार नाही अशी वनस्पती मला माझ्या हिंडिबी नावाच्या आदिवासी मैत्रिणीने दिली आहे. सरकारी डाकबंगल्यातच मृत्यू आला की लपवणंसुद्धा आम्हांला सोपं जाईल.''

''तुझ्या दादांनाच भेटतो मी आता.''

''ते आता तिकडे रमी खेळताहेत. आत कुणाला सोडायचं नाही असा हुकूम आहे.''

''म्हणजे पैसे लावून खेळताहेत?''

''ती त्यांची खूप जुनी सवय आहे. तुमचा त्याच्याशी काही संबंध नाही.''

''नैतिक पातळीशी तर संबंध आहे की नाही?''

''ते मला माहीत नाही आणि त्याचं असं आहे, मद्यपान, लाच, जुगार, काळाबाजार, खुर्चीसाठी खून करणं, खोटं बोलणं ह्या बाबतींतली नैतिक पातळी उंचावण्याचं खातं कुणाकडे द्यायचं ते ठरवायचं आहे. ते खातं मिळवण्यासाठी जो जास्तीतजास्त खर्च करील त्याला ते मिळेल. धर्मवीर दादांकडे फक्त स्त्री-पुरुष संबंधातली नैतिक पातळी सुधारण्याचं काम आहे.'' मी आणखी काही बोलणार तेवढ्यात मला कुणीतरी भेटायला आल्याचं समजलं. पाहतो तो सुकुमार, कोवळे वाटावेत असे दोन तरुण.

''मी कुलकर्णी.''

''मी देव.''

मी म्हटलं,

''तुम्हांला बघितल्यासारखं वाटतंय.''

''आम्ही पत्रकार, वार्ताहर आहोत. 'कुलदेव' ह्या टोपणनावाने लिहितो.''

''परवा आम्ही साताऱ्याला तुमच्या कार्यक्रमाला आलो होतो, तेव्हा...''

''आज कुणीकडे?'' मी मध्येच तोडलं.

''तुमच्याच कार्यक्रमाला.''

''अरे वा! नवल आहे.''

''तुमच्या प्रत्येक कार्यक्रमाला इथून पुढे आम्ही हजर राहणार आहोत.''

मध्येच द्रौपदी म्हणाली,

''मी पण तेच ठरवलंय.''

उर्वशी म्हणाली, ''तू गेलीस की मी येणारच.''

तेवढ्यात खानसामा म्हणाला,

''सरकारी डाकबंगल्यातून उतरत राहिलात, तर भोजनप्रबंध माझ्याकडे असेल.''

तिकडे दुर्लक्ष करीत मी कुलदेवांना विचारलं,
''तुम्ही कुणातर्फे आलात?''
''किर्लोस्कर मासिकाच्या ह. मो. मराठ्यांनी पाठवलं.''
मी उडालोच.
''काही खास हेतू?''
''तुमच्या साठीनिमित्त विशेषांक काढायचा आहे.''
''साठीला अजून सात-आठ वर्षं अवकाश आहे.''
''असेल. किर्लोस्करांचं प्लॅनिग नेहमीच ॲडव्हान्समध्ये असतं. त्याशिवाय-''
इतकं बोलून देव थांबला.
''बोला की!''
''त्याचं असं आहे, समजा तुम्ही साठी नाही गाठू शकलात तरीही तयारीत असायला हवं.''
''काय!''
''पत्रकाराला तयारीत असावं लागतं. पन्नाशी उलटली की प्रत्येक प्रसिद्ध पुरुषाची, व्यक्तीची माहिती तयार ठेवलेली असते. कोण आटपतो ह्याच्याशी कर्तव्य नाही, प्रथम बातमी आपण दिली ह्याला महत्त्व आहे.''
''आणि सध्याच्या काळात कुणाचाच भरवसा नाही.'' कुलकर्णी म्हणाला.
मी पटकन म्हणालो, ''हे एकदम खरं आहे. मलाही नैसर्गिक मृत्यूच येईल कशावरून?''
देव म्हणाला, ''नाही नाही, माझ्या मनातही तसं येणार नाही.''
मी मग द्रौपदी-उर्वशीकडे पाहत म्हणालो,
''पाहिलंत? प्रत्यक्ष देवच बोलताहेत. ह्याचा अर्थ मला विषप्रयोगाची भीती नाही.''
मी असं म्हणताच खानसामा तिथून निघून गेला. मला कुलकर्णीने विचारलं,
''तुम्हांला विषप्रयोगाची भीती का वाटली?''
''विचारलंत हे बरं केलंत. तुम्ही येण्यापूर्वी दोनच मिनिटं अगोदर इथल्या खानसाम्याने मला अन्नातून विष घालण्याची धमकी दिली होती.''
''काय म्हणता काय?'' कुलदेवांनी एकदम विचारलं.
मी म्हणालो,
''ह्या दोघीजणी त्याला साक्ष आहेत.''
दोघींनी माना हलवल्या.
''तेव्हा कुलदेव, माझं जर असं काही कमीजास्त झालं तर पत्रकार ह्या नात्याने तुम्ही दोघांनी त्या अन्यायाला वाचा फोडली पाहिजे.''

देव म्हणाले,
''तसा प्रयत्न करू.''
''आम्हांलाही कोणत्या बातमीला किती महत्त्व देऊन तो फ्लॅश करायची ह्याबद्दल बंधनं असतात.''
मी चिडून म्हणालो,
''तुम्ही चोर आहात. तुमच्या व्यवसायाशी अप्रामाणिक आहात.''
''तेवढी एक बातमी सोडून आणखी काही सनसनाटी असेल तर सांगा.''
''आत्ता पलीकडे चला. धर्मवीर चतुर्वेदी नावाचे आमदार चक्क पैसे लावून जुगार खेळताहेत. स्वत:ची सहीदेखील नीट न करता येणारा हा आमदार. पण डाकबंगल्यावर आला की 'व्ही. आय. पी.' सूट त्याच्यासाठी रिकामा करून द्यावा लागतो. माझ्यासारख्या लेखकालासुद्धा.''
देव हसत म्हणाले,
''हां, म्हणजे जुगाराबद्दल राग नसून ह्या कारणासाठी राग आहे तर! मग हे कशाला छापायचं?''
मी आणखी चिडून विचारलं,
''मग तुम्हांला आणखी सनसनाटी काय हवंय?''
कुलदेवांनी एकदम विचारलं,
''ह्या दोघी तुमच्या कोण, ते सांगा.''
मी ओरडून म्हणालो,
''तुम्ही दोघंही चालायला लागा! हमोंना कळवतो की ह्या शिरजोर पत्रकारांना गचांडी द्या.''
मी एवढं बोलायचीच खोटी, कुलदेव माझ्या अंगावर मला मारण्यासाठी धावून आले. उर्वशी आणि द्रौपदी जिवाच्या आकांताने ओरडल्या आणि पाठोपाठ मेघगर्जनेसारखा आवाज आला,
''हां हां हां, नकुल-सहदेवा, हात आवरा. त्याचा निकाल लावायचा मान माझा आहे. जरासंधाप्रमाणे मी त्याचा निकाल लावतो!''
नकुल?सहदेव? ...अच्छा दोन्ही मिळून कुलदेव काय?
आणि जरासंधाचा निकाल म्हणजे काय?
म्हणजे हा भीम की काय? की हा खानसामा? अरे बरोबर! विराटाच्या पदरी अज्ञातवासात असताना भीम 'बल्लवा'च्या भूमिकेत मुदपाकखान्यात काम करत होता नाही का?
मी वळून पाहिलं.
भीमच.

त्याच्यामागेच धर्मवीर म्हणजे मग...
शंकाच नको. त्याचं जुगाराचं व्यसन अद्यापि तसंच. त्या क्षणी मी धर्मराजाला साष्टांग नमस्कार घातला. त्या पुराणपुरुषाचे पाय धरीत मी विचारलं,
''आपण धर्मराज ना?''
''मला तसं कबूल करायलाच हवं. मी एकदाच असत्य भाषण केलं आणि अधांतरी चालणारा माझा रथ जमिनीला चिकटला.''
मी त्याच स्थितीत पडून म्हणालो, ''महाराज, आमचे सगळ्यांचे रथ तर जमिनीखालूनच जात आहेत. पदोपदी असत्य भाषण! सगळ्यांचे रथ अंडरग्राउंड महाराज?''
''वपु, उठा. तुमच्या शहरातल्या रस्त्यांची अवस्थाच अशी आहे की माझ्या व्रताचं पालन करणाऱ्यांचा रथही जमिनीतच जाईल. भीमा, मी शरण आलेल्या वपुंना अभय दिलं आहे.''
मी उठून उभा राहिलो.
भीम रागाने म्हणाला,
''तुमच्या क्षमाशील वृत्तीपायीच आजवर नुकसान होत आलेलं आहे. परपुरुषाची पुन्हा एकदा पांचालीवर नजर...''
मी श्वासही न घेता म्हणालो,
''महाराज, काय हे भलतंच! द्रौपदीसारख्या साध्वी, म्हणजे साक्षात देवतेसमान...''
मला मध्येच थांबवत धर्मराज म्हणाले, ''भीमा, ह्या बाबतीत वपुंचा संशय घ्यायचं कारण नाही. शांत राहा.''
मला न राहवून मी भीमाला म्हणालो,
''स्वतःच्या पत्नीबद्दल तुम्हीच असं म्हणता? तेही ह्या सतीसमोर?''
सहदेव म्हणाला, ''आम्ही पाठ वळवल्याबरोबर निंदानालस्ती करणारी माणसं नव्हेत, आम्ही समोरासमोर जे असेल ते बोलतो.''
नकुल हिरिरीने म्हणाला, ''वपु, बलाढ्य पाच पांडव पती म्हणून लाभले असताना द्रौपदीला कर्ण आवडलाच होता ना?''
भीमाने विचारलं,
''तसं तुमच्या बाबतीत पुन्हा घडलं तर?''
मी चक्रावून म्हणालो, ''अहो, तुम्ही काय भलतंच बोलता? कुठे तो साक्षात तेजाचा प्रत्यक्ष सूर्यपुत्र आणि कुठे मी! कर्णाने कौरवांचा पक्ष स्वीकारला हे चुकलं असेल...''
मध्येच सहदेव म्हणाला,

''ही कर्णाची खरी चूक नव्हे. त्या सूतपुत्राने चुकीच्या काळी जन्म घेतला. विसाव्या शतकात जन्म घेतला असता तर विशिष्ट सवलती मिळाल्या असत्या, फौंडेशनची स्कॉलरशिप मिळाली असती. काय दादा?''

धर्मराज म्हणाले,

''खरं आहे. द्रौपदीचं लक्षही कर्णाकडे गेलं ते निव्वळ तो तेज:पुंज होता एवढ्यासाठी नाही. सगळं वैभव, शरीरसंपदा, शौर्य असूनही तो सूतपुत्र म्हणून हिणवलं गेलं. तेही कसं? तर प्रथम अनुकंपा, दया, माया, आकर्षण, मग प्रेम, शेवटी अभिलाषा ह्या मार्गाने ते फुलत गेलं.''

भीमाने विचारलं,

''तसंच वपुंच्या बाबतीत घडलं तर? वपु लेखन करतात, कथाकथन करतात, संगीत जाणतात, स्थापत्यशास्त्राची माहिती आहे, पण शेवटी साडेतीन टक्केवाले.''

धर्मराज म्हणाले,

''म्हणजे ब्रह्मकुलोत्पन्न दलितच.''

''म्हणूनच पांचालीला वपु आवडायला लागले तर?'' भीमाने पुन्हा शंका व्यक्त केली आणि इतका वेळ गप्प बसलेली उर्वशी जवळ आली व म्हणाली,

''वपु, खरंच सांगा, तुमच्या मनात तसं काही...''

''उर्वशी, तूही ह्यांच्या सुरात तुझा सूर मिसळतेस? माझ्यावर तुझा विश्वास नाही?''

माझ्या डोळ्यांत खोलवर डोकावीत उर्वशी म्हणाली,

''तू तसा नाहीस आणि व्हायचा प्रयत्न केलास तर मी तुला तसा होऊ देणार नाही. तू माझा आहेस ना? सांग, सांग तसं ह्यांना.''

मी गप्प राहिलो. मानेने संमती दर्शवली.

''सहदेवा, चला जाऊ या.'' धर्मराज म्हणाला.

धर्मराज, भीम, नकुल, सहदेव आणि द्रौपदी - सगळे निघाले.

जाताना द्रौपदी म्हणाली, ''तुमच्या कथांनी आनंद दिला.''

मी न राहवून धर्मराजाला हाक मारीत म्हणालो,

''मला तुम्हा सर्वांना नमस्कार करू दे. तुम्ही सर्व जण भेटलात, फक्त पार्थाची भेट...''

भीम म्हणाला, ''तो पुन्हा नवी अस्त्रं आणि शस्त्रास्त्रं गोळा करीत फिरतोय.''

''देवा, पुन्हा युद्ध? पुन्हा संहार?''

''नाही, आता शस्त्रास्त्रांची जमवाजमव शांतता प्रस्थापित करण्यासाठी करायची.''

फर्स्ट क्लासच्या कुपेचा दरवाजा मी बंद केला. उर्वशी जवळ येऊन बसली व म्हणाली,

''आता गाडी अचानक थांबली तरी द्रौपदी येणार नाही. सुटले तिच्या तावडीतून.''

''हो ना!'' असं म्हणत मी तिला जवळ ओढलं. अनिवार सुखाने मी डोळे मिटून घेतले. तिच्या अंगावरून हात फिरवू लागलो आणि तसाच तो हात चेहऱ्यावरून फिरवणार तोच भानावर आलो.

मोठमोठ्यांदा हसण्याचा आवाज कानावर आला. तोही एका पुरुषाचा.

डोळे उघडले, तो समोर एक वीर पुरुष.

खांद्यावर गांडीव धनुष्य. मागे अक्षय्य भाता.

माझी बोबडीच वळली.

''आपण...''

''मीच तो अर्जुन.''

''पण मग उर्वशी...''

''ते खोटं नाव.''

''मग ती कोण होती?''

''बृहन्नडा! म्हणजे क्लैब्याचा शाप मिळालेला मीच.''

✧

सुपारी बिब्ब्याची

तर, आम्ही लेखक. दिसायला चारचौघांसारखेच आणि वागायलाही चारचौघांसारखेच. आमच्यातील काही असतील अहंमन्य. तसं डावं-उजवं असणारच. सामान्य म्हणवणारी माणसं काय कमी अहंकारी असतात का? उगीचच घट्ट पदर लपेटणाऱ्या बायका आणि शर्टाच्या कॉलरखाली एक रुमाल ठेवणारी पुरुषमंडळी ही सगळी शिष्ट जमात. त्याप्रमाणे लेखकमंडळींत पण हे असं असणारच.

वास्तविक, मिशीला तूप लावून हिंडावं असं लेखकांच्यात इतरांपेक्षा निराळं काऽऽही नसतं.

एखाद्या सामान्य माणसाच्या पायाला एक बोट जास्त असतं, ही 'कुदरत की देन.' त्याप्रमाणे लेखकाला थोडंसं काहीतरी जास्तीचं लाभलेलं असतं. त्याच्या आधारावर त्याने आनंदनिर्मिती करावी हा त्या विधात्याचा हेतू असावा. म्हणून ही जास्तीची देणगी. आनंद देणारे जे जे तुमच्यापर्यंत येतं ते सगळं त्याचं अस्तित्व. मागं जे उरतं ते आम्ही.

म्हणजे तुमच्यातले, तुमच्यासारखेच एक सामान्य; भांडणारे, स्पर्धा करणारे, संशय घेणारे, फसवणारे, अपेक्षाभंग करणारे आणि कधीकधी खूप माणुसकीने वावरणारेसुद्धा!

आमच्यात तो ईश्वरी अंश थोडा जास्त असतो, ह्या आमच्या विधानाला पुरावा काय? तर, आम्ही कुठेही संचार करू शकतो. एकाच वेळी अनेक ठिकाणी हजर राहू शकतो. हवं हवं ते आणि नको नको ते पाहू शकतो.

एकाच जागी असून, संपूर्ण भारतीय युद्ध बघू शकणारा संजय हा आमचा पूर्वज. अर्थात, ह्याचा अर्थ आम्ही प्रतिपरमेश्वर आहोत असा नाही. आम्हांला घडतंय तेवढं फक्त दिसतं. आम्ही वेगळं घडवू शकत नाही आणि घडतंय ते थोपवू शकत नाही.

जे जे घडतंय ते ते सगळंच आम्ही बघतो असंही नाही. तिथंही वैयक्तिक

आवडनिवड, दृष्टिकोन, संस्कार, मर्यादा, बौद्धिक कुवत हे सगळं आलं.
म्हणूनच आमच्यातले काही ग्रामीण लेखक झाले. काही सदाशिवपेठी झाले. काही ऐतिहासिक कादंबरीकार ठरले. काहींना रहस्यकथांची नाडी गवसली, तर काहींनी हिंसाचार, बलात्कारासारख्या राक्षसी वृत्तीवर लेखन करून समाजाचं क्रूर दर्शन घडवलं. काहींनी आलिशान फ्लॅट्समध्ये राहून, सरकारी गाड्या वापरून झोपडपट्टीतल्या दु:खाला वाचा फोडली. इतकंच नव्हे तर इतर लेखकांना 'आयव्हरी टॉवर'मध्ये बसून लेखन करू नका, ह्यासारखे संदेश पण दिले. नको असताना. समाजात वावरत असताना कुणाला कुणाची व्यथा प्रथम दिसली, कुठं डोकावून काय मांडावंसं वाटलं, ह्याला महत्त्व नाही.
आम्हांला मुक्त संचार करता येतो, हे महत्त्वाचं.
अशा अनेक लेखकांपैकी मी एक.
ह्याक्षणी मी जरी माझ्या टेबलाजवळ बसून लिहित असलो तरी मी पटकन चिंचवडला जाऊन आईला भेटून येतो. मला नको असलेल्या साहेबाची बदली झाली आहे की नाही, हे बघण्यासाठी साहेबांच्या केबिनमध्येपण डोकावून येऊ शकतो किंवा नवीनच लग्न झालेल्या एका मित्राच्या पाठोपाठ महाबळेश्वरपर्यंतही पाठलाग करतो. एखाद्या जवळच्या म्हणवणाऱ्या मित्राने पार्टीचं आमंत्रण देण्याचं हेतुपुरस्सर टाळलं तर तिथलाही रंग बघून येऊ शकतो. त्याचप्रमाणे पेडर रोडवरच्या किंवा निव्वळ तट्ट्याचा आडोसा केलेल्या न्हाणीघरातदेखील वेळ साधून दबा धरून बसू शकतो. पण -
हे असं मी काही करणार नाही. ह्याचं कारण, माझ्याप्रमाणेच हे सगळं करू शकणाऱ्या माझ्या कविमित्राच्या मताशी मी सहमत आहे. माझा तो मित्र म्हणतो-

नको अनावृत्त मस्त
नको आवृत्त बंदिस्त
गडे, अर्ध आवृत्तात
आहे सौंदर्य समस्त.

म्हणूनच सूदनच्या बेडरूममध्ये प्रवेश करताना गौरी, कवितेतल्या पहिल्या ओळीत नाही ह्याची मी खात्री करून घेतली. दोन वर्षांनी अडीच महिन्यांची सुट्टी घेऊन आलेला सूदन येत्या गुरुवारी परत अमेरिकेला जाणार. गौरी आणि सूदनला आज मोठ्या मिनतवारीने मिळालेला एकांत. आता ती काय बोलतात, ह्याबद्दल मला जबरदस्त कुतूहल, म्हणून मी तिथं हजर.
सूदनने दिवा बंद केला.
हे बरं झालं. इतर तपशिलाशी मला कर्तव्य नव्हतं. स्त्री-पुरुषांच्या प्रणयचेष्टितांना मर्यादा असतात. क्रियेत नशा असली तरी 'तोच तो' पणा असतो. मला आता

फक्त संवाद मिळतील.

''गुरुवार आला की सूदन.''

''मी तोच विचार करीत होतो. न्यूयॉर्क सोडताना वाटत होतं, अडीच महिने म्हणजे अठराशे अठ्ठेचाळीस तास मी इंडियात, गौरीच्या सहवासात काढणार.''

''इंडियात काढलेस हे खरं! माझ्या वाट्याला अठ्ठेचाळीस तास तरी आलास का?''

''जेव्हा येतो तेव्हा तर संपूर्ण येतो की नाही?''

''माझ्याशी बोलू नकोस.''

''... ...''

''... ... ...''

''मला उगीच चाळवू नकोस.''

''मी एवढ्याच आठवणींवर पुन्हा दोन वर्षांसाठी संजीवनी घेऊन जाणार आहे.''

''... ...''

''ए वेडाबाई! रडतेस काय?''

''सूदन, तू सोड ही नोकरी. आपण मिळेल त्यात भागवू.''

''अगं पण...''

''थोपटायला लागलास की किती आधार वाटतो. गेलास की प्रत्येक क्षण खायला उठतो. जाता-येता बच्चीला तुझा फोटो दाखवत बसायचं.''

''फक्त दोन वर्षं राहिली.''

''तू फक्त म्हण, मी आता तासात हिशेब सांगू का?''

''... ...''

''बोल ना आता.''

''शेवटच्या दोन रात्री उरल्या. मी हेच आठवत जायचं का?''

''... ...''

''सांग ना.''

''मला समजलंय. मी काहीतरी निराळं बोलायला हवंय. कळतंय पण वळत नाही. तुला त्रास होणार आहे हेही कळतं. तरीही आपण मनात जे जे आलं ते सगळं बोललो, ह्याचं समाधान मिळतं म्हणून बोलायचं.''

''... ...''

''... ...''

''रागावलास?''

''मुळीच नाही.''

''...''

''काहीतरी बोल ना!''

''तुझ्याजवळ पडून राहावसं वाटतंय.''

असं खरं म्हणजे घडत नाही. पण आज ते घडलं. 'नुसतं पडून राहावसं वाटतंय' असं सूदन म्हणाला आणि गौरीच्या कुशीत त्याला झोप लागली. नवल म्हणजे सूदनप्रमाणे माझाही तिथं खुर्चीतल्या खुर्चीत डोळा लागला. पहाटे पहाटे जाग आली ती दोघांच्या कुजबुजण्याने.
''मी आणलेला परफ्यूम आवडला.''
गौरीनं नुसतं छातीवर डोकं घुसळलं. तिच्या केसांतून बोट फिरवीत सूदन म्हणाला,
''अमेरिकन लोकांनी कितीही नवेनवे परफ्यूम बाजारात आणले तरी एका सुगंधाशी ते कधीही बरोबरी करू शकणार नाहीत. सांगू?''
गौरी लाडिकपणे म्हणाली,
''आता मी पडून राहणार आहे, तू बोल.''
''तुझ्या केसांत मोगऱ्याचा गजरा होता, एक्झॅक्टली तो परफ्यूम कसा पकडता येणार? त्या गंधात स्पर्शाचा सुगंध कसा मिळवता येईल? काय?''
गौरीने मानेनेच पसंती दर्शवली असणार. सूदन आणखीन धुंद होत म्हणाला,
''कदाचित त्यांना सही न सही तो सुगंध पकडता येईलही, पण पहिल्या पावसाच्या सरीने जमीन शहारून उठते तो मातीचा सुगंध येईल पकडायला? क इ ऊ ऑय?''
'काय'च्या उच्चारावरून जाणवलं की गौरीने तो प्रश्न ओठांनीच पकडला असणार. ओठ मोकळे होताच सूदन म्हणाला,
''आणि गौरी, कदाचित फ्रेंच किंवा जपानी लोकांची मदत घेऊन हा सुगंधही बाटलीत गिरफदार करता येईल. पण अमेरिकन मंडळींना आता सांगणार आहे तो सुगंध तर जीव गेला तरी निर्माण करता येणार नाही. ऐक. एक अंधारी खोली, मध्यभागी बाज, तेल लावून पडलेली तू. शेजारच्या गाठोड्यात एक चिमणी, बाजेखाली एक शेगडी. उदाधुपाचा वास अंगाला विळखा घालून. गाठोड्यातली चिमणी गाठोड्यासहित उचलायची. तेलाच्या आणि धुपाच्या वासात दमट दुपट्याचा नाव नसलेला ओलसर गंध. आपलं नाक, टोपड्याची गाठ जिथं गळ्यापाशी लगट करीत असते तिथं टेकवायचं. त्या सगळ्या संमिश्र सुगंधाचं अत्तर...''
''मिस्टर, ह्या तशा परफ्यूमची प्रॉडक्शन कॉस्ट किती ह्याचा वि ची ऊ ऑर...''
ह्याचा अर्थ मी आता खोलीतून बाहेर पडायला हवं हाच. मी निघालोही. तेवढ्यात सूदन म्हणाला, ''डॅम रिमाइण्ड्स मी. विसरलो असतो तर घोळ झाला असता. तू मला बिब्ब्याची सुपारी करून देशील का?''
''तीच आणखी दोन वर्षं टाळायला हवी. बच्ची चार वर्षांची झाल्याशिवाय...''

''कबूल, पण एरवी नुसती बिब्ब्याची सुपारी होऊ शकत नाही का?''
''दुसरं काहीतरी करून देऊ का?''
''नको. जमलं तर बिब्ब्याचीच सुपारी हवी. मी माझ्या स्टेनोला एकदा खूप सांगायचा प्रयत्न केला, 'तुला बिब्बा म्हणजे माहीत आहे का?' ''
''कसं विचारलंत?''
''व्हॉट इज बिब्बा? - असं.''
''बिब्बा?''
''हसू नकोस. त्याला इंग्रजीत काय म्हणतात ते माहीत नाही.''
''मग?''
''मग काही नाही. तिच्यासाठी कमीतकमी पाव किलो का होईना बिब्ब्याची सुपारी हवीच.''
''मी उद्या सरोजला फोन करते.''
''सरोज कोण?''
''माझी मैत्रीण. तिचा नवरा शिपवर असतो. तिला दोन महिन्यांपूर्वीच मुलगी झाली आहे. तिच्याकडे बिब्ब्याची सुपारी अगदी रेडिमेड मिळेल.''
''दॅटस् फाईन.''
''अहो पण...''
मी बाहेर पडलो.

आता मला सरोजच्या घरी मुक्काम करावा लागणार. कारण गौरी फोन किती वाजता करील ह्याचा भरवसा नाही.
तिथं फोन येईपर्यंत थांबायचं. सरोजचं काही ना काही दिवसभर भरतकाम किंवा एक सुलट, दोन उलट चाललेलं असतं ते बघत बसायचं.
लेखकाने खरं म्हणजे अलिप्त राहायचं असतं. स्वत: निर्माण केलेल्या पात्रांच्या प्रेमात पडायचं नसतं असं टीकाकार म्हणतात.
म्हणोत बापडे, आपल्याला ते जमलंच नाही.
ह्या टीकाकारांना-पक्षी समीक्षकांना वर्षानुवर्षं स्वत:च्या समीक्षेची भाषा बदलता येत नाही. इतके ते स्वत:च्या भाषेच्या प्रेमात पडतात.
आम्ही आमच्या मानसपुत्रांच्या किंवा सूदनसारख्या भेटणाऱ्या पात्रांच्या प्रेमात पडतो.
बाय दि वे, सूदनचं खरं नाव मधुसूदन. कॉलेजात असताना नाव छोटंसं करायचं मित्रांनी ठरवलं. त्यात कुणीतरी म्हणालं,
'मधू किंवा मध्या कुणीही म्हणेल. आपल्या ग्रुपमध्ये दोन मधू आहेत, आपण

ह्याला सूदन म्हणू.'
मी तेव्हापासून सूदनच्या प्रेमात.

''हॅलो, मी सरोज बोलतेय.''
''मी गौरी.''
''आज कशी काय आठवण झाली?''
''एकदम तातडीचं काम होतं.''
''सूदन न्यूयॉर्कला गेला का?''
''उद्या जातोय. फोन तेवढ्यासाठीच केला. माझं एक काम कर. मला थोडी बिब्ब्याची सुपारी दे. सूदनबरोबर पाठवायची आहे.''
''ह्या वेळेला नाही केली.''
''नवल...''
''अगं, नवल म्हणजे, मागच्या डिलिव्हरीनंतर आईने सुपारी पाठवली तेव्हा समजलं, मला बिब्ब्याची ॲलर्जी आहे. लाडू घेऊन जा म्हणावं, डिंकाचे, आळिवाचे...''
''सूदनला सुपारीच हवी आहे.''
''मी मग आईला पुण्याला फोन करते.''
''तुझा निरोप जरी लगेच पोहोचला तरी सुपारी...''
''ऐक-ऐक. माझ्या आईकडे कायम ऑर्डर्स येतात बिब्ब्याच्या सुपारीसाठी. उद्या दुपारपर्यंत सुपारी मिळेल.''
''मागव मग. बाकी काय? काय म्हणतंय विणकाम?''
''अगं, पूर्वीसारखा वेळ मिळत नाही बेबीमुळे!''
''तिला बघायची आहे एकदा.''
''ये ना.''
''सूदन गेला की मी रिकामीच आहे.''
''चालेल, केव्हाही ये.''

लेखकाला मिळालेलं वरदान हेच. मी गौरी आणि सरोजचे संवाद, सरोजच्याच घरात बसून ऐकू शकत होतो, इतकंच नव्हे तर सरोजने पुण्याचा नंबर फिरवायला सुरुवात करताच थेट पुणं गाठलं.
फोन वाजल्याबरोबर सरोजची आई सरोजच्या भावाला म्हणाली,
''काही फोन उचलू नकोस. नुसती बेल वाजते. उचलला तर कुणी बोलत नाही. कम्प्लेंट करायला हवी आहे.''

'फोन उचला' असं मला ओरडावंसं वाटलं. पण हेच आम्हांला करता येत नाही. तरीही भावाने फोन उचलला. सरोजचा आवाज ऐकून त्याने फोन आईकडे दिला.

''आई, मी सरोज बोलतेय.''

''बोल, बोल.''

''फोन कुणी उचलत का नाही?''

''अगं बिघडलाय.''

''बेल वाजलेली ऐकू येते.''

''हो, पण इथं घरात वाजत नाही.''

''बरं, हे बघ, मला बिब्ब्याची सुपारी पाठवतेस का उद्यापर्यंत? अगदी अर्जंटली हवी आहे.''

''कुणासाठी?''

''माझी मैत्रीण...''

आणि तेवढ्यात फोन बंद पडला.

''आता आली का पंचाईत!'' असं म्हणत आईने सगळा संवाद भाऊला ऐकवला. भाऊ म्हणाला,

''मी उद्या मुंबईची ऑर्डर घेऊन जातोय.''

''सरोजकडे सुपारी पोहोचवशील?''

''बांधून ठेव.''

भाऊची पुणे-मुंबई टॅक्सी शीवला थांबली. टॅक्सीवाल्याने मागची डिकी उघडली आणि माझ्या डोळ्यांदेखत स्वत:ची ब्रीफकेस नेण्याऐवजी, तश्शीच दिसणारी भाऊची ब्रीफकेस घेऊन प्रकाश इनामदार नावाचा गृहस्थ शीवला उतरला. इथंही मी काही करू शकलो नाही.

दादर पोस्ट ऑफिसपर्यंत मला मग भाऊची प्रतिक्रिया अजमावण्यासाठी जावंच लागलं.

बॅगेच्या वजनामुळेच भाऊला शंका आली. त्याने तिथल्या तिथं बॅग उघडली आणि तो चक्रावूनच गेला. बदलून आलेल्या त्या बॅगेत एक-दोन बुशशर्टस्, एक पँट आणि एक छोटा टेपरेकॉर्डर होता. स्वत:ची बॅगच गेलेली. कामं होणार कशी? मुंबईत नुसता दिवस काढण्याचं काहीच प्रयोजन नसल्यामुळे भाऊ ताबडतोब दुसऱ्या टॅक्सीने पुण्याला परत आला.

मला प्रकाश इनामदाराकडे जावंच लागलं. मुंबईत तो जितक्या ठिकाणी फिरला त्या त्या ठिकाणी मला हजेरी लावावी लागली. दुसऱ्या दिवशी प्रकाश इनामदार भाऊला

भेटायला पुण्याला आला.
''मी प्रकाश इनामदार.''
भाऊने आपली ओळख करून दिली.
''तुमच्या-आमच्या ब्रीफकेसची अदलाबदल झाली, म्हणून आलोय.''
''या, या. आपलं नाव काय म्हणालात?''
''मी प्रकाश इनामदार.''
''तुमच्या ब्रीफकेसवर तुमचं नाव नाही. आतही कुठं पत्ता वगैरे नाही.''
''छोटी-छोटी कामं उगीच राहून जातात, तसं माझं झालंय. व्हिजिटिंग कार्डस् छापून घ्यायची आहेत, कुणी चांगला आर्टिस्ट भेटला तर हवा आहे.''
भाऊ म्हणाला,
''ते काम माझ्याकडे लागलं. मी कमर्शियल आर्टिस्ट आहे.''
इनामदार पटकन म्हणाले,
''बॅगेतल्या सामानावरून मी ते ओळखलं. भाऊ आर्टस् हेच ना कंपनीचं नाव?''
''भाऊ हा शॉटफॉर्म आहे. भास्कर उर्सेकर हे माझं नाव. तुमच्या बॅगेत इम्पोर्टेड टेपरेकॉर्डर आहे.''
''तो कस्टमरचा आहे. मी पुण्या-मुंबईचीही कामं करतो, म्हणजे इलेक्ट्रॉनिक रिपेअर्स, टीव्ही, टेपरेकॉर्डर, वगैरे.''
''बरं झालं ओळख झाली ती. माझ्या बॅगेत मुंबईच्या दोन फर्म्सची बिलबुकं, लेटरहेड आणि महत्त्वाची वस्तू म्हणजे बिब्ब्याची सुपारी होती. ती बहिणीकडे शीवला पोहोचवायची होती.''
''सुपारी पोहोचवण्याचं काम मी करू शकतो.''
''कधी?''
''आज मी जाणार आहे प्रथम डोंबिवलीला.''
हे ऐकल्याबरोबर आई मध्येच म्हणाल्या,
''भाऊ, त्यांना म्हणावं, जमलं तर सुपारी डोंबिवलीला द्या.''
''तिथं कुठे?''
''काटदऱ्यांच्या घरी. सरोजला सुपारी हवी होती. मैत्रिणीसाठी. तिची एकुलती एक मैत्रीण आहे डोंबिवलीला. दोघींच्या घरात पाळणा एकदमच हललाय.''
इनामदार म्हणाले,
''नो प्रॉब्लेम! मला पत्ता द्या, आणि द्यायचं असेल तर पत्रही द्या.''
''तुम्हांला तसदी.''
''भलतंच! तसदी मीच तुम्हांला दिली. शीवला गडबडीत तुमची बॅग...''
''चालायचंच.''

''व्हिजिटिंग कार्डस् करणार आमच्यासाठी?''
''विथ प्लेझर-''

काटदऱ्यांकडची मंडळी बिब्ब्याची सुपारी, सरोजच्या आईचं पत्र वगैरे पाहून चक्रावलीच. इनामदारांचं स्वागतही त्या घराने जोरदार केलं. अर्थात, ही किमया प्रकाश इनामदारच्या रुबाबदार राहणीची, तरतरीत चेहऱ्याची. हा प्राणी लग्नाचा आहे का, हे विचारण्याचा मोह जेव्हा काटदऱ्यांना होत होता, त्याच वेळेला बिब्ब्याच्या सुपारीने ह्या घरात येण्याची संधी दिली ह्याबद्दल इनामदार आभार मानीत होता.
''सुपारी आवडल्याचं कळवायला सांगितलंय.''
''कळवू ना! पण खरं म्हणजे उर्सेकरबाईंनी उगीच इतका खटाटोप केला.''
''बिब्ब्याची सुपारी आपण ज्या कारणासाठी...''
''कारण बरोबर आहे. पण आमच्या लताला ही सुपारी अजिबात आवडत नाही.''
''एवढंच ना, आणा इकडे. मी ती पुडी तशीच्या तशी परत नेतो.''
लता म्हणाली,
''नको, आईंना वाईट वाटेल. मी ती सुपारी इथल्या इथे शीवला पाठवते सरोजकडे.''
काटदऱ्यांच्या घराबद्दल निराळी ओढ वाटू लागल्याने प्रकाशने विचारलं,
''कुठे राहतात शीवला? तिथला पत्ता द्या. त्यांच्याकडे पोहोचवतो.''
काटदरे म्हणाले,
''पत्ता तसा घर एकदा पाहिल्याशिवाय सांगणं कठीण आहे. सापडणार नाही असा आहे.''
लता पटकन म्हणाली,
''शिल्पा येईल दाखवायला, तुमची हरकत नसेल तर -''
इनामदार आणि शिल्पा ह्यांच्या गप्पांत इंटरेस्ट असूनही मी त्यांच्या पहिल्यावहिल्या भेटीत डोकावलो नाही. इतर एक-दोन घरांत डोकावून शीवला सरोजच्या घरी हजर झालो. सरोजची नवजात बेबी सरोजच्या सासूच्या मांडीवर होती. सरोज चक्क कपडे धुवत होती. जी माणसं काही ना काही क्रिएटिव्ह काम करू शकतात, त्यांना धुणीभांडी करावी लागणं तिला अपमानास्पद वाटायचं. शिल्पा आणि इनामदार जेव्हा सरोजच्या घरी आले तेव्हा ती बेदम दमली होती.
बिब्ब्याच्या सुपारीचा किस्सा ऐकून तिची करमणूक झाली. इनामदारांनी तसं काटदऱ्यांच्या घरी आपलं इम्प्रेशन पाडलं तसंच ते इथंही पाडलं. इतकंच नव्हे तर घरकामासाठी आणि मुलीची देखभाल करण्यासाठी एक उत्तम पोरगी पुण्याहून आणून देईन असा शब्दही दिला.

मी जेव्हा माझ्याच घरी, टेबलाजवळ विचार करीत बसलो तेव्हा गंमत वाटून हसलो.
सीमाने विचारलं, ''का हसलात?''
मी म्हणालो, ''उगीच.''
त्या उत्तरात काही अर्थ नव्हता.
चार महिन्यांचं मूल जेव्हा झोपेत हसतं तेव्हा खरं तर त्यालाच 'उगीच' शब्द उच्चारण्याचा नैतिक अधिकार आहे. आपल्या प्रत्येक हालचालीमागे संदर्भ असतो. चेहऱ्यावरील भावामागे हेतू असतो, पार्श्वभूमी असते.
एका बिब्ब्याची सुपारी.
मागणारा सातासमुद्रापार गेला.
पण भाऊला इकडे इनामदारांसहित चार-पाच व्यापाऱ्यांचा तीन एक हजारांचा जॉब मिळाला.
इनामदार आणि शिल्पाचं लग्न ठरलं.
सरोजला एक मनासारखी कामवाली भेटली. तिचं एक उलट, दोन सुलट सुरू झालं.
सूदनच्या स्टेनोला 'व्हॉट इज बिब्बा' हे समजलंच नाही.

हे अर्थात मी सगळं विसरलो.
एके दिवशी रोजची डाक चाळताना पाहिलं तर एक पत्र न्यूयॉर्कहून.
फोडलं.
राजन गडकरीचं कलंदर पत्र. जिव्हाळ्याने भरलेलं.
माझ्या अठ्ठ्याहत्तर सालच्या दौऱ्यात ज्याने माझ्यासाठी जीव गहाण ठेवला होता, तो राजन.
त्याने पुन्हा अमेरिकेचं आमंत्रण दिलेलं. कथाकथनाचा एक दौरा आखलेला. मी होकार कळवला.

आता मी अमेरिकेत राजनच्या घरी.
राजनची पळापळ नेहमीसारखी. बायकोला तो सारखासारखा 'आजगावकर, आजगावकर' म्हणून माहेरच्या आडनावाने हाक मारतोय. आप्तगण जमलेले. फक्त एकाच मित्राची आता प्रतीक्षा आहे.
अमेरिकेत हॉर्न वाजवायची प्रथा नाही. आपण फर्लांगावरून खुणेचे हॉर्न वाजवत, गर्जना करीत यजमानाकडे आदळतो.
इथं माणूस समोर उभा राहतो, आल्याचं कळत नाही.
मी माझ्याच विचारात.

काही तासांपूर्वी मी मुंबईत होतो. आता न्यूयॉर्कमध्ये. विज्ञानाने होत्याचं नव्हतं आणि नव्हत्याचं...

''मीट माय फ्रेन्ड सूदन.''

मी शेकहॅण्ड करतो.

'चिअर्स' म्हणून पार्टीची नांदी होते.

गप्पा चालतात. वातावरण हलकं होतं आणि कुणीतरी सूदनला बायकोचं पत्र आल्याचं सांगतो.

मग सूदनवर हल्ला.

पत्र बळकावण्यात येतं.

हस्ते परहस्ते ते माझ्यापर्यंत येतं.

माझ्या लाडक्या सूदन.

... ...

मी संपूर्ण पत्र का वाचावं?

महत्त्वाचं वाचलं.

तुझी बिब्ब्याची सुपारी नेण्याची इच्छा अपुरी राहिली.

मी किती ठिकाणी ह्यासाठी धडपडले, हे माझं मलाच माहीत. पण राजा, आता त्या सुपारीसाठी इकडेतिकडे वणवण करायचं कारण नाही. आणखीन सात महिन्यांनी बिब्ब्याची सुपारी तुला घरचीच मिळेल. मी तुला तेव्हा सांगत होते...''

मी संपूर्ण पत्र वाचलं नाही.

कारण गौरी जेव्हा ही गोड बातमी पत्रातून कशी गुंफावी, ह्या विचारात शब्द जुळवीत होती, तेव्हा मी तिथेच होतो आणि आता सूदनच्या चेहऱ्यावरचे भाव विचारायला गौरी जरी इथं नव्हती, तरी मी होतो...

✧

✆ +91 020-24476924 / 24460313 / Mob. No. 9545000513

Email : production@mehtapublishinghouse.com

Website : www.mehtapublishinghouse.com